# บทเรียนจากหนังสือ 1 โครินธ์

เล่มที่ 2

# บทเรียนจากหนังสือ 1 โครินธ์

เล่มที่ 2

ดร.แจร็อก ลี

URIM BOOKS

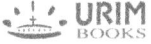

บทเรียนจากหนังสือ 1 โครินธ์: เล่มที่ 2 โดย ดร. แจร็อก ลี
จัดพิมพ์โดย อุริมบุคส์ (ตัวแทน: เจียมซุน วิน)
235-3, คูโร-ดอง 3, คูโร-กุ, โซล เกาหลีใต้
www.urimbook.com

ห้ามจัดพิมพ์หนังสือเล่มนี้หรือส่วนหนึ่งส่วนใดของหนังสือเล่มนี้ซ้ำ หรือเก็บไว้ในระบบเพื
อนำกลับมาใช้
ใหม่ หรือถ่ายทอดด้วยรูปแบบอื่นใด หรือโดยเครื่องมืออิเลกทรอนิกส์ เครื่องกล
การถ่ายสำเนา การบันทึกหรือด้วยวิธีการหนึ่งใดเหล่านี้โดยมิได้รับอนุญาตจากผู้จัดพิมพ์อ
ย่างเป็นลายลักษณ์อักษร

ข้ออ้างอิงพระคัมภีร์ที่ใช้ในหนังสือเล่มนี้นำมาจากพระคริสตธรรมคัมภีร์ไทยฉบับ 1971จั
ดพิมพ์โดยสมาคมพระคริสตธรรมไทยและพระคัมภีร์ภาษาไทยฉบับ KJV จัดพิมพ์โดย
BibleGateway.com

สงวนลิขสิทธิ์ © 2010 โดย ดร.แจร็อก ลี


ISBN: 979-11-263-1369-3 03230
ได้รับอนุญาตให้แปลเป็นภาษาอังกฤษโดยดร.คูยัง ซุง
ได้รับอนุญาตให้แปลเป็นภาษาไทยโดยดร.ดานิเอล แสงวิชัย

ก่อนหน้านี้จัดพิมพ์เป็นภาษาเกาหลีโดยอุริมบุคส์ในปี 2008
จัดพิมพ์ครั้งแรกเมื่อมีนาคม 2010

บทบรรณาธิการโดยดร.เจียมซุน วิน
ออกแบบโดยแผนกบรรณาธิการของอุริมบุคส์
จัดพิมพ์โดย ................................................
ข้อมูลเพิ่มเติมโปรดติดต่อ urimbook@hotmail.com

อารัมภบท

# คู่มือฝ่ายร่างกายและฝ่ายวิญญาณสำหรับผู้เชื่อ

ผู้คนที่ดำเนินชีวิตอยู่ในโลกยุคใหม่อาจเดินหลงทาง หรือมีความขัดแย้งภายในตนเองเนื่องจากความสับสนในเรื่องค่านิยม สิ่งนี้ไม่ได้เกิดขึ้นกับคนที่ไม่เชื่อเท่านั้น แต่เราอาจพบกับปัญหาต่าง ๆ ในขณะที่เราดำเนินชีวิตอยู่ในความเชื่อด้วยเช่นกัน ปัญหาเหล่านั้นอาจรวมถึงการไม่ลงรอยกัน การมีความคิดเห็นแตกต่างกัน การดำเนินชีวิตตามกฎหมาย การแต่งงาน และการหย่าร้าง

ผีมารซาตานทดลองผู้เชื่ออย่างต่อเนื่องเพื่อชักนำเขาให้ดำเนินชีวิตอยู่นอกพระคำของพระเจ้า ดังนั้นผู้คนที่พยายามจะดำเนินชีวิตด้วยพระคำของพระเจ้าอาจมีคำถามเกี่ยวกับพระคำและการนำพระคำนั้นมาประยุกต์ใช้เพื่อแก้ปัญหาต่าง ๆ

นี่เป็นกรณีที่เกิดขึ้นกับคริสตจักรในเมืองโครินธ์ โครินธ์ในสมัยของเปาโลเป็นเมืองที่คราคร่ำไปด้วยผู้คนจำนวนมากซึ่งมาจากวัฒนธรรมที่แตกต่างกันและมีเบื้องหลังทางชาติพันธุ์ที่หลากหลาย ผู้คนมีระดับชนชั้นทางสังคมอย่างชัดเจนและประชากรที่นั

อารัมภบท V

นกราบไหว้บูชาเทพเจ้าหลายองค์ นอกจากนั้นโครินธ์ยังมีความเสื่อมถอยทางด้านศีลธรรมอย่างมากด้วยเช่นกัน

ในการดำเนินชีวิตอยู่ภายใต้สภาพการณ์เช่นนั้นผู้เชื่อในคริสตจักรโครินธ์มีความขัดแย้งและปัญหามากมาย นอกจากนี้ เนื่องจากคริสตจักรถูกก่อขึ้นได้ไม่นานผู้เชื่อจึงมีความยากลำบากหลายอย่างในการดำเนินชีวิตในความเชื่อของตน เพื่อช่วยให้คนเหล่านั้นสามารถดำเนินชีวิตคริสเตียนที่เติบโตเป็นผู้ใหญ่ อัครทูตเปาโลจึงให้คำตอบจากพระคัมภีร์สำหรับปัญหาและคำถามมากมายเหล่านั้น

คำตอบเหล่านี้และวิธีการแก้ปัญหาหลายอย่างที่สามารถเกิดขึ้นกับชีวิตของเราในยุคปัจจุบันได้ถูกบันทึกไว้ในจดหมายฉบับแรกของเปาโลที่ส่งไปยังคริสตจักรแห่งเมืองโครินธ์ซึ่งเป็นที่รู้จักในชื่อของหนังสือ 1 โครินธ์ ในสังคมที่สลับซับซ้อนของยุคปัจจุบัน การที่เราเรียนรู้และเข้าใจเนื้อหาของหนังสือเล่มนี้อย่างถ่องแท้จึงเป็นสิ่งที่สำคัญอย่างยิ่ง

หนังสือเรื่อง "บทเรียนจากหนังสือ 1 โครินธ์" ตอนที่ 2 เล่มนี้อธิบายถึงวิธีการที่จะเข้าใจและประพฤติตามประเด็นต่าง ๆ ที่เกี่ยวข้องกับความขัดแย้ง การประกาศพระกิตติคุณ การแต่งงาน การกราบไหว้รูปเคารพ และของประทานฝ่ายวิญญาณ ท่านจะสามารถดำเนินชีวิตคริสเตี

ยนอย่างมีฤทธิ์อำนาจถ้าท่านค้นพบวิธีการที่ถูกต้องด้วยการทำความเข้าใจปัญหาของท่านโดยผ่านพระคำของพระเจ้า

ผมขอขอบคุณผู้อำนวยการแผนกบรรณาธิการของอูริมบุคส์ ดร.เจียมซุน วินและเจ้าหน้าที่ของท่านและผมอธิษฐานในพระนามของพระเยซูคริสต์องค์พระผู้เป็นเจ้าเพื่อผู้อ่านทุกท่านจะเข้าใจน้ำพระทัยของพระเจ้าอย่างชัดเจนและทำตามน้ำพระทัยนั้นเพื่อท่านจะได้รับพระพรจากพระเจ้าอย่างบริบูรณ์

ดร.แจร็อก ลี

# สารบัญ

อารัมภบท
ภาพรวมของจดหมายฝากถึงคริสตจักรเมือง
โคริน์ธฉบับที่หนึ่ง

บทที่ 8

## สิ่งของซึ่งบูชาแก่รูปเคารพ · 1

1. อะไรคือสิ่งของซึ่งบูชาแก่รูปเคารพ
2. ความหมายฝ่ายวิญญาณของ “การงด รับประทานสิ่งของซึ่งบูชาแก่รูปเคารพ”
3. สิ่งสารพัดเป็นของพระเจ้า
4. ถ้าเราทำบาปอย่างต่อเนื่องทั้งที่รู้ว่าสิ่งนั้น คือความบาป...
5. เราควรจัดการอย่างไรกับสิ่งของซึ่งบูชาแก่ รูปเคารพ

บทที่ 9

## แนวทางของอัครทูต · 21

1. ท่านไม่ได้ใช้สิทธิของความเป็นอัครทูต
2. ท่านประกาศข่าวประเสริฐโดยไม่คิดค่าจ้าง
3. ท่านยอมตัวเป็นทาสของคนทั้งปวง
4. เพื่อให้มีชัยชนะ จงวิ่งแข่งเหมือนอัครทูต

บทที่ 10
## จงทำสิ่งสารพัดเพื่อพระเกียรติของ พระเจ้า · 43

1. จงรับบัพติศมาในเมฆและในทะเล
2. คนอิสราเอลถูกทำลายเพราะการกระทำที่ ชั่วร้าย
3. พระเจ้าทรงจัดเตรียมทางออกสำหรับการ ทดลองทุกอย่าง
4. จงหลีกหนีจากการนับถือรูปเคารพ
5. ความหมายตามตัวอักษรของการนับถือรูป เคารพ
6. จงทำสิ่งสารพัดเพื่อพระเกียรติของพระเจ้า

บทที่ 11
## ลำดับฝ่ายวิญญาณ · 73

1. จงปฏิบัติตามอย่างข้าพเจ้า
2. ลำดับฝ่ายวิญญาณ
3. ผู้หญิงไม่ต้องคลุมศีรษะของตน
4. สาเหตุที่มีการทุ่มเถียงและการแตกก๊ก แตกเหล่ากันขึ้น
5. ความหมายที่แท้จริงของพิธีศีลมหาสนิท

บทที่ 12
## ของประทานแห่งพระวิญญาณ บริสุทธิ์ · 101

1. พระวิญญาณบริสุทธิ์ทรงโปรดให้เรารู้จัก พระเยซูองค์พระผู้เป็นเจ้า
2. ของประทานแห่งพระวิญญาณบริสุทธิ์ชนิด ต่าง ๆ
3. เราเป็นพระกายของพระคริสต์
4. ลำดับขั้นในคริสตจักร

## สารบัญ

บทที 13

ความรักฝ่ายวิญญาณ · 141

1. ความรักฝ่ายวิญญาณและความรักฝ่าย เนือหนัง
2. แม้ด้วยฤทธิอำนาจและความเชืออัน ยิงใหญ่
3. ความรักฝ่ายวิญญาณ
4. สิงทีเราต้องการชัวนิรันดร์ในสวรรค์คือ ความรัก

บทที 14

การเผยพระวจนะและภาษาต่าง ๆ · 167

1. ท่านต้องมีความรักก่อนทีท่านจะได้รับของ ประทานฝ่ายวิญญาณ
2. การอธิษฐานเป็นภาษาต่าง ๆ ซึงเป็น ภาษาของการอธิษฐานฝ่ายวิญญาณ
3. การเปรียบเทียบระหว่างภาษาต่าง ๆ กับ การเผยพระวจนะ
4. จงกระทำทุกสิงทุกอย่างเพือให้จำเริญขึน
5. ความหมายฝ่ายวิญญาณของการทีผู้หญิง ต้อง “นิงเสียในทีประชุมคริสตจักร”
6. จงทำสิงสารพัดอย่างถูกต้องและเป็น ระเบียบ

บทที่ 15
## การเป็นขึ้นมาจากความตาย · 205

1. พระคริสต์ผู้คืนพระชนม์
2. ข้าพเจ้าเป็นอย่างนี้เนื่องด้วยพระคุณของ พระเจ้า
3. การพูดว่า "การเป็นขึ้นมาจากความตายไม่ มี"
4. พระคริสต์ทรงเป็นผลแรก
5. บัพติศมาสำหรับคนตาย
6. สง่าราศีของแต่ละคนจะแตกต่างกันใน แผ่นดินสวรรค์
7. การเป็นขึ้นมาของคนตาย
8. เราทุกคนจะถูกเปลี่ยนแปลงเมื่อเสียงแตร ครั้งสุดท้ายดังขึ้น

บทที่ 16
## ท่าทีของคริสเตียนที่เป็นผู้ใหญ่ · 249

1. วิธีการถวายทรัพย์
2. การเชื่อฟังการทรงนำของพระวิญญาณ บริสุทธิ์
3. จงอยู่ใต้บังคับของทุกคนที่ช่วยในการ ทำงานพันธกิจ

# ภาพรวมของจดหมายฝากถึงคริสตจักรเมืองโครินธ์ฉบับที่2

## 1. ผู้เขียนหนังสือ 1 โครินธ์

ผู้เขียนหนังสือจดหมายฝากถึงคริสตจักรโครินธ์ฉบับที 1 คืออัครเปาโล ก่อนเชือในพระเยซูคริสต์ท่านมีชือว่าเซาโล ท่านเกิดทีเมืองทารซัสแห่งซิลิเซียและได้รับการศึกษาภายใต้กามาลิเอลผู้เป็นปรมาจารย์ทางด้านธรรมบัญญัติทีได้รับความเคารพยกย่องอย่างสูงจากสาธารณชน

เนืองจากท่านได้รับการศึกษาภายใต้อาจารย์ทีดีทีสุดในเวลานัน เซาโลจึงมีความรู้ในด้านปรัชญาอย่างเป็นเลิศ ท่านรักพระเจ้าอย่างมากและท่านรักษาพระบัญญัติอย่างเคร่งครัด บางคนอาจพูดว่าท่านเป็น “ชาติฮีบรูทีเกิดจากชาวฮีบรู” เปาโลมาจากชนชันสูงและท่านเป็นพลเมืองของโรมและมีความเป็นพลเมืองของจักรภพโรมอย่างเต็มสมบูรณ์ด้วยเชนกัน

ก่อนทีท่านจะพบพระเยซูองค์พระผู้เป็นเจ้า เซาโลเคยข่มเหงผู้เชื

อในองค์พระผู้เป็นเจ้า ท่านคิดว่าผู้เชื่อในพระเยซูคืออันตรายที่คุกคามศาสนายิวและเป็นผู้นำในการข่มเหงและการจับกุมคนเหล่านั้นจำคุก

ท่านพบกับพระเยซูคริสต์องค์พระผู้เป็นเจ้าบนเส้นทางไปสู่เมืองดามัสกัส ท่านเดินทางไปที่นั่นพร้อมกับเอกสารทางการของมหาปุโรหิตเพื่อจับกุมพวกผู้เชื่อและผู้ติดตามพระเยซู เพราะพระเจ้าทรงทราบถึงความรักที่เซาโลมีต่อพระองค์ พระองค์จึงทรงเลือกสรรท่านไว้เพื่อทำให้ท่านเป็นอัครทูต พระเจ้าทรงแยกท่านไว้ต่างหากตั้งแต่ปฐมกาลเพราะพระองค์ทรงทราบว่าเซาโลจะกลับใจและกลายคนที่สัตย์ซื่อต่อพระเยซูองค์พระผู้เป็นเจ้าถ้าท่านได้พบกับพระองค์

เซาโลกลายเป็นที่รู้จักในชื่อของ "เปาโล" ท่านทำงานอย่างสัตย์ซื่อในฐานะ "อัครทูตสำหรับคนต่างชาติ" แม้ท่านต้องพบกับความตาย ท่านได้วางรากฐานให้กับการเผยแพร่พระกิตติคุณไปจนถึงสุดปลายแผ่นดินโลกโดยผ่านการเดินทางเพื่อแพร่ธรรมของท่านสามเที่ยวและได้ก่อตั้งคริสตจักรจำนวนมากในแถบเอเชียน้อยและกรีซ

จากช่วงเวลาที่ท่านพบกับองค์พระผู้เป็นเจ้า อัครทูตเปาโลได้อุทิศตนเองให้กับองค์พระผู้เป็นเจ้าด้วยชีวิตของท่านและทำหน้าที่ของท่านในฐานะผู้รับใช้ของพระเจ้าและอัครทูตอย่างครบถ้วนสมบูรณ์

## 2. เมืองโครินธ์

โครินธ์เป็นเมืองขนาดใหญ่ที่อยู่ทางตอนใต้ของประเทศกรีซ ในสมัยของเปาโลโครินธ์อยู่ภายใต้การปกครองของจักรภพโรม เมืองโครินธ์อยู่ติดกันทั้งสามด้าน ได้แก่ ด้านทิศตะวันออก

ด้านทิศตะวันตก และด้านทิศใต้ เพื่อนบ้านทางทิศเหนือของโครินธ์คือเอเชียและโรมอยู่ทางทิศตะวันตก ที่ตั้งของโครินธ์ทำให้เมืองนี้เป็นศูนย์กลางของการค้าขายระหว่างเอเชียกับโรม

โครินธ์เป็นเมืองท่าพาณิชย์ที่มีความมั่งคั่งและพลุกพล่านไปด้วยเจ้าหน้าที่ของรัฐบาล ทหาร พ่อค้า ประชาชน และนักเดินเรือที่มาจากพื้นที่ต่าง ๆ ในจักรภพโรม กิจกรรมต่าง ๆ ของผู้คนที่ไม่เชื่อในพระเจ้าถูกจัดขึ้นที่เมืองนี้อยู่บ่อยครั้งและโครินธ์มีชื่อเสียงในเรื่องการก่อสร้างและศิลปะด้วยเช่นกัน วัฒนธรรมทางด้านกามารมณ์ถูกพัฒนาขึ้นตามธรรมชาติและผู้คนมีความเสื่อมทรามทางด้านศาสนาและศีลธรรม

ในเมืองนี้มีวิหารของพระต่างชาติมากกว่า 30 แห่งซึ่งรวมถึงวิหารของพระอโฟร์ไดท์หรือพระวีนัส ผู้คนประกอบพิธีกรรมในวิหารแห่งนี้ก่อนที่เขาออกไปทำการค้า เมืองนี้มีความเสื่อมทรามทางด้านศีลธรรมมากแม้แต่รอบ ๆ วิหารของพระวีนัสเองก็มีโสเภณีอยู่มากกว่าหนึ่งพันคน

## 3. ความสัมพันธ์ระหว่างคริสตจักรในเมืองโครินธ์กับอัครทูตเปาโล

ในราวปีค.ศ. 50 อัครทูตเปาโลประกาศพระกิตติคุณอยู่ในเมืองโครินธ์พร้อมกับสิลาสและทิโมธีในช่วงการเดินทางของท่านเพื่อเผยแพร่ธรรมเที่ยวที่สองและก่อตั้งคริสตจักร ท่านอาศัยอยู่ในบ้านของอาควิลลาและปริสสิลลาพร้อมกับประกาศพระกิตติคุณในขณะที่กำลังเย็บเต็นท์

ครั้งแรกท่านประกาศกับชาวยิวในธรรมศาลา แต่เพราะการ

ต่อต้านจากพวกยิวท่านจึงอาศัยอยู่ที่นั่นเป็นเวลาหนึ่งปีครึ่งที่บ้านของติตัส ยุสทัสในขณะที่ท่านกำลังวางรากฐานของคริสตจักร ผู้เชื่อส่วนใหญ่เป็นชาวต่างชาติ แต่มีชาวยิวบางคนด้วยเช่นกัน

## 4. เวลา สถานที่ และสาเหตุของการเขียนหนังสือเล่มนี้

หนังสือโครินธ์ฉบับที่ 1 เป็นจดหมายฝากหรือจดหมายที่อัครทูตเปาโลเขียนที่เมืองเอเฟซัสในช่วงการเดินทางเที่ยวที่สามเพื่อแพร่ธรรมในราวปีค.ศ. 55 ผู้เชื่อในคริสตจักรโครินธ์พยายามดำเนินชีวิตที่ยำเกรงพระเจ้า แต่คนเหล่านั้นพบกับปัญหาหลายอย่างเนื่องจากสภาพแวดล้อมที่เสื่อมทรามในเรื่องเพศซึ่งห้อมล้อมคนเหล่านั้นเอาไว้

ความขัดแย้งเกิดขึ้นระหว่างผู้เชื่อที่ยากจนและผู้เชื่อที่ร่ำรวย ปัญหาเรื่องการฟ้องร้องกันในระหว่างผู้เชื่อเช่นกัน ปัญหาเรื่องการแต่งงาน ปัญหาในเรื่องการถือพรหมจรรย์ และปัญหาต่าง ๆ ที่เกิดขึ้นจากการรับประทานอาหารที่ถวายให้กับรูปเคารพ อัครทูตเปาโลเขียนจดหมายฉบับนี้เพื่อให้คำตอบอย่างชัดเจนต่อปัญหาต่าง ๆ กับคนเหล่านั้น

## 5. ลักษณะพิเศษของโครินธ์ฉบับที่ 1

หนังสือโรมและกาลาเทียให้ความสำคัญกับประเด็นเรื่องหลักคำสอนเป็นส่วนใหญ่ แต่จดหมายฝากถึงคริสตจักรโครินธ์ฉบับที่ 1 ส่วนใหญ่พูดถึงปัญหาชีวิตในภาคปฏิบัติ ในหมู่ผู้เชื่อ 1 โครินธ์เป็นหนังสือคำตอบภาคปฏิบัติต่อปัญหาต่าง ๆ ที่ผู้เชื่ออาจพบทั้งในระดับส่วนตัวหรือในระดับคริสตจักรโดยทั่วไป

หนังสือเล่มนี้ให้คำตอบที่ชัดเจนต่อประเด็นต่าง ๆ เช่น การแตกแยกในคริสตจักร การใช้ของประทานฝ่ายวิญญาณอย่างไม่ถูกต้อง การแต่งงาน พิธีศีลมหาสนิท "อาหารที่ถวายให้กับรูปเคารพ" และการเป็นขึ้นมาใหม่ ดังนั้นถ้าเราเข้าใจหนังสือ 1 โครินธ์เล่มนี้อย่างชัดเจน หนังสือเล่มนี้จะเป็นประโยชน์อย่างมากต่อชีวิตคริสเตียนของเราและเราจะสามารถดำเนินชีวิตที่เป็นพระพรด้วยการเข้าใจน้ำพระทัยของพระเจ้าอย่างชัดเจน

บทที่ 8

# สิ่งของซึ่งบูชาแก่รูปเคารพ

อะไรคือสิ่งของซึ่งบูชาแก่รูปเคารพ
ความหมายฝ่ายวิญญาณของ "การงด
รับประทานสิ่งของซึ่งบูชาแก่รูปเคารพ"
สิ่งสารพัดเป็นของพระเจ้า
ถ้าเราทำบาปอย่างต่อเนื่องทั้งที่รู้ว่าสิ่งนั้นคือ
ความบาป...
เราควรจัดการอย่างไรกับสิ่งของซึ่งบูชาแก่รูป
เคารพ

# อะไรคือสิ่งของซึ่งบูชาแก่รูปเคารพ

แล้วเรื่องของที่เขาบูชาแก่รูปเคารพนั้น เราทั้งหลายทราบแล้วว่าเราทุกคนต่างก็มีความรู้ ความรู้นั้นทำให้ลำพองแต่ความรักเสริมสร้างขึ้น (8:1)

บางทีหลายคนอาจคิดว่าเขารู้ว่า "สิ่งของซึ่งบูชาแก่รูปเคารพ" นั้นหมายถึงอะไร แต่ที่จริงหลายคนไม่รู้เกี่ยวกับเรื่องนี้อย่างครบถ้วน เขาเพียงแต่คิดว่าสิ่งของซึ่งบูชาแก่รูปเคารพนั้นคือสิ่งของซึ่งวางอยู่บนแท่นบูชารูปเคารพเมื่อเขากราบไหว้รูปเคารพ แต่คำว่า "รูปเคารพ" ในที่นี้ไม่เพียงแต่หมายถึงรูปเคารพในความหมายนี้เท่านั้น

บทที่ 14 ของหนังสือโรมบอกเราเกี่ยวกับสิ่งของซึ่งบูชาแก่รูปเคารพที่สามารถรับประทานได้โดยไม่ต้องถามอะไร "โดยเห็นแก่จิตสำนึกผิดชอบ" บทนี้ยังบอกเราเช่นกันว่าเราสามารถกินสิ่งใดก็ได้ด้วยความเชื่อ แต่ในกิจการ 15:20 และ 29 (และในกิจการ 21:25) บอกให้เราละเว้นและเป็นอิสระจากสิ่งเหล่านี้และไม่กินสิ่งของซึ่งบูชาแก่รูปเคารพ ดังนั้นเราควรทำเช่นใด

เราต้องเข้าใจว่า "สิ่งของซึ่งบูชาแก่รูปเคารพ"

ในหมายความอย่างไรในแต่ละบริบท

กิจการ 15:20 กล่าวว่า "แต่เราจงเขียนหนังสือฝากไปถึงเขาว่า ให้งดเว้นเสียจากสิ่งที่มลทินเนื่องด้วยรูปเคารพ จากการล่วงประเวณี จากการรับประทานเนื้อสัตว์ที่รัดคอตาย และจากการรับประทานเลือด" กิจการ 15:29 กล่าวว่า "คือว่าให้ท่านทั้งหลายงดการรับประทานสิ่งของซึ่งเขาได้บูชาแก่รูปเคารพ และการรับประทานเลือด และการรับประทานเนื้อสัตว์ซึ่งถูกรัดคอตาย และการล่วงประเวณี..."

นอกจากนั้น กิจการ 21:25 บอกเช่นกันว่า "แต่ฝ่ายคนต่างชาติที่เชื่อนั้น เราได้เขียนจดหมายตัดสินมิให้เขาถือเช่นนั้น แต่ให้เขาทั้งหลายงดไม่รับประทานของซึ่งบูชาแก่รูปเคารพ ไม่รับประทานเลือด ไม่รับประทานเนื้อสัตว์ที่รัดคอตาย และไม่ล่วงประเวณี"

ในสมัยพระคัมภีร์เดิมชาวยิวไม่รับประทานสัตว์ชนิดใดก็ตามซึ่งเป็นที่น่าขยะแขยงต่อพระพักตร์พระเจ้า แต่ในสมัยพระคัมภีร์ใหม่พวกสาวกเห็นพ้องกันว่าผู้เชื่อในพระเยซูซึ่งเป็นคนต่างชาติสามารถรับประทานเนื้อของสัตว์เหล่านั้นได้ ตามพระบัญญัติคนเหล่านั้นไม่ควรรับประทานเนื้อสัตว์เหล่านั้น แต่เป็นการยากสำหรับชาวต่างชาติที่จะเชื่อในพระเยซูคริสต์ถ้าเขามีภาระเช่นนั้น

ที่ประชุมของอัครทูตสรุปว่าผู้เชื่อชาวต่างชาติสามารถรับประทานสัตว์ที่น่ารังเกียจเหล่านั้นได้ แต่อัครทูตยังคงห้ามผู้เชื่อเหล่านั้นอย่างเข้มงวดในสี่เรื่อง ได้แก่ สิ่งของซึ่งบูชาแก่รูปเคารพ เลือด สัตว์ที่ถูกรัดคอตาย และการล่วงประเวณี (กิจการ 21:25) อัครทูตห้ามไม่ให้กินเลือดเพราะเลือดคือชีวิต ปฐมกาล 9:4 กล่าวว่า "แต่เนื้อกับชีวิตของมัน คือเลือดของมัน พวกเจ้าอย่ากินเลย"

ทำไมจึงสั่งห้ามไม่ให้รับประทานสัตว์ที่ถูกรัดคอตาย นี่เป็นการพูดถึงสุนัขและสัตว์ที่คล้ายคลึงกันชนิดอื่นเพราะสัตว์เหล่านี้มักถูก

ฆ่าด้วยวิธีการรัดคอ นับตั้งแต่โบราณกาลเป็นต้นมาสุนัขเป็นสัตว์ที่มีความสัมพันธ์ใกล้ชิดกับมนุษย์มาก เนื่องจากสัตว์เหล่านี้มีความสัมพันธ์ใกล้ชิดกับมนุษย์และเฝ้าดูแลและปกป้องนายของมัน สัตว์เหล่านี้จึงสัมผัสถึงจิตใจและความรู้สึกของนายมันได้ เพราะเหตุนี้จึงถือว่าการรับประทานสัตว์ชนิดนี้จึงไม่ใช่สิ่งที่ถูกต้อง ดังนั้นจึงมีการเน้นย้ำว่าปกติสุนัขและสัตว์ที่คล้ายคลึงกันชนิดอื่นจะไม่ถูกเจ้านายของมันฆ่ากินเป็นอาหาร

การล่วงประเวณีเป็นสิ่งที่ผิดศีลธรรมอย่างชัดเจนและบุตรของพระเจ้าซึ่งควรเป็นคนบริสุทธิ์ต้องไม่ล่วงประเวณี

ตอนนี้ สิ่งของซึ่งบูชาแก่รูปเคารพชนิดใดที่พวกอัครทูตไม่อนุญาตให้รับประทานแม้กระทั่งสำหรับชาวต่างชาติ รูปเคารพคือวัตถุสิ่งของหรือรูปปั้นที่มนุษย์สร้างขึ้นเพื่อกราบไหว้บูชาหรือสิ่งของตามธรรมชาติซึ่งมนุษย์ไม่ได้สร้างขึ้น เช่น ดวงอาทิตย์ ดวงจันทร์ และดวงดาว สิ่งที่ถวายให้กับรูปเคารพในการไหว้รูปเคารพนั้นคือสิ่งต่าง ๆ ที่พระคัมภีร์เรียกว่า "สิ่งของซึ่งบูชาแก่รูปเคารพ"

แม้แต่สิ่งเหล่านี้ก็เป็นมาจากพระเจ้าเช่นกัน ยกตัวอย่าง ผลไม้ที่นำไปบูชาแก่รูปเคารพก็คือผลไม้ที่พระเจ้าทรงประทานให้กับเราเช่นกัน ด้วยเหตุนี้ เราสามารถรับประทานสิ่งเหล่านี้ เพราะเหตุนี้พระคัมภีร์จึงบอกเราไว้ใน 1 โครินธ์ 10:27 ว่าเราสามารถรับประทานสิ่งเหล่านี้ได้โดย "ไม่ต้องถามอะไร" เพราะเห็นแก่จิตสำนึกผิดชอบ

# ความหมายฝ่ายวิญญาณของ "การงดรับประทานสิ่งของซึ่งบูชาแก่รูปเคารพ"

"สิงของซึงบูชาแก่รูปเคารพ" ในพระคัมภีร์ตอนนีมีความหมายฝ่ายวิญญาณด้วยเช่นกัน "รูปเคารพ" ในฝ่ายวิญญาณหมายถึงสิงทีเรารักมากกว่ารักพระเจ้า ถ้ามีคนรักเงินทองมากกว่ารักพระเจ้าและไม่เข้าร่วมนมัสการในคริสตจักรในวันอาทิตย์เพือจะหาเงินมากขึน ถ้าเช่นนันเงินก็กลายเป็นรูปเคารพสำหรับเขา เพราะเขาตังเงินทองไว้เป็นรูปเคารพสำหรับตน เขาจึงไม่เชือฟังพระคำของพระเจ้า

คนทีเหินห่างตนเองไปจากคริสตจักรเนืองจากการพนันหรือการล่วงประเวณีก็เหมือนกัน ถ้าเรารักพระเจ้าอย่างแท้จริงเราก็จะไม่ทำบาปต่าง ๆ เช่น การไม่รักษาวันอาทิตย์ให้บริสุทธิ์และการฝ่าฝืนพระคำของพระเจ้ารูปแบบอย่างอืน

เหมือนทีได้กล่าวไว้ในข้างต้นว่าพระคัมภีร์ตอนนีเรียกสิงสารพัดทีต่อสู้กับพระคำของพระเจ้าและความชัวร้ายทุกรูปแบบว่า "สิงของซึงบูชาแก่รูปเคารพ" พระเจ้าทรงเกลียดชังการไหว้รูปเคารพมากทีสุด พระองค์ตรัสว่าความอธรรม (ซึงได้แก่สิงใดก็ตามทีต่อสู้กับความจริง) ประกอบกันขึนเป็น "สิงของซึงบูชาแก่รูปเคารพ"

ถ้าเช่นนัน เพราะเหตุใดคำว่า "กิน" จึงถูกนำมาใช้กับสิงทีอยู่ฝ่ายวิญญาณในความหมายฝ่ายวิญญาณของ

“สิ่งของซึ่งบูชาแก่รูปเคารพ”

ยอห์น 6:53 กล่าวว่า “พระเยซูจึงตรัสกับเขาว่า ‘เราบอกความจริงแก่ท่านทั้งหลายว่า ถ้าท่านไม่กินเนื้อและดื่มโลหิตของบุตรมนุษย์ ท่านก็ไม่มีชีวิตในตัวท่าน’” ยอห์น 6:48 กล่าวว่า “เราเป็นอาหารแห่งชีวิต” พระคัมภีร์ใช้คำว่า “กิน” และคำว่า “ดื่ม” กับการฟังและการเรียนรู้พระคำแห่งความจริงด้วยการจดจำและการประพฤติตามพระคำ

เพราะเหตุนี้ คำว่า “กิน” จึงถูกใช้กับความอธรรมและพระเจ้าทรงบอกเราไม่ให้กินสิ่งของซึ่งบูชาแก่รูปเคารพแต่ให้โยนสิ่งเหล่านั้นทิ้งไป

ยิ่งเราเข้าใจคำว่า “สิ่งของซึ่งบูชาแก่รูปเคารพ” มากขึ้นเท่าใด เราก็จะมีความรู้เรื่องความจริงลึกซึ้งมากยิ่งขึ้นเท่านั้น ยิ่งเราเรียนรู้พระคำของพระเจ้าและความจริงมากเท่าใด เราก็จะรู้จักความชั่วและความอธรรมมากยิ่งขึ้นเท่านั้น แต่ในพระคัมภีร์ตอนนี้กล่าวว่าความรู้ทำให้เกิดความลำพอง ถ้าเช่นนั้นการรู้จักความหมายของคำว่า “สิ่งของซึ่งบูชาแก่รูปเคารพ” เป็นสิ่งที่ผิดใช่หรือไม่ ไม่ใช่อย่างแน่นอน เราจะสามารถหลีกเลี่ยงสิ่งเหล่านั้นได้ก็ต่อเมื่อเรารู้อย่างชัดเจนว่าสิ่งเหล่านั้นคืออะไรเท่านั้น

คำว่า “ความรู้” ในที่นี้หมายถึงสิ่งซึ่งเราเรียนรู้และใส่เข้าไปในสมองของเรา ถ้าเรารู้จักความจริงในสมองของเราเพียงอย่างเดียว ความรู้นั้นจะทำให้เราลำพอง ถ้าเช่นนั้นตอนนี้เราต้องทำสิ่งใด

พระคัมภีร์บอกเราไม่ให้เพียงแต่เรียนรู้และใส่ความจริงไว้ในสมองของเราเท่านั้น แต่บอกให้เรา “กิน” ความจริงนั้นด้วย อพยพบทที่ 12 บอกเราว่าเราต้องกินเนื้อแกะที่ปิ้งด้วยไฟและเราต้องกินหัว ขา หาง และทุกส่วนของแกะ ในฝ่ายวิญญาณ “แกะ” หมายถึงพระเยซูผู้ทรงเป็นพระวาทะของพระเจ้าด้วยเช่นกัน

ดังนั้น จึงหมายความว่าในแง่วิญญาณจิตเราต้อง “กิน” หนังสือทั้ง 66 เล่มของพระคัมภีร์ ชีวิตฝ่ายร่างกายของเราดำรงอยู่

ได้ด้วยการบริโภคอาหารอย่างต่อเนื่องฉันใด ชีวิตฝ่ายวิญญาณของเราจะดำรงอยู่ได้ด้วยการรับเอาพระคำของพระเจ้าเข้าไปในจิตใจของเราอย่างต่อเนื่องฉันนั้น เราไม่ควรสะสมพระคำของพระเจ้าไว้เป็นเพียงความรู้เท่านั้น แต่เราต้องนำพระคำเข้าไปในชีวิตของเราด้วยเช่นกัน

ผู้คนที่ใส่พระคำของพระเจ้าไว้ในจิตใจของตนในรูปของอาหารฝ่ายวิญญาณจะรักษาพระคำนั้นโดยธรรมชาติและเขาจะไม่ลำพอง คนเหล่านี้เชื่อฟังพระคำของพระเจ้าซึ่งบอกเขาให้ถ่อมตัวและรับใช้คนอื่น ดังนั้นเขาจึงไม่หยิ่งผยอง

ผู้คนที่เข้าสู่ฝ่ายวิญญาณในระดับที่ลึกซึ้งมากขึ้นจะก้มศีรษะของตนเองลง เขาจะเป็นคนถ่อมใจและสุภาพอ่อนโยนและเขามีความรักฝ่ายวิญญาณตามที่อธิบายไว้ใน 1 โครินธ์ 13 คนเหล่านี้จะสำแดงความเอื้อเฟื้อเผื่อแผ่เพื่อยอมรับและโอบอุ้มคนอื่นเอาไว้ ความรักฝ่ายวิญญาณทำให้จำเริญขึ้นเพราะความรักนี้ให้ความยินดี ชีวิต และความหวังกับคนอื่น

ถ้าผู้ใดถือว่าตัวรู้สิ่งใดแล้ว ผู้นั้นยังไม่รู้ตามที่ตนควรจะรู้ (8:2)

ถ้าผู้คนเรียนรู้บางสิ่งบางอย่าง เขาจะคิดว่าตนรู้บางสิ่งบางอย่าง เมื่อนักเรียนเรียนจากชั้นประถมไปสู่ชั้นมัธยมและเข้าเรียนมหาวิทยาลัยในที่สุดเพื่อเพิ่มความรู้ให้กับตนเองมากขึ้น เขาจะรู้สึกว่าเขารู้เกี่ยวกับสิ่งต่าง ๆ กว้างไกลมากขึ้น แต่เป็นการยากที่เขามีความเชี่ยวชาญในเรื่องหนึ่งเรื่องใดเมื่อเขาจบจากมหาวิทยาลัย

แม้เขาจะทำการวิจัยค้นคว้าอย่างมากมายในห้องทดลอง แต่เขาก็จะมีเพียงความตกตะลึงมากขึ้นเกี่ยวกับโลกแห่งความรู้ซึ่งไม่มีที่สิ้นสุด เขาจะรู้สึกว่าแท้ที่จริงแล้วสิ่งที่ตนรู้นั้นไม่มีอะไรเลย

ถ้าเราเข้าใจอย่างแท้จริงว่าสิ่งของซึ่งบูชาแก่รูปเคารพนั้นคืออ

ะไรและรู้ว่าความอธรรมและความบาปคืออะไร เราก็จะได้รับคำตอบเพียงแค่เรามีความปรารถนาบางสิ่งบางอย่างในจิตใจของเรา แต่ในอีกด้านหนึ่ง ถ้าเราไม่ได้รับคำตอบ นั่นก็หมายความว่าเราอาจรู้เกี่ยวกับสิ่งเหล่านั้น แต่เราไม่รู้จักสิ่งเหล่านั้นอย่างแท้จริง

ผู้คนที่รู้จักความจริง เข้าใจความจริง และประพฤติตามความจริงนั้นจะสัมผัสถึงความยิ่งใหญ่ของพระเจ้าเมื่อเขาเข้าสู่มิติฝ่ายวิญญาณลึกซึ้งมากขึ้น เขาจะพบว่ามิตินั้นไม่มีที่สิ้นสุด ถ้าเรากำจัดความชั่วทุกรูปแบบทิ้งไปและเติมจิตใจของเราให้เต็มไปด้วยความจริงอย่างสมบูรณ์ เราเรียกระดับนี้ว่า "การเข้าสู่ฝ่ายวิญญาณอย่างสมบูรณ์"

เมื่อความเชื่อของเราเติบโตขึ้นและไปถึงระดับฝ่ายวิญญาณอย่างสมบูรณ์ จากนั้นเราอาจคิดว่าสิ่งนั้นเป็นความสมบูรณ์แบบของบางสิ่งบางอย่าง แต่ที่จริงขั้นนั้นเป็นเพียงจุดเริ่มต้นของฝ่ายวิญญาณ แม้แต่ในโลกนี้ผู้คนจะเริ่มต้นศึกษาเกี่ยวกับบางสิ่งบางอย่างอย่างแท้จริงหลังจากที่เขาจบปริญญาเอกเช่นเดียวกัน เมื่อเราเข้าสู่ระดับฝ่ายวิญญาณอย่างสมบูรณ์แล้ว เราจะสามารถประยุกต์ใช้สิ่งต่าง ๆ ที่เราได้เรียนรู้มาจนถึงจุดนั้นกับชีวิตทุก ๆ ด้านของเรา เราได้รับคำตอบต่อคำอธิษฐานและความปรารถนาของเราและจะเข้าสู่ระดับฝ่ายวิญญาณที่ลึกซึ้งมากยิ่งขึ้นด้วยซ้ำไป

เราสามารถแก้โจทย์คณิตศาสตร์ทุกรูปแบบได้ถ้าเราสามารถประยุกต์ใช้สูตรคณิตศาสตร์ทุกชนิดอย่างเสรี เราจะเห็นถึงมิติที่ไร้ที่สิ้นสุดเช่นกันเมื่อเราประยุกต์ใช้หนังสือทั้ง 66 เล่มของพระคัมภีร์ ยิ่งเรารู้เกี่ยวกับมิตินี้มากขึ้นเท่าใด เราก็จะตระหนักมากขึ้นเท่านั้นว่าสิ่งที่เรารู้เล็กน้องเพียงใด เรารู้ว่าเราเข้าใจพระทัยของพระเจ้า (ผู้ทรงค้ำจุนและโอบอุ้มฟ้าสวรรค์และแผ่นดินโลกซึ่งไร้ที่สิ้นสุดรวมทั้งสิ่งสารพัดที่อยู่ในที่เหล่านั้นเอาไว้) เพียงเล็กน้อยเท่านั้นเอง สิ่งเดียวที่เราทำได้คือถ่อมตัวลงต่อพระพักตร์พระองค์

แต่เรายังไม่ได้อยู่ในขั้นนี้ด้วยซ้ำไป แม้เราไม่ได้ประพฤติตามพระบัญญัติของพระองค์อย่างแท้จริง แต่กระนั้นเราก็ยังพูดว่าเรารู้บางสิ่งบางอย่าง นี่คือความหยิ่งผยอง ถ้าเรารู้จักความจริงอย่างถ่องแท้เราจะประพฤติตามพระคำ เราจะกำจัดความเกลียดชัง ความอิจฉา ความริษยา ความคิดล่วงประเวณี และความเท็จทิ้งไป และเราจะเปลี่ยนจิตใจของเราให้เป็นจิตใจที่ดีงามเหมือนพระทัยของพระเจ้า เราจะเป็นคนถ่อมใจที่รับใช้และเชื่อฟังคนอื่น

แต่ถ้าผู้ใดรักพระเจ้า พระองค์ก็ทรงรู้จักผู้นั้น (8:3)

ข้อนี้เหมือนกับสุภาษิต 8:17 ซึ่งกล่าวว่า "เรารักบรรดาผู้ที่รักเรา และบรรดาผู้ที่แสวงหาเราอย่างขยันขันแข็งก็พบเรา" และยอห์น 14:15 ที่กล่าวว่า "ถ้าท่านทั้งหลายรักเรา จงรักษาบัญญัติของเรา"

เราสามารถเข้าใจพระทัยและน้ำพระทัยของพระเจ้าเมื่อเรารักษาพระบัญญัติของพระองค์ เราจะสามารถสื่อสารกับพระองค์เพราะเราทำตามพระทัยและน้ำพระทัยของพระองค์ เราทำตามน้ำพระทัยของพระองค์มากเท่าใด เราก็สามารถสื่อสารกับพระเจ้าได้มากขึ้นเท่านั้น ซึ่งหมายความว่าพระองค์ทรงรู้จักเรา

# สิ่งสารพัดเป็นของพระเจ้า

ฉะนั้นเรื่องการกินอาหารที่เขาได้บูชาแก่รูปเคารพนั้น เรารู้อยู่แล้วว่ารูปนั้นไม่มีตัวมีตนเลยในโลกและพระเจ้าองค์อื่นไม่มี มีแต่พระเจ้าองค์เดียว (8:4)

การกินอาหารที่บูชาแก่รูปเคารพหมายความว่าเรากำลังกินสิ่งที่อธรรม ชั่วร้าย และเป็นบาปและเราไม่ได้กำจัดสิ่งเหล่านั้นทิ้งไปก่อนที่เราจะมารู้จักพระเจ้าแห่งความจริงเราคงกินอาหารที่บูชาแก่รูปเคารพมาโดยตลอด ในเวลานั้นเราคิดว่าตนเองเป็นคนฉลาดเมื่อเรากำลังกินอาหารที่บูชาแก่รูปเคารพ

ในโลกนี้บางคนจะพูดว่าเขาเป็นโง่ถ้าเขาพูดโกหกเล็ก ๆ น้อย ๆ ไม่เป็น ผู้คนจะยอมรับเราก็ต่อเมื่อเราเปิดเผยและอวดอ้างตนเอง

แต่เมื่อเรามาอยู่ต่อพระพักตร์พระเจ้าและรู้จักความจริง เราเข้าใจว่าสิ่งของซึ่งบูชาแก่รูปเคารพนั้นไม่มีประโยชน์อะไร สิ่งเหล่านั้นไม่ได้ทำให้เราสูงขึ้น เหมือนที่พระเจ้าได้ตรัสว่าทุกสิ่งที่เราทำภายใต้ดวงอาทิตย์ล้วนอนิจจัง เราเข้าใจว่าทรัพย์สมบัติ ชื่อเสียง อำนาจ และความรู้ล้วนอนิจจังและไร้ค่า

เรารู้เช่นกันว่ามีพระเจ้าแต่เพียงพระองค์เดียว ในโลกนี้มีสิ่งที่เขาเรียกว่า "พระ" อยู่มากมาย แต่พระเหล่านั้นไม่สามารถอวยพรเราหรือนำเราไปสู่แผ่นดินสวรรค์ได้ ผู้เดียวที่สามารถประทานพระพรและความสุขให้กับเราได้คือพระเจ้าองค์เดียว ถ้าเราเข้าใจในเรื่องนี้ สิ่งของที่บูชาแก่รูปเคารพก็จะเปล่าประโยชน์ ดังนั้นเราต้องกำจัดสิ่งเหล่านั้นทิ้งไป

ถึงแม้จะมีสิ่งต่างๆในสวรรค์และในแผ่นดินโลกที่เขาเรียกว่า "พระ" (ก็เป็นเหมือนมีพระมากและเจ้ามาก) แต่ว่าสำหรับพวกเรานั้นมีพระเจ้าองค์เดียวคือพระบิดา และสิ่งสารพัดทั้งปวงบังเกิดขึ้นจากพระองค์ และเราอยู่ในพระองค์ และเรามีพระเยซูคริสต์เจ้าองค์เดียว และสิ่งสารพัดก็เกิดขึ้นโดยพระองค์ และเราก็เป็นมาโดยพระองค์ (8:5-6)

มีคนบางคนที่กราบไหว้ดวงอาทิตย์ ดวงจันทร์ ดาวจระเข้ ดาวเหนือ หรือวิญญาณอย่างอื่นเป็นรูปเคารพ แต่สิ่งเหล่านี้ไม่มีชีวิต สิ่งเหล่านี้ไม่สามารถช่วยเราให้รอดหรือตอบคำอธิษฐานของเรา

ฮาบากุก 2:18-20 กล่าวว่า "รูปแกะสลักให้ประโยชน์อะไรเล่า รูปที่ช่างได้แกะสลักไว้ รูปหล่ออันเป็นครูสอนความเท็จให้ประโยชน์อะไร ที่ช่างจะวางใจในสิ่งที่เขาสร้างขึ้น ที่ช่างจะสร้างพระใบ้ วิบัติแก่ผู้ที่กล่าวแก่สิ่งที่ทำด้วยไม้ว่า `จงตื่นเถิด' แก่หินใบ้ว่า `จงลุกขึ้นเถิด' สิ่งนี้สั่งสอนอะไรได้หรือ ดูเถิด สิ่งนั้นกะไหล่ทองคำหรือเงิน แต่ไม่มีลมหายใจในสิ่งนั้นเลย แต่พระเยโฮวาห์ทรงสถิตในพระวิหารบริสุทธิ์ของพระองค์ จงให้สิ้นทั้งพิภพอยู่สงบต่อพระพักตร์พระองค์เถิด"

รูปปั้นไม่มีชีวิตอยู่ในตนเอง พระเจ้าเท่านั้นที่

ทรงพระชนม์อยู่ พระองค์ตรัสกับเราด้วยพระสุรเสียงของพระองค์ ด้วยความฝันหรือนิมิตของเรา และพระองค์ทรงตอบคำอธิษฐานของเรา พระเจ้าองค์นี้ทรงสร้างสิ่งสารพัด เพราะเหตุนี้เราจึงเป็นของพระองค์ เรารับใช้พระองค์ และเรานมัสการพระองค์

    พระเจ้าทรงสร้างสิ่งสารพัดและพระองค์ทรงสร้างสิ่งเหล่านั้นผ่านทางพระเยซูคริสต์ ยอห์น 1:3 กล่าวว่า "พระองค์ทรงสร้างสิ่งทั้งปวงขึ้นมา และในบรรดาสิ่งที่เป็นมานั้น ไม่มีสักสิ่งเดียวที่ได้เป็นมานอกเหนือพระองค์" พระคัมภีร์บันทึกไว้ว่าสิ่งสารพัดถูกสร้างขึ้นผ่านทางพระเยซูคริสต์ นอกจากนี้ เราได้เป็นบุตรของพระเจ้าโดยทางพระเยซูคริสต์ ดังนั้นเราจึงมาจากพระเยซูคริสต์

# ถ้าเราทำบาปอย่างต่อเนื่องทั้งที่รู้ว่าสิ่งนั้นคือความบาป...

มิใช่ว่าทุกคนมีความรู้อย่างนี้ เพราะมีบางคนมีจิตสำนึกผิดชอบเรื่องรูปเคารพว่า เมื่อได้กินอาหารนั้นก็ถือว่าเป็นของบูชาแก่รูปเคารพจริงๆ และจิตสำนึกผิดชอบของเขายังอ่อนอยู่จึงเป็นมลทิน (8:7)

"ความรู้อย่างนี้" หมายถึงน้ำพระทัยของพระเจ้าซึ่งได้แก่พระคำแห่งความจริงในหนังสือทั้ง 66 เล่มของพระคัมภีร์ ผู้เชื่อใหม่ ผู้คนที่ไม่มีความเชื่อ หรือผู้คนที่มีความเชื่อแต่ไม่ได้เข้าใจน้ำพระทัยของพระเจ้าอย่างแท้จริงจะไม่มี "ความรู้อย่างนี้" อย่างสมบูรณ์ เราจะสามารถวินิจฉัยว่าสิ่งใดเป็นน้ำพระทัยของพระเจ้าหรือไม่หรือสิ่งใดเป็นความจริงหรือเป็นความเท็จได้ก็ต่อเมื่อความเชื่อของเราเติบโตขึ้นไปในระดับสูงเท่านั้น ผู้คนมีระดับความเชื่อที่แตกต่างกัน บางคนไม่มีความรู้เรื่องนี้ บางคนมีเพียงเล็กน้อย และบางคนมีมาก แม้คนเหล่านี้จะรู้แต่เขาก็รู้เพียงบางส่วนเท่านั้น ไม่ใช่รู้อย่างครบถ้วน เพราะเหตุนี้ ข้อนี้จึงกล่าวว่า "มิใช่ว่าทุกคนมีความรู้อย่างนี้"

"บางคน" ในข้อนี้หมายถึงผู้คนที่ไม่มีความเชื่อหรือมีเพียงเล็ก

น้อย คนเหล่านี้ "มีจิตสำนึกผิดชอบเรื่องรูปเคารพ" หมายความว่าผู้คนเหล่านี้คุ้นเคยกับความบาป ความอธรรม และความชั่วก่อนที่เขาเข้ามาสู่ความจริง

แม้กระทั่งในหมู่ผู้เชื่อจะมีผู้เชื่อใหม่บางคนหรือผู้คนที่ไม่ได้ดำเนินชีวิตด้วยความจริงที่ยังพูดโกหก ไม่พอใจ ลักขโมย หรือล่วงประเวณี เขาต้องการหยุดทำสิ่งเหล่านี้แต่เขาไม่สามารถหยุดได้ ดังนั้นเขาจึงมีความทุกข์อยู่ในจิตใจ

สมมุติว่ามีคนที่ล่วงประเวณีบางคนเข้าร่วมนมัสการและเขาได้ยินคำเทศนาเกี่ยวกับการล่วงประเวณี เขารู้สึกอายตนเองและไม่กล้ามองแม้กระทั่งหน้าศิษยาภิบาลในระหว่างการเทศนาและเขาอาจนั่งหลับ เปาโลกล่าวว่าจิตสำนึกของคนเหล่านี้เป็นมลทินเพราะเขากินอาหารที่บูชาแก่รูปเคารพทั้งที่รู้ว่าเขาไม่ควรทำสิ่งนั้น

1 ยอห์น 3:21-22 กล่าวว่า "ท่านที่รักทั้งหลาย ถ้าใจของเราไม่ได้กล่าวโทษเรา เราก็มีความมั่นใจจำเพาะพระเจ้า และเราขอสิ่งใดก็ตามเราก็จะได้สิ่งนั้นจากพระองค์ เพราะเรารักษาพระบัญญัติของพระองค์ และปฏิบัติสิ่งเหล่านั้นซึ่งเป็นที่พอพระทัยในสายพระเนตรของพระองค์"

ผู้คนที่รักษาพระบัญญัติของพระเจ้าและดำเนินชีวิตด้วยพระคำของพระองค์ก็มีความมั่นใจ ดังนั้นเขาจึงสามารถทูลขอทุกสิ่งด้วยความมั่นใจและเขาจะได้รับคำตอบจากพระเจ้าสำหรับทุกสิ่งที่เขาทูลขอ เราสามารถมีความมั่นใจนี้เมื่อเรารักษาพระบัญญัติของพระเจ้า แต่จิตสำนึกของเราจะเป็นมลทินถ้าเรากินสิ่งของซึ่งบูชาแก่รูปเคารพในขณะที่เรารู้เกี่ยวกับเรื่องนั้น

# เราควรจัดการอย่างไรกับสิ่งของซึ่งบูชาแก่รูปเคารพ

อาหารไม่เป็นเครื่องที่ทำให้พระเจ้าทรงโปรดปรานเรา ถ้าเรากิน เราก็ไม่ได้อะไรเป็นพิเศษ ถ้าเราไม่กินเราก็ไม่ขาดอะไร (8:8)

พระเจ้าทรงเป็นพระผู้สร้างและเราเป็นเพียงสิ่งทรงสร้างของพระองค์ ธรรมชาติทั้งสิ้น (ซึ่งรวมถึงสิ่งต่าง ๆ ที่เรากินได้) ถูกสร้างขึ้นจากพระเจ้าเช่นกัน นอกจากนี้ สิ่งสารพัดถูกสร้างขึ้นเพื่อเราทั้งหลายที่เป็นมนุษย์ ดังนั้นอาหารจึงไม่ได้ทำให้เราเป็นที่โปรดปรานแด่พระเจ้าหรือช่วยเราในเรื่องความเชื่อของเรา

ผู้คนที่อยู่ในความจริงจะไม่ขาดแคลนสิ่งใดแม้เขาจะไม่กินสิ่งของซึ่งบูชาแก่รูปเคารพ แต่มีผู้คนในโลกนี้ที่คิดว่าเขาต้องกินสิ่งเหล่านั้น เพราะเหตุนี้บางคนจึงพูดว่าการเป็นคริสเตียนไม่สนุกเลยเพราะเขาต้องเลิกดื่มเหล้าและสูบบุหรี่

คนที่ชอบการเต้นรำจะรู้สึกว่าเขาไม่มีความสุขถ้าเขาไม่ได้เต้นรำ คนที่มีความสุขกับการพนัน การตีกอล์ฟ การตกปลา หรือความบันเทิงฝ่ายโลกชนิดอื่นจะคิดว่าเขาไม่มีความสุขถ้าเขาหยุดทำสิ่งเหล่านั้น แต่ในฐานะผู้เชื่อเรามีความพึงพอใจที่แ

ท้จริงและเรามีชีวิตอยู่ในความชื่นชมยินดีและการขอบพระคุณด้วยการเต็มล้นด้วยพระวิญญาณแม้เราไม่ได้มีความสุขกับความบันเทิงฝ่ายโลกเหล่านั้นก็ตาม

นอกจากนั้น ผู้คนที่อยู่ในความจริงจะไม่เห็นว่าความบันเทิงฝ่ายโลกเป็นสิ่งที่สนุกเพลิดเพลิน เขารู้ว่าสิ่งเหล่านั้นเป็นเพียงความพินาศและสิ่งที่ไร้ความหมาย สิ่งเหล่านั้นไม่สามารถนำเราไปสู่หนทางแห่งชีวิตนิรันดร์ เพราะเหตุนี้พระคัมภีร์จึงบอกเราให้กินและดื่มพระคำของพระเจ้าเพียงอย่างเดียว

ยอห์น 6:53 กล่าวว่า "พระเยซูจึงตรัสกับเขาว่า 'เราบอกความจริงแก่ท่านทั้งหลายว่า ถ้าท่านไม่กินเนื้อและดื่มโลหิตของบุตรมนุษย์ ท่านก็ไม่มีชีวิตในตัวท่าน'"

นอกจากนั้น อพยพบทที่ 12 ยังบอกให้เรากินแกะทั้งตัวด้วยเช่นกัน สิ่งนี้หมายความว่าเราต้องกินพระเยซูคริสต์พระเมษโปดกผู้ทรงเป็นพระวาทะในหนังสือทั้ง 66 เล่มของพระคัมภีร์ จากนั้นเราจะมีความพึงพอใจฝ่ายวิญญาณอย่างแท้จริง

แต่จงระวัง อย่าให้เสรีภาพของท่านนั้นทำให้คนที่อ่อนในความเชื่อหลงผิดไป เพราะว่าถ้าผู้ใดเห็นท่านที่มีความรู้เอนกายลงรับประทานในวิหารของรูปเคารพ จิตสำนึกผิดชอบที่อ่อนของคนนั้นจะไม่เหิมขึ้นทำให้เขาบังอาจกินของที่ได้บูชาแก่รูปเคารพนั้นหรือ (8:9-10)

คำว่า "ท่าน" ในข้อนี้หมายถึงผู้คนที่เข้าใจน้ำพระทัยของพระเจ้าและรู้จักความจริง "คนที่อ่อนในความเชื่อ" ในข้อนี้หมายถึงผู้เชื่อใหม่หรือผู้คนที่ยังมีความเชื่ออ่อนแอตามที่ปรากฏอยู่ข้อ 7

สมมุติว่าผมเข้าไปในบาร์ ผมอาจไปที่นั่นเพื่อพบปะกับคนบางคนและประกาศพระกิตติคุณกับเขาหรือให้คำปรึกษาแก่เขา ผมค

ง ไม่ไปที่นั่นเพื่อดื่มเหล้าอย่างแน่นอน

แต่สมมุติว่ามีผู้เชื่ออีกคนหนึ่งซึ่งไม่ได้ดำเนินชีวิตอย่างแท้จริงเห็นผม เขาอาจบอกกับใครบางคนว่า "โอ้โฮ แม้แต่ศิษยาภิบาลของผมก็เข้าบาร์ ดังนั้นคงไม่เป็นไรหรอกถ้าผมจะเข้าบาร์" จากนั้นตัวเขาเองก็ไปเที่ยวบาร์ สิ่งนี้หมายความว่าเขาสะดุด ผมมีความเชื่อ ดังนั้นผมจะไม่ทำบาปแม้ว่าผมเข้าไปในสถานที่เช่นนั้น แต่ผู้คนที่มีความเชื่ออ่อนแออาจเกิดความเข้าใจผิดและทำบาป

ผมขอยกตัวอย่างอีกเรื่องหนึ่ง ก่อนที่ผมต้อนรับเอาองค์พระผู้เป็นเจ้าผมเคยชื่นชอบการเล่นหมากล้อมซึ่งเป็นหมากรุกของชาวตะวันออกที่ทำจากก้อนหิน แต่ผมหยุดเล่นหมากล้อมนับจากวันที่ผมเปิดคริสตจักรเพราะผมไม่อยากเสียเวลาของผมกับสิ่งนั้น แต่หลังจากการประชุมของศิษยาภิบาลครั้งหนึ่งผมเล่นหมากล้อมอีกครั้งหนึ่งกับสมาชิกคริสตจักรในช่วงหยุดพัก แต่ผมจะไม่เล่นหมากล้อมต่อหน้าผู้เชื่อใหม่หรือผู้คนที่มีความเชื่อเพียงเล็กน้อย

ถ้าคนที่มีความเชื่ออ่อนแอเห็นสิ่งนี้เขาอาจหันมาเล่นหมากล้อมจนเขาลืมอธิษฐานหรือลืมการนมัสการวันอาทิตย์ ด้วยเหตุนี้ ผู้คนที่มีความเชื่อจึงควรระมัดระวังอยู่เสมอว่าเสรีภาพของเขานั้นจะไม่กลายเป็นหินสะดุดสำหรับผู้คนที่มีความเชื่ออ่อนแอ

โดยความรู้ของท่าน พี่น้องที่มีความเชื่ออ่อน ซึ่งพระคริสต์ได้ทรงยอมวายพระชนม์เพื่อเขา จะต้องพินาศไป เมื่อท่านทำผิดเช่นนั้นต่อพวกพี่น้องและทำร้ายจิตสำนึกผิดชอบที่อ่อนของเขา ท่านก็ได้ทำผิดต่อพระคริสต์ เหตุฉะนั้นถ้าอาหารเป็นเหตุที่ทำให้พี่น้องของข้าพเจ้าหลงผิดไป ข้าพเจ้าจะไม่กินเนื้อสัตว์อีกต่อไป เพราะเกรงว่าข้าพเจ้าจะทำให้พี่น้องต้องหลงผิดไป (8:11-13)

เราอาจทำบางสิ่งบางอย่างเพราะเรามีความรู้เกี่ยวกับน้ำพระทัยของพระเจ้า แต่เนื่องจากการกระทำของเรา คนที่มีความเชื่ออ่อนแอจะต้องพินาศ สิ่งนี้หมายความว่าคนนั้นทำบาปอันเป็นผลมาจากการกระทำของเรา คนที่มีความเชื่ออ่อนแอนั้นคือพี่น้องของเราเช่นกัน พระเยซูทรงสิ้นพระชนม์บนกางเขนเพื่อเขาด้วยเช่นกัน เหตุฉะนั้น อย่าให้มีพี่น้องของเราคนใดต้องสะดุดล้มลงเพราะเราเลย

ถ้าพี่น้องของเราทำบาปเพราะเรา สิ่งนั้นก็เหมือนกับการที่เราทำบาปนั้นเอง องค์พระผู้เป็นเจ้าทรงสละพระองค์เองบนกางเขนเพื่อเรา แต่เพราะพี่น้องอีกคนหนึ่งทำบาปเนื่องจากเรา สิ่งนั้นก็เป็นเหมือนกับการที่เราทำบาปต่อพระคริสต์

ข้อ 13 กล่าวว่า “เหตุฉะนั้นถ้าอาหารเป็นเหตุที่ทำให้พี่น้องของข้าพเจ้าหลงผิดไป ข้าพเจ้าจะไม่กินเนื้อสัตว์อีกต่อไป เพราะเกรงว่าข้าพเจ้าจะทำให้พี่น้องต้องหลงผิดไป”

เปาโลมีความเชื่อที่จะกินอาหารที่บูชาแก่รูปเคารพ แต่ถ้าสิ่งนั้นเป็นเหตุให้พี่น้องสะดุด เปาโลกล่าวว่าท่านจะไม่กินเนื้ออีกเลย ท่านไม่ต้องการมุ่งหาประโยชน์ส่วนตัวของท่าน

ผมขอยกตัวอย่างอีกเรื่องหนึ่ง แม้อาหารที่เขานำไปถวายให้กับรูปเคารพก็เป็นอาหารที่พระเจ้าประทานให้ ถ้าเรากินสิ่งเหล่านั้นด้วยความเชื่อก็ไม่ใช่ความบาป แต่ถ้าคนที่มีความเชื่ออ่อนแอคนหนึ่งเห็นสิ่งนั้นและกินร่วมกับเขา ถ้าในความคิดของเขาเขาคิดว่าการกินอาหารที่บูชาแก่รูปเคารพนั้นเป็นบาป สิ่งนั้นก็จะเป็นบาปในกรณีนั้น เราต้องไม่กินเพื่อเห็นแก่คนอื่น

ตอนนี้ ถ้าเราอยู่ในสถานการณ์ที่คนในครอบครัวของเราหรือเพื่อนร่วมงานของเราถวายเครื่องบูชาให้กับรูปเคารพเราจะทำอย่างไร

เราต้องไม่คุกเข่าหรือเข้าร่วมในพิธีกรรมเหล่านั้นเลย

แต่เนื่องจากเราอยู่ในพิธีนั้น เราก็เพียงแต่ยืนและอธิษฐานต่อพระเจ้า ผีมารซาตานเป็นผู้ที่ยอมรับเอาเครื่องบูชาเหล่านั้น ดังนั้นแม้แต่การก้มศีรษะของเราลงเพียงเล็กน้อยก็ไม่ใช่สิ่งที่ถูกต้องเช่นกัน

เราเพียงแต่หลับตาลงอย่างสุภาพและอธิษฐานด้วยถ้อยคำในลักษณะนี้ "ข้าแต่พระเจ้า โปรดจงขับไล่ผีมารซาตานออกไปจากครอบครัวนี้และขอให้ครอบครัวนี้ได้รับข่าวประเสริฐด้วยเถิด"

ถ้าเราไม่กินอาหารซึ่งวางอยู่บนโต๊ะที่เขาบูชาแก่รูปเคารพถือเป็นสิ่งที่ดีกว่า แต่ถ้าในกรณีที่เราต้องกินอาหารเหล่านั้น เราก็สามารถกินด้วยความเชื่อ ถ้าคนในครอบครัวเกิดความไม่พอใจเนื่องจากเราไม่ยอมกินอาหารกับเขา สิ่งนี้จะทำให้การประกาศพระกิตติคุณกับคนเหล่านั้นยากลำบากยิ่งขึ้นถ้าความสงบสุขในครอบครัวถูกทำลายลงเพราะเหตุนั้น

สถานการณ์อย่างอื่นก็อาจเกิดขึ้นได้เช่นกัน สมมุติว่าท่านกำลังจะกินอาหารดังกล่าวด้วยความเชื่อ แต่บางคนบอกท่านว่าอาหารนั้นเป็นสิ่งของที่บูชาแก่รูปเคารพ ถ้าเช่นนั้นท่านไม่ควรกิน คนนั้นกำลังแจ้งให้ท่านทราบเพราะเขาคิดว่าท่านไม่ควรกินอาหารนั้น ดังนั้นท่านจึงไม่ควรกินเพราะเห็นแก่เขา

ด้วยวิธีนี้ เราต้องเห็นแก่ประโยชน์ของคนอื่นและไม่เป็นเหตุให้พี่น้องทำบาปแม้เราต้องเสียสละตนเองก็ตาม การที่เราจะทำเช่นนั้นได้เราต้องเป็นมนุษย์ฝ่ายวิญญาณและดำรงอยู่ในความสว่าง

## บทที่ 9

## แนวทางของอัครทูต

ท่านไม่ได้ใช้สิทธิของความเป็นอัครทูต
ท่านประกาศข่าวประเสริฐโดยไม่คิดค่าจ้าง
ท่านยอมตัวเป็นทาสของคนทั้งปวง
เพื่อให้มีชัยชนะ จงวิ่งแข่งเหมือนอัครทูต

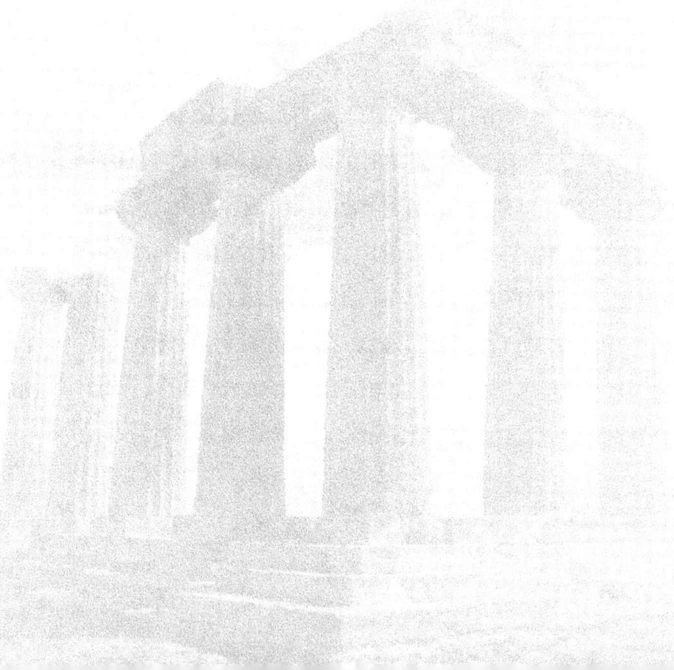

# ท่านไม่ได้ใช้สิทธิของความเป็นอัครทูต

ข้าพเจ้ามิได้เป็นอัครสาวกหรือ ข้าพเจ้ามิได้มีเสรีภาพหรือ ข้าพเจ้ามิได้เห็นพระเยซูคริสต์องค์พระผู้เป็นเจ้าของเราหรือ ท่านทั้งหลายมิได้เป็นผลงานของข้าพเจ้าในองค์พระผู้เป็นเจ้าหรือ (9:1)

พระเจ้าทรงมอบเสรีภาพในการตัดสินใจให้กับมนุษย์ พระเจ้าทรงมอบเสรีภาพในการตัดสินใจให้กับอาดัมเพื่อเลือกว่าเขาจะกินหรือไม่กินผลจากต้นไม้แห่งการรู้ดีและรู้ชั่ว แต่พระองค์ทรงชี้ให้เห็นว่าอาดัม "จะตายแน่" ถ้าเขากิน เราสามารถเลือกที่จะเชื่อหรือไม่เชื่อในพระเจ้าด้วยเสรีภาพแบบเดียวกัน

อัครทูตเปาโลเป็นเสรีชนเช่นกัน ท่านมีเสรีภาพในการเลือกที่จะทำงานเพื่อพระเจ้าหรือไม่ ท่านมีเสรีภาพที่จะกินหรือดื่ม แม้ท่านเป็นเสรีชนแต่ท่านก็เป็นอัครทูตในเวลาเดียวกัน อัครทูตคือผู้รับใช้ของพระเจ้าที่ทำตามน้ำพระทัยของพระเจ้าอย่างครบถ้วน เชื่อฟังจนถึงวันตาย และถวายเกียรติแด่พระองค์ด้วยการเป็นพยานถึงพระเจ้าผู้ทรงพระชนม์อยู่ เพราะพระเจ้าทรงสถิตอยู่กับอัครทูตอย่างเปาโล อัครทูตจึงสามารถสำแดงหมายสำคัญต่าง ๆ

ตามที่อธิบายไว้ในมาระโกบทที่ 16

ผู้รับใช้ของพระเจ้ามีคุณสมบัติที่จะถูกเรียกว่าเป็นอัครทูตเมื่อผู้รับใช้คนนั้นถวายเกียรติแด่พระเจ้าผ่านหมายสำคัญและการอัศจรรย์และนำฝูงแกะไปสู่ความเชื่อที่แท้จริงและหนทางแห่งชีวิตนิรันดร์ แม้เปาโลพูดว่าท่านเป็นเสรีชน แต่ท่านก็เป็นอัครทูตที่ไม่ได้กระทำการใด ๆ ตามความคิดของตนเอง

อัครทูตเปาโลดำเนินชีวิตด้วยการเดินไปกับพระเจ้านับจากช่วงเวลาที่ท่านพบกับองค์พระผู้เป็นเจ้าเป็นต้นมา ท่านมีประสบการณ์กับพระเจ้าอยู่เสมอผ่านการอธิษฐานและท่านได้รับคำตอบจากพระองค์ ท่านใช้คำพูดว่า "ข้าพเจ้ามิได้เห็นพระเยซูคริสต์พระผู้เป็นเจ้าของเราหรือ" เพื่อบ่งบอกถึงประสบการณ์นี้

ท่านเป็นเสรีชน แต่เพราะท่านเป็นอัครทูตเปาโลจึงไม่กระทำการใด ๆ ด้วยความคิดของท่านเอง ท่านกระทำทุกสิ่งภายในน้ำพระทัยของพระเจ้าและความจริงเท่านั้น ท่านประกาศพระกิตติคุณอย่างขยันขันแข็งและให้กำเนิดกับผู้เชื่อใหม่ในคริสตจักรโครินธ์ ในเรื่องนี้ท่านกล่าวว่า "ท่านทั้งหลายมิได้เป็นผลงานของข้าพเจ้าในองค์พระผู้เป็นเจ้าหรือ"

ถ้าข้าพเจ้ามิได้เป็นอัครสาวกในสายตาของคนอื่น ข้าพเจ้าก็ยังคงเป็นอัครสาวกในสายตาของท่านอย่างไม่ต้องสงสัยเพราะพวกท่านคือตราตำแหน่งอัครสาวกของข้าพเจ้าในองค์พระผู้เป็นเจ้า (9:2)

อัครทูตเปาโลมอบพระกิตติคุณให้กับผู้เชื่อชาวโครินธ์และท่านชี้นำคนเหล่านั้นให้เชื่อในพระเจ้าและให้ไปสู่หนทางแห่งชีวิตนิรันดร์โดยผ่านหมายสำคัญและการอัศจรรย์ ท่านกล่าวว่าท่านเป็นอัครทูตสำหรับเขาอย่างแน่นอนเนื่องจากท่านได้ให้กำเนิดกับเขาโดย

ทางข่าวประเสริฐ

แต่ผู้คนที่ไม่เชื่อในพระเจ้าไม่สามารถเรียกท่านว่าเป็นอัครทูตเพราะคนเหล่านั้นไม่รู้ว่าอัครทูตคืออะไร แม้แต่ในท่ามกลางผู้เชื่อเหล่านั้น ผู้คนที่ไม่รู้จักความจริงเป็นอย่างดี หรือผู้คนที่ไม่ใช่สมาชิกของคริสตจักรโครินธ์ก็อาจมีคนที่ไม่คิดว่าท่านเป็นอัครทูตสำหรับเขา เราสามารถเข้าใจในเรื่องนี้เพราะมีบางคนในท่ามกลางผู้คนเหล่านั้นที่กำลังปล่อยแพร่ข่าวลือในทำนองว่า "เปาโลห้ามการเข้าสุหนัตและท่านทำผิดเกี่ยวกับเรื่องนี้ เปาโลเป็นผู้สอนผิด"

แต่ในโครินธ์อัครทูตเปาโลได้ปลูกฝังพระคำของพระเจ้าด้วยตนเอง ดังนั้นผู้เชื่อที่นั่นต้องยอมรับว่าท่านเป็นอัครทูต นั่นคือ ถ้าคนเหล่านั้นยอมรับเอาพระคำอย่างถูกต้อง เปาโลพูดเกี่ยวกับเรื่องนี้ว่า "...เพราะพวกท่านคือตราตำแหน่งอัครสาวกของข้าพเจ้าในองค์พระผู้เป็นเจ้า"

ถ้าผู้ใดสอบสวนข้าพเจ้า ข้าพเจ้าก็จะบอกว่า เราไม่มีสิทธิ์ที่จะกินและดื่มหรือ เราไม่มีสิทธิ์ที่จะพาพี่น้องซึ่งเป็นภรรยาไปไหน ๆ ด้วยกัน เหมือนอย่างอัครสาวกอื่น ๆ และบรรดาน้องชายขององค์พระผู้เป็นเจ้าและเคฟาสหรือ เฉพาะข้าพเจ้าและบารนาบัสเท่านั้นหรือที่ไม่มีสิทธิ์จะเลิกทำงานหาเลี้ยงชีพ (9:3-6)

มีผู้คนที่อิจฉาเปาโลหรือผู้คนที่ไม่รู้จักความจริงเป็นอย่างดีไม่เพียงแต่ในคริสตจักรโครินธ์เท่านั้นแต่ในสถานที่อื่นด้วยเช่นกัน คนเหล่านั้นพยายามที่จะมองหาความผิดของท่านด้วยการพูดในลักษณะที่ว่า "ทำไมเปาโลไม่แต่งงาน ทำไมเปาโลจึงกินแบบนี้และไม่กินแบบนั้น ทำไมเปาโลจึงคัดค้านการเข้าสุหนัต"

แม้แต่พระเยซูก็ทรงมีสาวกอย่างยูดาส อิสคาริโอท มีผู้คนที่อิจฉาเปาโลเช่นกัน คนเหล่านั้นไม่ยอมรับท่าน

และแม้ท่านยืนยันถึงพระเจ้าผู้ทรงพระชนม์อยู่ด้วยหมายสำคัญและการอัศจรรย์ แต่คนเหล่านั้นก็ยังทรยศท่าน เปาโลกำลังอธิบายถึงคนเหล่านั้น

คำว่า “เรา” (ซึ่งอยู่ในรูปพหูพจน์) ถูกใช้ 4 ครั้งเพื่อรวมไปถึงบารนาบัสและเพื่อนร่วมงานคนอื่นอยู่ในข่ายนี้เช่นกัน

เปาโลกล่าวเช่นกันว่า “เราไม่มีสิทธิ์ที่จะกินและดื่มหรือ” แน่นอนท่านมีสิทธิ์และเสรีภาพที่จะกินและดื่มตามที่ท่านต้องการ

ท่านกล่าวเช่นกันว่าไม่ใช่เพราะว่าท่านไม่มีสิทธิ์ที่จะมีภรรยาเหมือนพี่น้องในองค์พระผู้เป็นเจ้าคนอื่น ๆ หรือเคฟาส แต่เรื่องนี้เป็นเพียงสิ่งที่ท่านเลือกที่จะไม่มีภรรยาในเวลานั้น

“อัครสาวกคนอื่น ๆ” หมายถึงสาวกสิบสองคนและคนอื่น ๆ ที่ถูกเรียกว่าอัครทูต “บรรดาน้องชายขององค์พระผู้เป็นเจ้า” หมายถึงน้องชายตามสายโลหิตของพระเยซู อย่างเช่น ยากอบ เคฟาสคือเปโตรซึ่งแปลว่า “ศิลา” เปาโลเอ่ยถึงท่านเพราะเปโตรเป็นหัวหน้าของสาวกสิบสองคน

แต่ท่านไม่ได้หมายความว่าอัครสาวกเหล่านั้นท่องเที่ยวไปตามที่ต่าง ๆ กับภรรยาของตนเพื่อความสนุกเพลิดเพลิน แต่ท่านหมายความว่าอัครสาวกเหล่านั้นพาภรรยาของตนไปรับประทานอาหารมื้อค่ำในเทศกาลปัสกาหรือการประชุมอย่างอื่น อัครทูตเปาโลและบารนาบัสมีสิทธิ์ที่จะทำเช่นนั้นเหมือนกัน แต่ท่านทั้งสองไม่ทำ เพราะเหตุใดทั้งสองท่านจึงไม่มีสิทธิ์พักผ่อนบ้างในบางครั้งบางคราว แต่ท่านทั้งสองทำงานอย่างไม่หยุดหย่อนเพราะท่านรักองค์พระผู้เป็นเจ้าและดวงวิญญาณ

ใครบ้างที่เป็นทหารไปในการศึกสงครามและต้องกินเสบียงของตัวเอง หรือใครบ้างที่ทำสวนปลูกต้นองุ่นและมิได้กินผลองุ่นในสวนนั้น หรือใครบ้างที่เลี้ยงสัตว์และมิได้กินน้ำนมข

องฝูงสัตว์นั้น ข้าพเจ้ากล่าวอย่างนี้ตามอย่างมนุษย์หรือ พระราชบัญญัติมิได้กล่าวอย่างนี้เหมือนกันหรือ เพราะว่าในพระราชบัญญัติของโมเสสเขียนไว้ว่า `อย่าเอาตะกร้าครอบปากวัวเมื่อมันกำลังนวดข้าวอยู่' พระเจ้าทรงเป็นห่วงวัวหรือ หรือพระองค์ได้ตรัสเพื่อประโยชน์ของเราทั้งหลาย แท้จริงคำนั้นท่านเขียนไว้เพื่อประโยชน์ของเราทั้งหลาย ให้คนที่ไถนาไถด้วยความหวังใจ และให้คนที่นวดข้าวนวดด้วยความหวังใจว่าจะได้ประโยชน์ตามที่เขาหวัง (9:7-10)

เมื่อเราเข้าร่วมในกองทัพเราไม่ได้จัดเตรียมอาหารหรือใช้เงินส่วนตัวของเรา กองทัพจะเลี้ยงอาหารเรา ให้เสื้อผ้าเรา และจัดเตรียมที่หลับที่นอนให้กับเรา แต่เปาโลกำลังทำงานของพระเจ้าในขณะที่ตัวท่านเองประกอบอาชีพด้วย

เราไม่ได้ปลูกต้นองุ่นเพื่อเอาไว้ดูเล่น เราปลูกต้นองุ่นเพื่อเก็บเกี่ยวผลจากต้นองุ่นเหล่านั้น เราเลี้ยงแกะเพื่อให้ได้นม เนื้อ หนัง และขนของมัน ตอนนี้ทำไมเปาโลจึงใช้ภาพเปรียบเทียบนี้

เฉลยธรรมบัญญัติ 25:4 กล่าวว่า "อย่าเอาตะกร้าครอบปากวัวเมื่อมันกำลังนวดข้าวอยู่" วัวถูกใช้เพื่อไถนา โม่หิน และนวดข้าว แต่บางครั้งวัวจะกินเมล็ดข้าวในขณะที่กำลังนวดข้าวหรือกินหญ้าในขณะที่ไถนา เจ้าของที่ไร้น้ำใจอาจทำให้วัวไม่กินสิ่งเหล่านั้นทันทีด้วยการส่งเสียงขนาบหรือเฆี่ยนตีวัว

วัวทำงานหนักมากและวัวกินเมล็ดข้าวหรือหญ้าเพียงเล็กน้อยเท่านั้น ถ้าเจ้าของส่งเสียงขนาบมันวัวอาจเก็บความขมขื่นบางอย่างเอาไว้ แต่คำนี้ประยุกต์ใช้กับเราทุกคนซึ่งเป็นมนุษย์และไม่ได้มุ่งไปยังแกะหรือฝูงสัตว์ เปาโลกำลังยกตัวอย่างของวัวเพื่อช่วยให้ผู้คนเข้าใจ

อัครทูตหรือผู้รับใช้ขององค์พระผู้เป็นเจ้าประกาศพระคำของ

พระเจ้าเพื่อช่วยดวงวิญญาณที่กำลังพินาศให้รอดและนำคนเหล่านั้นไปสู่หนทางแห่งชีวิตนิรันดร์ แต่คนเหล่านี้ไม่สามารถทำการนั้นได้ถ้าเขาอดอยาก ดังนั้นคนเหล่านี้ต้องสามารถดำรงชีวิตของตนให้อยู่ต่อไป นั่นหมายความว่าคนเหล่านี้ต้องสามารถหว่านสิ่งที่อยู่ฝ่ายวิญญาณและเก็บเกี่ยวสิ่งที่เป็นวัตถุ แม้แต่พระคัมภีร์เดิมก็อธิบายถึงหลักการนี้

ถ้าเราได้หว่านของสำหรับจิตวิญญาณให้แก่ท่าน แล้วจะมากไปหรือที่เราจะเกี่ยวของสำหรับเนื้อหนังจากท่าน ถ้าคนอื่นมีสิทธิ์ที่จะได้รับประโยชน์จากท่าน เราไม่มีสิทธิ์ที่จะได้รับยิ่งกว่าเขาอีกหรือ ถึงกระนั้นเราก็มิได้ใช้สิทธิ์นี้เลย แต่ย่อมทนทุกข์ยากสารพัดเพื่อเราจะไม่เป็นอุปสรรคขัดขวางข่าวประเสริฐของพระคริสต์ (9:11-12)

อัครทูตเปาโลและบารนาบัสหว่านสิ่งที่อยู่ฝ่ายวิญญาณซึ่งได้แก่พระกิตติคุณในหมู่ผู้เชื่อของคริสตจักรโครินธ์ ทั้งสองท่านนำคนเหล่านั้นให้กลับใจจากหนทางแห่งความตายและให้ต้อนรับเอาองค์พระผู้เป็นเจ้าและเข้าสู่หนทางแห่งชีวิตนิรันดร์ เพราะเหตุนี้จึงไม่ใช่ความผิดที่ท่านทั้งสองจะได้รับสิ่งที่ตนสามารถใช้ประโยชน์และต้องการจากสมาชิกของคริสตจักรโครินธ์

แต่สิ่งนี้ไม่ได้หมายความว่าอัครทูตเปาโลได้รับวัตถุสิ่งของจากผู้เชื่อเหล่านั้นอย่างแท้จริง

แม้แต่ผู้รับใช้ของพระเจ้าคนอื่นก็ประกาศพระกิตติคุณและดำรงชีวิตอยู่ด้วยวัตถุสิ่งของจากผู้เชื่อ ดังนั้นการที่อัครทูตเปาโลจะรับเอาวัตถุสิ่งของจากผู้เชื่อจึงถือเป็นเรื่องธรรมชาติเพราะท่านคือผู้ที่ก่อตั้งคริสตจักรในโครินธ์และให้กำเนิดกับลูกแกะจำนวนมากโดยข่าวประเสริฐ

เพือป้องกันไม่ให้มีอุปสรรคขัดขวางการประกาศข่าวประเสริฐ อัครทูตเปาโลและบารนาบัสจึงไม่รับสิทธิพิเศษเหล่านัน เปาโลกล่าวถึงเรืองนีเพราะมีปัญหาเกิดขึนในคริสตจักรแล้วเนืองจากเรืองนี

การทีอัครทูตจะรับเอาความช่วยเหลือทางด้านวัตถุจากฝูงแกะถือเป็นสิงทีถูกต้อง ยุติธรรม และเหมาะสม แต่เปาโลไม่ต้องการใช้สิทธินันถ้าสิงนันเป็นเหตุให้ฝูงแกะสะดุดโดยคิดว่า “เราต้องให้เงินถวายในลักษณะนีด้วยหรือ”

ท่านไม่รู้หรือว่าคนที่ปรนนิบัติเรื่องสิ่งบริสุทธิ์ก็กินอาหารของพระวิหารและคนปรนนิบัติที่แท่นบูชาก็รับส่วนแบ่งจากแท่นบูชานั้น ทำนองเดียวกัน องค์พระผู้เป็นเจ้าได้ทรงบัญชาไว้ว่าคนที่ประกาศข่าวประเสริฐควรได้รับการเลี้ยงชีพด้วยข่าวประเสริฐนั้น แต่ข้าพเจ้าไม่ได้ใช้สิทธิ์เหล่านี้เลย ที่ข้าพเจ้าเขียนเรื่องนี้ ก็มิใช่เพื่อจะให้เขากระทำอย่างนั้นแก่ข้าพเจ้าเพราะข้าพเจ้ายอมตายเสียดีกว่าที่จะให้ผู้ใดทำลายเกียรติอันนี้ของข้าพเจ้า (9:13-15)

“คนทีปรนนิบัติเรืองบริสุทธิ” ได้แก่ผู้ทำการเต็มเวลาของคริสตจักร “คนปรนนิบัติทีแท่นบูชา” หมายถึงศิษยาภิบาลซึงเป็นผู้รับใช้ของพระเจ้า ผู้ทำการเต็มเวลาทำงานเต็มเวลาให้กับคริสตจักรและเป็นทีชัดเจนว่าคนเหล่านีควรได้รับการจัดเตรียมด้วยสิงต่าง ๆ ทีเป็นของพระเจ้า นอกจากนัน ศิษยาภิบาลซึงเป็นผู้รับใช้ของพระเจ้าจะใช้สิงของทีมาจากแท่นบูชาเช่นกัน สิงเหล่านีถูกอธิบายไว้โดยละเอียดในระเบียบกฎเกณฑ์ของการถวายเครืองบูชาในพระคัมภีร์เดิม

แต่หลักการเหล่านีถูกนำมาประยุกต์แบบเดียวกันในพระคัมภีร์ใหม่ด้วยเช่นกัน เมือเหล่าสาวกเดินทางไปประกาศข่าว

ประเสริฐ พระเยซูตรัสกับคนเหล่านั้นในมัทธิว 10:9-10 ว่า "อย่าหาเหรียญทองคำ หรือเงิน หรือทองแดงไว้ในไถ้ของท่านหรือย่ามใช้ตามทาง หรือเสื้อคลุมสองตัว หรือรองเท้า หรือไม้เท้า เพราะว่าผู้ทำงานสมควรจะได้อาหารกิน"

พระองค์ตรัสห้ามไม่ให้สาวกนำทองคำ เงิน หรือทองแดงไปด้วยและห้ามไม่ให้เขานำเสื้อผ้าสำรองนอกเหนือจากเสื้อผ้าที่เขาสวมใส่อยู่แล้วไปด้วยเช่นกัน กาลาเทีย 6:6 กล่าวว่า "ส่วนผู้ที่รับคำสอนในพระวจนะแล้ว จงแบ่งสิ่งที่ดีทุกอย่างให้แก่ผู้ที่สอนตนเถิด"

ด้วยเหตุนี้ การที่ผู้เชื่อจะแบ่งปันสิ่งที่ดีให้กับคนที่สอนตนและปรนนิบัติเขาและการที่ผู้สอนจะรับเอาสิ่งที่ดีจากผู้เชื่อเหล่านั้นถือเป็นสิ่งที่ถูกต้อง

เปาโลรู้จักจิตใจของมนุษย์เพราะท่านได้ยินพระสุรเสียงของพระวิญญาณบริสุทธิ์อย่างชัดเจน ผู้เชื่อในคริสตจักรโครินธ์มีปัญหาและการทดลองอยู่เสมอเพราะเขาไม่ได้ดำเนินชีวิตอยู่ในความจริง เพราะเหตุนี้เปาโลจึงไม่อยากได้รับอาหารหรือเงินทองจากคนเหล่านั้น

ท่านไม่ได้ใช้สิทธิ์ของตน ท่านไม่ได้หมายความว่าท่านอยากได้รับสิ่งหนึ่งสิ่งใดเมื่อท่านอธิบายถึงเรื่องเหล่านี้กับเขา เพราะเหตุนี้ท่านจึงสามารถสอนพระคำกับคนเหล่านั้นอย่างกล้าหาญว่า "ข้าพเจ้ายอมตายเสียดีกว่าที่จะให้ผู้ใดทำลายเกียรติอันนี้ของข้าพเจ้า"

แต่เราควรเข้าใจสถานการณ์ในเวลานั้นด้วยเช่นกัน อัครทูตเปาโลไม่ได้กระทำแบบเดียวกันกับคริสตจักรอื่น ๆ เมื่อคริสตจักรจัดหาสิ่งที่ดีให้กับท่านด้วยใจขอบคุณและความยินดี ท่านก็ยอมรับเอาสิ่งเหล่านั้น แต่ผู้เชื่อในเมืองโครินธ์เพียงแต่สร้างปัญหาโดยปราศจากการปรนนิบัติ ดังนั้นท่านจึงไม่อยากได้รับสิ่งใดจากคนเหล่านั้น

# ท่านประกาศข่าวประเสริฐโดยไม่คิดค่าจ้าง

เพราะถึงแม้ว่าข้าพเจ้าประกาศข่าวประเสริฐนั้นข้าพเจ้าไม่มีเหตุที่จะอวดได้ เพราะจำเป็นที่ข้าพเจ้าจะต้องประกาศ ถ้าข้าพเจ้าไม่ประกาศข่าวประเสริฐวิบัติจะเกิดแก่ข้าพเจ้า (9:16)

เมื่อเราต้อนรับเอาองค์พระผู้เป็นเจ้าและรู้จักกับพระเจ้า เราต้องประกาศข่าวประเสริฐกับเพื่อนบ้านของเราเพื่อนำคนเหล่านั้นไปสู่แผ่นดินสวรรค์ เราไม่ควรพึงพอใจว่าเรากำลังไปสวรรค์ การเผยแพร่ข่าวประเสริฐเป็นหน้าที่ของเรา เราไม่มีสิ่งใดที่อวดอ้างเกี่ยวกับเรื่องนี้ สิ่งที่เราสามารถอวดอ้างได้ก็คือผลที่เราได้รับผ่านทางการประกาศ

ความภาคภูมิใจของเราอยู่ที่การช่วยดวงวิญญาณจำนวนมากให้รอด การสำแดงหมายสำคัญของพระเจ้า การส่งกลิ่นหอมของพระคริสต์ออกไปสู่คนที่ไม่เชื่อ การได้รับคำตอบต่อคำอธิษฐานของเรา และการถวายเกียรติยศแด่พระเจ้า การประกาศข่าวประเสริฐคือหน้าที่ที่พระเจ้าทรงมอบหมายให้กับผู้เชื่อทุกคน

เปาโลกล่าวว่า “ถ้าข้าพเจ้าไม่ประกาศข่าวประเสริฐวิบัติจะเกิดแก่ข้าพเจ้า” คำว่า “วิบัติ” ในข้อนี้มีสองความหมาย

ความหมายแรก เพราะเรารู้ว่าความดีคืออะไรแต่เราไม่ประพฤติตามความดีนั้น สิ่งนี้ถือเป็นวิบัติ สมมุติว่าพี่น้อง ญาติมิตร และเพื่อนบ้านของเรากำลังตกนรกและถ้าเราไม่ประกาศข่าวประเสริฐกับคนเหล่านั้น การกระทำเช่นนี้เท่ากับการนั่งดูผู้คนที่กำลังจมน้ำตาย

ยากอบ 4:17 กล่าวว่า "เหตุฉะนั้น คนใดที่รู้จักกระทำการดีและไม่ได้กระทำบาปจึงมีแก่คนนั้น" ถ้าเราไม่ประกาศข่าวประเสริฐเราจะไม่สามารถพูดสิ่งใดต่อพระพักตร์ขององค์พระผู้เป็นเจ้าในวันพิพากษา ถ้าพระองค์ตรัสถามเราว่าพ่อแม่ พี่น้อง และเพื่อนบ้านของเราอยู่ที่ไหน เราจะกล้าเงยหน้าของเราขึ้นมาได้อย่างไร

อีกความหมายหนึ่งก็คือว่าเราเชื่อในพระเจ้า แต่กระนั้นเราก็ไม่ประกาศข่าวประเสริฐ นี่เป็นหลักฐานว่าเราไม่ได้มีความเชื่อและพระคุณที่แท้จริง สิ่งนี้ยังเป็นหลักฐานเช่นกันว่าเราไม่ได้รักพระเจ้า สิ่งนี้เป็นวิบัติเพราะเราพิสูจน์ให้เห็นถึงเรื่องนี้ด้วยตัวเราเอง พระเจ้าทรงปลื้มปีติยินดีเมื่อเราประกาศข่าวประเสริฐ ดังนั้นถ้าเราไม่ประกาศข่าวประเสริฐ สิ่งนี้ก็หมายความว่าเราพึงพอใจกับการได้รับความรอดเพียงอย่างเดียว นี่เป็นหลักฐานว่าเราไม่ได้เต็มล้นด้วยพระวิญญาณบริสุทธิ์

เพราะถ้าข้าพเจ้าประกาศอย่างเต็มใจ ข้าพเจ้าก็จะได้บำเหน็จ แต่ถ้ากระทำการประกาศนั้นโดยฝืนใจก็ยังเป็นการที่ทรงมอบหน้าที่ประกาศข่าวประเสริฐไว้ให้ข้าพเจ้ากระทำ แล้วอะไรเล่าจะเป็นบำเหน็จของข้าพเจ้า คือเมื่อข้าพเจ้าประกาศข่าวประเสริฐ ข้าพเจ้าได้ประกาศข่าวประเสริฐของพระคริสต์โดยไม่คิดค่าจ้าง เพื่อจะไม่ได้ใช้สิทธิ์ในข่าวประเสริฐนั้นอย่างเต็มที่'(9:17-18)

ถ้าเราทำสิ่งใดเพื่อแผ่นดินของพระเจ้าและถวายเกียรติแด่พระเจ้าโดยสมัครใจ เราจะไม่เพียงแต่ได้รับรางวัลในสวรรค์เท่านั้น แต่เราจะได้รับพระพรในโลกนี้ด้วยเช่นกัน

ถึงแม้ท่านไม่ได้มีความตั้งใจอย่างสมบูรณ์ แต่เปาโลก็มีหน้าที่ของการเป็นอัครทูตและท่านมีพันธะที่จะประกาศพระกิตติคุณ ถ้าผู้ทำการของพระเจ้าบ่นเกี่ยวกับค่าจ้างหรือสวัสดิการที่ตนได้รับ หรือถ้าเขาลาออกจากการทำหน้าที่ สิ่งนี้ไม่ถูกต้อง

ศิษยาภิบาลบางคนยอมเดินทางไปประกาศข่าวประเสริฐกับผู้คนที่อยู่ในพื้นที่ภูเขาหรือเกาะเล็ก ๆ ซึ่งอยู่ห่างไกลออกไปและพบกับความยากลำบากมากมายเพราะว่าการประกาศนั้นเป็นภารกิจที่มีคุณค่าที่พระเจ้ามอบหมายให้กับตน แต่ถ้าเราละเลยหน้าที่ซึ่งเราได้รับมอบหมายจากพระเจ้าเพียงเพราะเรามีปัญหาการเงินหรือมีเหตุผลทางกายภาพบางอย่าง เราจะยืนอยู่ต่อหน้าพระพักตร์พระเจ้าในการพิพากษาครั้งสุดท้ายได้อย่างไร

เปาโลประกาศข่าวประเสริฐโดยไม่คิดถึงค่าจ้าง เพราะเหตุนี้ท่านจึงสามารถพูดได้ว่าท่านไม่ใช้สิทธิ์ของท่านในการรับความช่วยเหลือและสิ่งของจำเป็นจากผู้เชื่อ

บางคนพูดว่าศิษยาภิบาลหรือผู้ทำการเต็มเวลาของคริสตจักรทำงานเพื่อพระเจ้าเท่านั้นและคนเหล่านี้จะมีบำเหน็จรางวัลอย่างมากมาย แต่คนเหล่านี้ได้รับเงินเดือนจากพระเจ้าสำหรับงานของตนในคริสตจักร ดังนั้นเรื่องนี้จึงไม่ใช่ประเด็น

ถ้าเช่นนั้นคนเหล่านี้จะได้รับรางวัลในสวรรค์ได้อย่างไร เมื่อสมาชิกฆราวาสทำงานเพื่อพระเจ้าในช่วงที่เขามีเวลาว่าง สิ่งนี้ก็จะเป็นรางวัลสำหรับเขา ในทำนองเดียวกัน เมื่อศิษยาภิบาลทำงานมากกว่าที่ตนได้รับค่าจ้างและเมื่อศิษยาภิบาลเสียสละและอธิษฐานมากขึ้น สิ่งเหล่านี้จะเป็นรางวัลในสวรรค์สำหรับคนเหล่านี้

แต่ศิษยาภิบาลไม่ได้ทำงานให้คุ้มกับค่าจ้างของตน

ถ้าเช่นนั้นเขาต้องถูกตำหนิ คนเหล่านี้จะได้รับรางวัลก็ต่อเมื่อเขาทำงานมากกว่าที่เขาได้รับค่าจ้างให้ทำเท่านั้น อัครทูตเปาโลไม่เพียงแต่ทำงานแบบล้นตัวเท่านั้น แต่ท่านยังไม่ยอมใช้สิทธิในการรับสิ่งของที่จำเป็นหรือค่าครองชีพใด ๆ จากผู้เชื่อด้วยเช่นกัน ด้วยเหตุนี้สิ่งนี้จึงเป็นรางวัลสำหรับท่านด้วยเช่นกัน

ผมรับใช้คริสตจักรในขณะที่ยังเรียนอยู่ในวิทยาลัยพระคริสตธรรมและผมไม่ได้รับเงินเดือนจากคริสตจักรเลย เมื่อผมเปิดคริสตจักรด้วยตนเอง พระเจ้าทรงอวยพระพรผมสำหรับงานเหล่านั้นที่ผมได้กระทำ แม้หลังจากการเปิดคริสตจักรในช่วงที่จำนวนสมาชิกยังมีน้อยอยู่นั้นพระเจ้าก็ทรงอวยพรผมผ่านทางผู้เชื่อคนอื่น ๆ

ผมเปิดคริสตจักรด้วยเงินเพียง 7 พันวอน (ประมาณ 7 ดอลลาร์สหรัฐ) แต่เมื่อเราจัดให้มีการนมัสการเพื่อการสถาปนาคริสตจักรหลังจากสองเดือนผ่านไป เรามีทุกสิ่งที่เราต้องการในห้องนมัสการ เช่น ธรรมาสน์ เก้าอี้ และสิ่งอื่น ๆ

การประกาศข่าวประเสริฐเป็นหน้าที่ของบุตรของพระเจ้าทุกคน ไม่ใช่เป็นหน้าที่ของศิษยาภิบาลแต่เพียงผู้เดียว เราต้องรื้อฟื้นคุณค่าแห่งพระโลหิตขององค์พระผู้เป็นเจ้าขึ้นมาใหม่ เราจะไม่สามารถเงยหน้าของตนขึ้นหรือพูดสิ่งใดได้เลยถ้าเราไม่ได้ทำหน้าที่ดังกล่าวให้สำเร็จ

# ท่านยอมตัวเป็นทาสของคนทั้งปวง

เพราะถึงแม้ว่าข้าพเจ้ามิได้อยู่ในบังคับของผู้ใด ข้าพเจ้าก็ยังยอมตัวเป็นทาสคนทั้งปวงเพื่อจะได้ชนะใจคนมากยิ่งขึ้น ต่อพวกยิว ข้าพเจ้าก็ทำตัวเหมือนยิว เพื่อจะได้พวกยิว ต่อพวกที่อยู่ใต้พระราชบัญญัติ ข้าพเจ้าก็เป็นเหมือนคนอยู่ใต้พระราชบัญญัติ เพื่อจะได้คนที่อยู่ใต้พระราชบัญญัตินั้น (9:19-20)

อัครทูตเปาโลเป็นเสรีชนซึ่งไม่มีใครผูกมัดท่านเอาไว้ได้ ท่านเป็นเช่นนั้นได้ก็เพราะท่านรู้จักความจริงและดำเนินชีวิตอยู่ในความจริงเหมือนดังที่ยอห์น 8:32 กล่าวไว้ว่า "และท่านทั้งหลายจะรู้จักความจริงและความจริงนั้นจะทำให้ท่านทั้งหลายเป็นไทย"

ก่อนที่เราจะยืนหยัดอยู่บนศิลาแห่งความเชื่อเราอาจรู้สึกว่าความจริงผูกมัดเราไว้เหมือนโซ่ตรวน เราอาจคิดว่าเราไม่สามารถทำสิ่งสารพัดที่เราต้องการทำได้และสิ่งนั้นสร้างความยุ่งยากให้กับชีวิตของเรา แต่เมื่อเรายืนหยัดอยู่บนศิลาแห่งความเชื่อเราจะรักษาความจริงโดยไม่รู้สึกว่าถูกบังคับ แต่เราจะทำอย่างเป็นธรรมชาติ จา

กนันเราจะได้รับคำตอบต่อคำอธิษฐานและการวิงวอนทั้งสิ้นของเราและเราจะเต็มล้นด้วยความชื่นชมยินดีและสันติสุข

เราจะขอบพระคุณสำหรับทุกสิ่งในทุกสถานการณ์และเราจะรู้เป็นอิสระเกี่ยวกับทุกสิ่งทุกอย่าง แต่เปาโลกล่าวว่าท่านยอมเป็นผู้รับใช้ของทุกคนเพื่อช่วยดวงวิญญาณให้รอดมากขึ้น

เพื่อช่วยคนที่ไม่เชื่อให้รอด บางครั้งเราต้องอยู่กับคนเหล่านั้น บางคนพูดว่าเราไม่ควรมีสามัคคีธรรมกับคนที่ไม่เชื่อ แต่สิ่งนี้ไม่จริง เราจะช่วยคนเหล่านั้นให้รอดได้อย่างไรถ้าเราไม่มีมิตรภาพหรือคบค้าสมาคมกับเขา

คนยิวเชื่อในพระเจ้าแต่ไม่เชื่อในพระเยซูคริสต์ เราต้องไปหาคนเหล่านี้ ประกาศกับเขา และหว่านพระเยซูคริสต์ไว้ในเขาด้วยเช่นกันเพื่อคนเหล่านี้จะได้รับพระวิญญาณบริสุทธิ์และความรอด เราต้องอยู่กับคนเหล่านี้

ข้อ 20 กล่าวว่า “ต่อพวกที่อยู่ใต้พระราชบัญญัติ” คำว่า “พระราชบัญญัติ” ในข้อนี้ไม่ได้หมายถึงหนังสือ 66 เล่มของพระคัมภีร์แต่หมายถึงธรรมบัญญัติของพระคัมภีร์เดิม

ผู้คนในพระคัมภีร์เดิมมีการถวายเครื่องบูชาหลายชนิดและคนเหล่านั้นรักษาพิธีกรรมเหล่านี้ไว้อย่างเข้มงวด แต่ในพระคัมภีร์ใหม่พระเยซูทรงเป็นเครื่องบูชาไถ่บาปครั้งเดียวพอและดังนั้นในเวลานี้เราจึงถวายเครื่องบูชาฝ่ายวิญญาณที่มีชีวิตแทนที่เราจะถวายเครื่องบูชาต่าง ๆ ของพระคัมภีร์เดิม

ยกตัวอย่าง ธรรมบัญญัติห้ามไม่ให้กินเนื้อหมู (เลวีนิติ 11:7-8) แต่ในพระคัมภีร์ใหม่ข้อห้ามนี้ไม่ใช่ประเด็นสำคัญอย่างแท้จริงต่อคนต่างชาติ ถึงแม้ว่าการรักษาธรรมบัญญัติจะเป็นสิ่งที่ดีกว่า (กิจการ 15:28-29)

แต่ชาวยิวจำนวนมากยังคงรักษาธรรมบัญญัติของพระคัมภีร์เดิมเอาไว้อย่างเคร่งครัดและทำพิธีถวายเครื่องบูชาอยู่ในปัจจุบัน คนเหล่านี้ไม่เข้าร่วมในการนมัสการฝ่ายวิญญาณ

เปาโลไม่ได้ถูกผูกมัดด้วยวิธีการตามกฎบัญญัติเหล่านั้น แต่ท่านก็ยอมเป็นเหมือนคนยิวและดำเนินชีวิตอยู่กับคนเหล่านั้นเพื่อประกาศความจริงและพระเยซูคริสต์กับเขา เกลือต้องหลอมละลายเข้าไปในทุกส่วนของอาหารเพื่อทำให้อาหารนั้นมีรสชาติฉันใด เปาโลต้องยอมเป็นเหมือนเกลือเพื่อเห็นแก่คนเหลานั้นด้วยเช่นกัน

ต่อคนที่อยู่นอกพระราชบัญญัติ ข้าพเจ้าก็ทำตัวเหมือนคนนอกพระราชบัญญัติ เพื่อจะได้คนที่อยู่นอกพระราชบัญญัตินั้น (แต่ข้าพเจ้ามิได้อยู่นอกพระราชบัญญัติของพระเจ้า แต่อยู่ใต้พระราชบัญญัติแห่งพระคริสต์) (9:21)

“คนที่อยู่นอกพระราชบัญญัติ” ในข้อนี้หมายถึงคนที่ไม่เชื่อซึ่งไม่รู้จักพระเจ้า ธรรมบัญญัติของพระคัมภีร์เดิมมีพื้นฐานอยู่บนการประพฤติภายนอก ดังนั้นผู้คนจึงเข้าสุหนัตร่างกายของตน แต่ในพระคัมภีร์ใหม่เราไม่เพียงแต่มีธรรมบัญญัติของการประพฤติเท่านั้นแต่เรายังมีธรรมบัญญัติของความรักด้วยเช่นกัน เราเข้าสุหนัตจิตใจของเราเพื่อชำระจิตใจให้สะอาดบริสุทธิ์

อัครทูตเปาโลรักษาธรรมบัญญัติเนื่องจากท่านอยู่ใต้ธรรมบัญญัติของพระคริสต์ แต่ท่านก็ยอมเป็นเหมือนที่ไม่มีธรรมบัญญัติเพื่อท่านจะเข้าใจ ยอมรับ และรักคนเหล่านั้นด้วยการเป็นเพื่อนกับเขาเพื่อท่านจะสามารถประกาศเรื่องพระเยซูคริสต์กับคนเหล่านั้นและนำเขาไปสู่ความสว่างและความรอด

ต่อคนอ่อนแอ ข้าพเจ้าก็ทำตัวเหมือนคนอ่อนแอ เพื่อจะได้คนอ่อนแอ ข้าพเจ้ายอมเป็นคนทุกชนิดต่อคนทั้งปวง เพื่อจะช่วยเขาให้รอดได้บ้างโดยทุกวิถีทาง ข้าพเจ้าทำอย่างนี้เพราะเห็นแก่ข่าวประเสริฐ เพื่อข้าพเจ้าจะได้มีส่วนกับท่านในข่าวประเสริฐนั้น (9:22-23)

การที่เปาโลพูดว่า "ต่อคนอ่อนแอ ข้าพเจ้าก็ทำตัวเหมือนคนอ่อนแอ" นั้นท่านไม่ได้หมายความว่าเราต้องเป็นเหมือนคนป่วยและคนอ่อนแอในแนวทางที่คนเหล่านั้นป่วยหรืออ่อนแอ เปาโลกำลังพูดถึงท่าทีของเราซึ่งสามารถช่วยให้เราเป็นเพื่อนกับคนเหล่านี้ได้ เราต้องมีจิตใจของคนที่ป่วยและประกาศเรื่องพระเยซูคริสต์ นี่คือการเป็นผู้มีส่วนร่วมในข่าวประเสริฐ

ยกตัวอย่าง เมื่อผมให้คำปรึกษากับสมาชิกคริสตจักร ผมจะให้คำปรึกษาตามระดับความเชื่อของเขา ครั้งหนึ่งมีคนหนึ่งที่ตกเป็นเหยื่อของอุบัติเหตุทางรถยนต์และเดินทางมาหาผมเพื่อถามคำถามผมว่า "คู่กรณีของผมบอกว่าเขาสามารถชดใช้ค่าเสียหายให้ผมหนึ่งพันดอลลาร์ซึ่งเป็นจำนวนเงินสำหรับจ่ายค่าโรงพยาบาล แต่ถ้าผมพาเขาขึ้นศาลผมสามารถเรียกค่าเสียได้ถึงสองพันดอลลาร์ ผมควรทำอย่างไร"

คำตอบของผมจะแตกต่างกันออกไปตามระดับความเชื่อของแต่ละคน ถ้าคนนั้นเป็นผู้ที่เพิ่งเริ่มต้นในความเชื่อ การที่เขาเข้าสู่กระบวนการทางกฎหมายไม่ใช่สิ่งที่ผิด ดังนั้นผมจะบอกเขาเพียงว่าเขาสามารถทำในสิ่งที่เขาต้องการได้ ถ้าผมบอกให้เขาเพียงแต่รับเอาเงินหนึ่งพันดอลลาร์นั้น เขาอาจคิดว่า "ถ้าเราไม่มาปรึกษาอาจารย์และมุ่งหน้าไปที่ศาลเลย ป่านนี้เราก็คงได้เงินสองพันดอลลาร์ แต่ในเมื่อศิษยาภิบาลพูดเช่นนี้ เราคงไม่มีทางเลือกอื่นนอกจากทำ

ตาม เราเสียเงินไปตั้งหนึ่งดอลลาร์"

ถ้าเขาไม่พร้อมที่จะทำตามคำแนะนำและไม่เชื่อฟังในที่สุด ใน ไม่ช้าผีมารซาตานก็จะเริ่มทำงานในเขาและเขาจะพบปัญหามาก มาย ดังนั้นสำหรับผู้คนที่มีความเชื่อน้อย ผมเพียงแต่บอกเขาภาย ในกรอบของความจริงตราบใดที่เขาไม่ทำบาป

แต่สำหรับผู้คนที่ยืนหยัดอยู่ศิลาแห่งความเชื่อ ผมจะพูดกับเขาอย่างแน่นอนว่า "คุณเพียงแต่รับเอาเงินหนึ่งพัน ดอลลาร์ก็พอเพราะนั่นคือค่าใช้จ่ายของคุณสำหรับโรงพยาบาล ถ้าคุณมีปัญหาอย่างอื่นในภายหลัง คุณก็สามารถรับการรักษาจาก พระเจ้าผ่านทางความเชื่อ"

และถ้าคนนั้นมีความเชื่อมากกว่านี้ ผมจะแนะนำเขาว่า "คุณเพี ยงแต่มอบเรื่องนั้นไว้กับพระเจ้าเพื่อรับเอาการรักษาจากพระองค์ คนขับคนนั้นทำสิ่งที่ผิดพลาดและทำไมคุณจึงไม่ยกโทษให้กับเขา โดยไม่ต้องรับเอาค่าชดเชยใด ๆ จากเขาหละ" ถ้าเขาเชื่อฟังคำแน ะนำนี้เขาจะสามารถมีประสบการณ์กับการอัศจรรย์ของพระเจ้า

พระเจ้าจะทรงรักษาเขาให้หายขาดด้วยความเชื่ออย่างแน่นอน ในกรณีนี้ เขาไม่จำเป็นต้องเข้าโรงพยาบาลเพื่อรับการรักษาที่เจ็บ ปวด เขายังสามารถส่งกลิ่นหอมของพระคริสต์ออกไปด้วยการทำ ดีด้วยเช่นกัน นี่คือภาพความเป็นไปได้ที่ดีที่สุด

แต่ละคนมีขนาดแห่งความเชื่อที่แตกต่างกัน แต่ละคนมีขนาด แห่งความดีและความชั่วภายในเขาแตกต่างกัน เราต้องให้คำปรึ กษากับคนเหล่านั้นตามความแตกต่างนี้ เราต้องเข้าใจจุดยืนของเข าและแนะนำเขาตามความเชื่อของเขา

การที่เราจะทำเช่นนี้ได้เราต้องถือว่าคนอื่นดีกว่าตัวเรา (ฟีลิปปี 2:3) ถ้าอีกคนหนึ่งมีความรู้และการศึกษาน้อยกว่าเรา เราจะถือว่า

เขาดีกว่าเราได้อย่างไร สิ่งนี้ไม่ได้หมายความว่าเราต้องถือว่าความรู้ของเขาดีกว่าของเรา แต่หมายความว่าเราต้องเข้าใจเขาด้วยการเอาใจเขามาใส่ใจเรา คนเหล่านั้นเป็นบุตรของพระเจ้าด้วยเช่นกัน และเราต้องเข้าใจเขาเพราะสภาพที่เขาเป็นอยู่

    ถ้าบางคนเป็นคนอารมณ์ร้อน เราต้องเข้าใจเขาในสภาพที่เขาเป็นอยู่ ถ้าบางคนเป็นคนโกหก เราต้องเข้าใจเขาในสภาพที่เขาเป็นอยู่และยอมรับเขา เราควรสามารถหยิบยื่นพระคุณให้กับคนเช่นนั้น หว่านความเชื่อไว้ในเขา และมอบความรักให้กับเขา

    อัครทูตเปาโลปฏิบัติต่อผู้คนตามฐานานุรูปของเขาเพื่อนำดวงวิญญาณมากขึ้นมารู้จักกับพระเจ้า เราต้องทำตามแบบอย่างของท่าน

# เพื่อให้มีชัยชนะ
# จงวิ่งแข่งเหมือนอัครทูต

ท่านไม่รู้หรือว่าคนเหล่านั้นที่วิ่งแข่งกัน ก็วิ่งด้วยกันทุกคน แต่คนที่ได้รับรางวัลมีคนเดียว เหตุฉะนั้นจงวิ่งเพื่อชิงรางวัลให้ได้ ฝ่ายนักกีฬาทุกคนก็เคร่งครัดในระเบียบทุกอย่าง แล้วเขากระทำอย่างนั้นเพื่อจะได้มงกุฎใบไม้ซึ่งร่วงโรยได้ แต่เรากระทำเพื่อจะได้มงกุฎที่ไม่มีวันร่วงโรยเลย (9:24-25)

ในกีฬาโอลิมปิก มีนักกีฬาเพียงคนเดียวเท่านั้นที่ได้รับเหรียญทอง เปาโลเรียกร้องให้เราวิ่งแข่งเพื่อได้รับเหรียญทองด้วยเช่นกัน การที่จะทำเช่นนี้ได้ อันดับแรกเราต้องวิ่งแข่ง กล่าวคือ เราต้องมีส่วนร่วมในข่าวประเสริฐและเราต้องพยายามที่จะได้เหรียญทอง

เราได้เริ่มต้นการวิ่งแข่งขันของเราแล้วเพื่อมุ่งไปสู่ประตูสวรรค์ เป้าหมายสูงสุดของเราคือนครเยรูซาเล็มใหม่ซึ่งเป็นจุดที่เราจะได้รับเหรียญทองอันได้แก่มงกุฎทองคำและเราต้องมุ่งไปสู่เป้าหมายนั้นอย่างต่อเนื่องและขยันหมั่นเพียร

ข้อ 25 กล่าวว่า "ฝ่ายนักกีฬาทุกคนก็เคร่งครัดในระเบียบทุกอย่าง" ยกตัวอย่าง นักมวยจะฝึกซ้อมอย่างหนักและควบคุมอาหารเพื่อคุมน้ำหนักของตน สำหรับเราก็เช่นเดียวกัน

เพื่อจะอธิษฐานมากขึ้นเราต้องดูทีวีน้อยลง เราควรละเว้นจากค

วามบันเทิงฝ่ายโลกหรือการออกไปเที่ยวข้างนอกเพื่อเห็นแก่งานของพระเจ้า เราต้องควบคุมตนเองไม่ให้โกรธ นอกจากนี้ เราต้องกำจัดบาปทิ้งไปจนถึงเลือดไหล

ในโลกนี้ แม้คนหนึ่งจะกลายเป็นแชมป์และได้รับเหรียญทอง แต่สิ่งนี้ก็เพื่อโลกนี้เท่านั้น สิ่งนี้ไม่ยั่งยืนอยู่ชั่วนิรันดร์และสิ่งนี้ไม่มีความหมายใดเลยต่อพระพักตร์พระเจ้า ด้วยเหตุนี้ คนที่มีความเชื่อที่แท้จริงจะไม่รู้สึกอิจฉาสิ่งนั้น

คนเหล่านี้จะควบคุมตนเองในทุกสิ่งเพื่อให้ได้รับมงกุฎนิรันดร์ เช่น มงกุฎทองคำ มงกุฎแห่งความชอบธรรม มงกุฎแห่งชีวิต และมงกุฎที่ไม่มีวันร่วงโรย

ดังนั้นส่วนข้าพเจ้าวิ่งแข่งอย่างนี้ โดยมีเป้าหมาย ข้าพเจ้าได้ต่อสู้อย่างนี้ ไม่ใช่อย่างนักมวยที่ชกลม แต่ข้าพเจ้าระงับความปรารถนาฝ่ายเนื้อหนังให้อยู่ใต้บังคับ เพราะเกรงว่าโดยทางหนึ่งทางใดเมื่อข้าพเจ้าได้ประกาศแก่คนอื่นแล้ว ตัวข้าพเจ้าเองจะเป็นคนที่ใช้การไม่ได้ (9:26-27)

เรามีเป้าหมายเมื่อเราวิ่งแข่ง เรามีเป้าหมายและเส้นทางที่แน่นอนเมื่อเราวิ่งแข่งมาราธอน ถ้าเราวิ่งออกนอกเส้นทาง ไม่ว่าเราจะวิ่งแข่งอย่างเอาจริงเอาจังมากเพียงใดก็ตามการวิ่งแข่งของเราก็ไร้ความหมาย ถ้านักมวยเพียงแค่ชกลม การชกของเขาก็ไร้ความหมาย

ในทำนองเดียวกัน เราต้องมีเป้าหมายที่ชัดเจนในความจริง มัทธิว 7:21 กล่าวว่า “มิใช่ทุกคนที่ร้องแก่เราว่า `พระองค์เจ้าข้า พระองค์เจ้าข้า' จะได้เข้าในอาณาจักรแห่งสวรรค์ แต่ผู้ที่ปฏิบัติตามพระทัยพระบิดาของเราผู้ทรงสถิตในสวรรค์จึงจะเข้าได้” เราต้องปฏิบัติตามน้ำพระทัยของพระเจ้า

ถ้าเราไม่ปฏิบัติตามน้ำพระทัยของพระเจ้าเราก็ไม่สามารถไปส

วรรค์ นอกจากนั้น แม้เราจะทำงานเพื่อพระเจ้าอย่างหนัก เราก็ไม่ได้รับเหรียญทองแห่งความเชื่อ การทำงานแบบใดที่พระเจ้าทรงต้องการจากเรา อันดับแรก เราต้องทำงานเพื่อพระองค์ในความจริงด้วยการชำระจิตใจของเราให้บริสุทธิ์

บางคนทำงานอาสาสมัครเพื่อพระเจ้าด้วยความชั่วร้ายมากมายในจิตใจของตน บางคนทำงานหนักกว่าคนอื่นเพียงเพื่อจะอวดอ้างถึงการทำงานหนักของตน พระเจ้าจะไม่ทรงพอพระทัยกับการทำงานแบบนี้ ไม่ว่าเราจะทำงานหนักมากเพียงใดก็ตาม ถ้าเราทำงานในความเท็จ ความสงบสุขก็จะถูกทำลายลง สิ่งนั้นจะลบหลู่พระเกียรติของพระเจ้าและจะก่อให้เกิดความแตกแยกและการทำงานของซาตานเพียงอย่างเดียว

เมื่อผมและภรรยาเปิดร้านค้าขนาดเล็กก่อนที่ผมเริ่มต้นคริสตจักรแห่งนี้ มีคนหนึ่งซึ่งประกาศข่าวประเสริฐอย่างขยันขันแข็ง เขาเป็นคนปล่อยเงินกู้และถ้าใครไม่จ่ายเงินคืนเขาตรงเวลาเขาจะตะโกนด้วยถ้อยคำหยาบคายตามท้องถนน ผู้คนรังเกียจเขาเพราะปากของเขาพูดถ้อยคำที่หยาบคายมาก

และถึงกระนั้นเขาก็ประกาศข่าวประเสริฐอย่างขยันขันแข็ง ถ้าเราดำเนินชีวิตอยู่ในความเท็จเหมือนชายคนนั้น พระเจ้าจะตรัสว่า "เราไม่รู้จักเจ้า" ถึงแม้เราจะทำงานอย่างขยันขันแข็งเพื่อแผ่นดินของพระองค์ก็ตาม ควรเป็นสิ่งที่ชัดเจนว่าเราต้องปฏิบัติตามน้ำพระทัยของพระเจ้า

เราต้องประกาศข่าวประเสริฐพร้อมกับดำเนินชีวิตอยู่ในความจริง ถ้าผู้ประกาศมีชีวิตอยู่ในความบาปและความชั่วและบอกคนอื่นให้เชื่อในพระเจ้าและดำเนินชีวิตด้วยพระคำของพระองค์ สิ่งนี้ไม่ใช่ความจริง เปาโลกล่าวว่าท่านควบคุมร่างกายของท่านและทำให้ร่างกายนั้นอยู่ใต้บังคับของท่านเพื่อว่าหลังจากที่ท่านประกาศกับคนอื่นแล้วท่านเกรงว่าตัวท่านจะเป็นคนที่ใช้การไม่ได้

## บทที่ 10

# จงทำสิ่งสารพัดเพื่อพระเกียรติของพระเจ้า

จงรับบัพติศมาในเมฆและในทะเล
คนอิสราเอลถูกทำลายเพราะการกระทำที่ชั่วร้าย
พระเจ้าทรงจัดเตรียมทางออกสำหรับการทดลองทุกอย่าง
จงหลีกหนีจากการนับถือรูปเคารพ
ความหมายตามตัวอักษรของการนับถือรูปเคารพ
จงทำสิ่งสารพัดเพื่อพระเกียรติของพระเจ้า

## จงรับบัพติศมาในเมฆและในทะเล

พี่น้องทั้งหลาย ยิ่งกว่านี้ข้าพเจ้าอยากให้ท่านทั้งหลายเข้าใจว่าบรรพบุรุษของเราทั้งสิ้นได้อยู่ใต้เมฆ และได้ผ่านทะเลไปทุกคน ได้รับบัพติศมาในเมฆและในทะเลเข้าส่วนกับโมเสสทุกคน (10:1-2)

คำว่า "พี่น้องทั้งหลาย" ในข้อนี้หมายถึงบุตรของพระเจ้าทุกคน สิ่งนี้หมายความว่าเปาโลต้องการให้คนเหล่านั้นรู้จักความจริงซึ่งได้แก่น้ำพระทัยของพระเจ้าและสิ่งที่ท่านกำลังจะอธิบายจากจุดนี้เป็นต้นไป

อันดับแรก ข้อนี้กล่าวว่า "บรรพบุรุษของเราทั้งสิ้นได้อยู่ใต้เมฆ และได้ผ่านทะเลไปทุกคน" คำว่า "บรรพบุรุษของเรา" ในที่นี้ได้แก่ชนชาติอิสราเอลในช่วงของการอพยพ เมื่อคนเหล่านั้นออกมาจากอียิปต์ พระเจ้าทรงปกป้องเขาด้วยเสาเมฆในเวลากลางวันและเสาเพลิงในเวลากลางคืน

คนเหล่านั้นเดินผ่านทะเลแดงหลังจากที่เขาหลบหนีออกมาจากอียิปต์ พระเจ้าทรงประทานลมจากทิศตะวันออกให้กับคนเหล่านั้น เพื่อแยกทะเลแดงออกเป็นสองส่วนและน้ำทะเลนั้นเป็นเหมือนกำ

แพงสำหรับเขาทั้งด้านขวาและด้านซ้าย พระเจ้าทรงทำให้ลมเปลี่ยนทิศทางอย่างรวดเร็วจนน้ำที่อยู่ทางซ้ายและทางขวาไม่สามารถไหลเข้าหากัน พระเจ้าทรงเปิดหนทางและคนเหล่านั้นสามารถเดินผ่านทะเลไป

ตอนนี้ ข้อความที่ว่า "ได้รับบัพติศมาในเมฆและในทะเลเข้าส่วนกับโมเสสทุกคน" หมายถึงอะไร

เนื่องจากคนเหล่านั้นออกมาจากอียิปต์โดยการนำของโมเสส ชนชาติอิสราเอลจึงเป็นของโมเสส เหมือนที่เรารู้ว่าก้อนเมฆทำให้เกิดฝน ดังนั้นเปาโลจึงกล่าวว่า "ได้รับบัพติศมาในเมฆและในทะเลเข้าส่วนกับโมเสสทุกคน" เพื่อเล็งถึงความจริงข้อที่ว่าคนอิสราเอลอยู่ใต้เมฆและเขาได้เดินผ่านทะเล

เราควรรับบัพติศมาด้วยการจุ่มตัวในแม่น้ำ แต่คริสตจักรส่วนใหญ่ไม่สามารถทำเช่นนั้นได้อย่างแท้จริง ดังนั้นคริสตจักรเหล่านี้จึงทำพิธีนี้ด้วยน้ำเพียงเล็กน้อยแทน ในทำนองเดียวกัน พระเจ้าทรงถือว่าชนชาติอิสราเอลได้รับบัพติศมาเมื่อคนเหล่านั้นอยู่ใต้เมฆและเมื่อเขาเดินผ่านทะเลแดง การรับบัพติศมาด้วยน้ำเป็นสัญลักษณ์ของการชำระบาปและเป็นเครื่องหมายว่าคนนั้นรอดแล้ว

...และได้รับประทานอาหารฝ่ายจิตวิญญาณอันเดียวกันทุกคนและได้ดื่มน้ำฝ่ายจิตวิญญาณอันเดียวกันทุกคน เพราะว่าเขาได้ดื่มน้ำซึ่งไหลออกมาจากศิลาฝ่ายจิตวิญญาณที่ติดตามเขามา ศิลานั้นคือพระคริสต์ (10:3-4)

อาหารที่ชนชาติอิสราเอลรับประทานในถิ่นทุรกันดารคือมานาที่พระเจ้าทรงประทานให้ มานาไม่ได้เกิดจากการเพาะปลูกของมนุษย์ พระเจ้าทรงเปิดประตูสวรรค์และประทานมานาให้กับคนเหล่านั้น ดังนั้นมานาจึงเป็นอาหารฝ่ายวิญญาณ นอกจากนั้น

เมื่อประชาชนต้องการน้ำ น้ำก็ไหลออกมาจากหินหลังจากโมเสสใช้ไม้เท้าตีลงไปที่หิน น้ำไหลทะลักออกมาด้วยฤทธิ์อำนาจของพระเจ้าและน้ำจึงเป็นเครื่องดื่มฝ่ายวิญญาณ

พระคัมภีร์เดิมเป็นเงาสะท้อนและเอกลักษณ์ที่แท้จริงของพระเยซูคริสต์ผู้ปรากฏพระองค์ในพระคัมภีร์ใหม่ อาหารฝ่ายวิญญาณและเครื่องดื่มฝ่ายวิญญาณในพระคัมภีร์ใหม่หมายถึงเนื้อและโลหิตของพระเยซูคริสต์ พระคัมภีร์เปรียบเทียบพระกายขององค์พระผู้เป็นเจ้ากับ "อาหารที่มีชีวิต" หรือ "อาหารแห่งชีวิต"

พระเยซูตรัสไว้ในยอห์น 6:54-55 ว่า "ผู้ที่กินเนื้อและดื่มโลหิตของเราก็มีชีวิตนิรันดร์ และเราจะให้ผู้นั้นฟื้นขึ้นมาในวันสุดท้าย เพราะว่าเนื้อของเราเป็นอาหารแท้และโลหิตของเราก็เป็นของดื่มแท้"

เปาโลกล่าวต่อไปว่า "เพราะว่าเขาได้ดื่มน้ำซึ่งไหลออกมาจากศิลาฝ่ายจิตวิญญาณที่ติดตามเขามา" เมื่อชนชาติอิสราเอลไม่มีน้ำดื่มในถิ่นทุรกันดาร เขาก็บ่นต่อว่าโมเสสและโมเสสอธิษฐาน "ดูเถิด เราจะยืนอยู่ต่อหน้าเจ้าที่นั่นบนศิลาที่ภูเขาโฮเรบ เจ้าจงตีศิลานั้น แล้วน้ำจะไหลออกมาจากศิลาให้พลไพร่ดื่ม" และโมเสสก็กระทำเช่นนั้นต่อหน้าพวกผู้ใหญ่ของอิสราเอล (อพยพ 17:6)

น้ำไหลออกมาจากหินเมื่อโมเสสเชื่อฟังพระคำของพระเจ้าที่สั่งให้ท่านตีที่ก้อนหิน จากนั้นประชาชนจึงดำรงชีวิตอยู่ได้

ศิลานี้เป็นสัญลักษณ์ของพระเยซูคริสต์ การดื่มน้ำจากศิลานี้ (ซึ่งได้แก่พระเยซูคริสต์) จึงเป็นเครื่องหมายว่าเราบริโภคพระคำซึ่งได้แก่เนื้อของพระเยซูคริสต์ ผู้คนที่กินพระคำในหนังสือทั้ง 66 เล่มของพระคัมภีร์ (ซึ่งออกมาจากพระเยซูคริสต์) เท่านั้นที่จะมีชีวิตนิรันดร์ เราไม่อาจได้รับชีวิตนิรันดร์ถ้าเราไม่กินพระคำแห่งความจริงซึ่งได้แก่เนื้อของพระเยซูคริสต์

พระเจ้าไม่ได้บอกให้โมเสสตีที่ก้อนหินเพียงเพื่อแสดงถึงฤทธิ์อำนาจของพระองค์ หินเป็นวัสดุที่แข็งแกร่งและไม่เปลี่ยนแปลง หินมีพลังที่จะสนับสนุนสิ่งอื่น ๆ รากฐานของอาคารบ้านช่องทำด้วยหิน

ตอนนี้ เพราะเหตุใดพระเยซูคริสต์จึงถูกนำมาเปรียบเทียบกับศิลา

พระเยซูทรงเป็นศิลาแห่งความรอด นอกจากนั้น หินสามารถทุบทำลายวัตถุสิ่งของอื่นให้แตกฉันใด องค์พระผู้เป็นเจ้าก็ทรงสามารถทำลายพลังอำนาจของความตายและเอาชนะมารด้วยฉันนั้น นี่คือเหตุผลว่าทำไมพระเยซูคริสต์จึงเปรียบเหมือนกับศิลา

น้ำไหลออกมาเมื่อก้อนหินถูกตี สิ่งนี้หมายความว่าเราจะสามารถดำเนินชีวิตอยู่ได้ก็ต่อเมื่อเราได้รับการจัดสรรน้ำผ่านทางพระเยซูคริสต์เท่านั้น น้ำหมายถึงน้ำที่มีชีวิตซึ่งได้แก่พระคำของพระเจ้า มนุษย์สามารถดำรงชีวิตอยู่ได้เมื่อเขาดื่มน้ำฉันใด ในฝ่ายวิญญาณ เราสามารถเข้าสู่หนทางแห่งชีวิตนิรันดร์ได้เมื่อเราบริโภคพระคำซึ่งเป็นน้ำที่มีชีวิตด้วยฉันนั้น พระเจ้าทรงสามารถทำให้น้ำไหลออกมาจากสิ่งใดก็ได้ด้วยฤทธิ์อำนาจของพระองค์ แต่พระองค์ทรงทำให้น้ำไหลออกมาจากหินเพื่อแสดงให้เห็นถึงความหมายฝ่ายวิญญาณนี้

# คนอิสราเอลถูกทำลายเพราะการกระทำที่ชั่วร้าย

แต่ถึงกระนั้นก็ดีมีคนส่วนมากในพวกนั้นที่พระเจ้าไม่ทรงพอพระทัย เพราะว่าเขาล้มตายกันเกลื่อนกลาดในถิ่นทุรกันดาร (10:5)

คนอิสราเอลรุ่นแรกในช่วงการอพยพเสียชีวิตทั้งหมดในถินทุรกันดารยกเว้นโยชูวาและคาเลบ ชนชาติอิสราเอลเหล่านันเชือในพระเจ้าหรือไม่ ถ้าโมเสสถามคนเหล่านันว่าเขาเชือในพระเจ้าหรือไม่ คนเหล่านันคงยืนยันคำตอบของตนด้วยคำว่า “อาเมน”

คนเหล่านั้นเห็นภัยพิบัติสิบประการ ทะเลแดงแยกออกเป็นสองส่วน และน้ำไหลออกมาจากก้อนหินด้วยตาของตนเอง เขากินมานาทีลงมาจากสวรรค์และเขาได้รับการนำด้วยเสาเมฆในเวลากลางวันและเสาเพลิงในเวลากลางคืน คนเหล่านันมองเห็นหมายสำคัญมากมายและเขารู้จักพระเจ้าอย่างแน่นอน

แต่ทุกคนกลับเสียชีวิตในถินทุรกันดาร เพราะเหตุใด พระเจ้าไม่ได้ตรัสว่าเราจะรอดด้วยความรู้ของเรา (มัทธิว 7:21) ถ้าเราไม่ได้ปฏิบัติตามน้ำพระทัยของพระเจ้าพระองค์จะไม่ตรัสว่าเรามีควา

มเชือ

ชนชาติอิสราเอลรับประทานอาหารฝ่ายวิญญาณและดืมน้ำฝายวิญญาณ แต่เขาไม่ได้รับประทานและดืมด้วยความเชือทีแท้จริง เขาบ่นต่อว่าพระเจ้าและโมเสสเมือเขาไม่มีอะไรกิน เพราะเหตุนีเปาโลจึงกล่าวว่าคนเหล่านันล้มตายกันเกลือนกลาดในถินทุรกันดารเพราะเขาไม่เป็นทีพอพระทัยพระเจ้า

สำหรับเราในปัจจุบันก็เช่นเดียวกัน ถ้าเราบ่นเมือเราพบกับการทดลองและความยากลำบาก สิงนีเท่ากับเป็นการเปิดเผยให้เห็นว่าเราขาดความเชือ เราชืนชมยินดีและขอบพระคุณเมือเราได้รับคำตอบสำหรับบางอย่าง แต่ถ้าเราเสียกำลังใจและไม่ชืนชมยินดีในสถานการณ์ทียากลำบาก พระเจ้าจะไม่ตรัสว่าเรามีความเชือ

แล้วเหตุการณ์เหล่านี้จึงเป็นเครื่องเตือนใจพวกเรา ไม่ให้เรามีใจโลภปรารถนาสิ่งที่ชั่วเหมือนเขาเหล่านั้น (10:6)

เราสามารถเห็นได้ว่าเราสะอาดหรือสกปรกด้วยการส่องดูกระจกเงา เช่นเดียวกัน จงค้นดูว่าจิตใจของเราเป็นอย่างไรด้วยการส่องดูจิตใจของเราด้วยหนังสือทัง 66 เล่มของพระคัมภีร์ เราสามารถมองเห็นความอิจฉา ความริษยา ความเกลียดชัง การวิพากษ์วิจารณ์ ความหยิงผยอง และความชัวชนิด

ต่าง ๆ ในจิตใจของเรา

ชนชาติอิสราเอลล้มตายอย่างเกลือนกลาดเพราะเขาใกล้ชิดกับความชัวมากขึน ในทำนองเดียวกัน ในพระคัมภีร์ใหม่ ถ้าเรายังอยู่ในความบาปในขณะทีประกาศถึงความเชือของเราในพระเจ้า พระเจ้าไม่สามารถตรัสอย่างอืนได้นอกจากจะตรัสว่า “เราไม่รู้จักเจ้า” (มัทธิว 7:23)  ด้วยเหตุนี เราต้องชำระสิงสกปรกทังสินในจิตใจของเราออกด้วยน้ำฝ่ายวิญญาณซึงได้แก่พระคำของพระเจ้า

ยกตัวอย่าง เมื่อมีบางคนได้รับเลือกให้เป็นผู้นำในคริสตจักร หลายคนจะเกิดความรู้สึกอิจฉา คนเหล่านี้ควรขอบพระคุณที่เขาไม่ได้รับเลือก การมีความอิจฉาเป็นข้อพิสูจน์ให้เห็นว่าเขาขาดคุณสมบัติที่จะเป็นผู้นำในคริสตจักร

นอกจากนั้น ถ้าผู้นำคนปัจจุบันไม่ได้รับเลือกในสมัยหน้า ผู้นำคนนี้ควรขอบพระคุณเช่นกัน นี่คือสิ่งที่ควรจะเกิดขึ้นโดยธรรมชาติถ้าบุคคลนั้นไม่ได้ทำหน้าที่ของตนอย่างถูกต้อง หรือถ้าคนนั้นได้สร้างผู้ทำการที่มีความสามารถอีกคนหนึ่งซึ่งมีคุณสมบัติที่จะทำหน้าที่ในสมัยนั้นขึ้นมา นี่ถือเป็นสิ่งที่น่าตื่นเต้นอย่างแท้จริง ดังนั้นผู้นำคนปัจจุบันสามารถขอบพระคุณได้

ท่านทั้งหลายอย่านับถือรูปเคารพ เหมือนอย่างที่บางคนในพวกเขาได้กระทำ ตามที่มีเขียนไว้แล้วว่า `ประชาชนก็นั่งลงกินและดื่ม แล้วก็ลุกขึ้นเล่นสนุกกัน' อย่าให้เรากระทำล่วงประเวณี เหมือนอย่างที่บางคนในพวกเขาได้กระทำ แล้วก็ล้มลงตายในวันเดียวสองหมื่นสามพันคน (10:7-8)

ในฝ่ายวิญญาณ รูปเคารพคือสิ่งใดก็ตามที่เรารักมากกว่าพระเจ้า ถ้าเรารักเงินมากกว่าพระเจ้า สิ่งนี้คือการนับถือรูปเคารพและเงินคือรูปเคารพ

ชนชาติอิสราเอลสร้างรูปวัวทองคำขึ้นและกราบไหว้รูปวัวนั้นในขณะที่โมเสสอยู่บนภูเขาด้วยการอธิษฐานอดอาหารเป็นเวลา 40 วันเพื่อรับเอาพระบัญญัติสิบประการ ข้อพระคัมภีร์ก่อนหน้านี้กำลังพูดถึงภาพเหตุการณ์ที่คนอิสราเอลกิน ดื่ม และลุกขึ้นเล่นสนุกกัน

กันดารวิถี 25:1-3 กล่าวว่า “เมื่ออิสราเอลพักอยู่ในเมืองชิทธิม ประชาชนก็ได้เริ่มเล่นชู้กับหญิงชาวโมอับ หญิงเหล่านี้ก็เชิญประช

าชนให้ไปกระทำบูชาต่อพระของนาง ประชาชนก็รับประทานและกราบไหว้พระของนาง ดังนั้นอิสราเอลก็เข้าถือพระบาอัลเปโอร์และพระเยโฮวาห์ทรงพระพิโรธต่ออิสราเอล"

พระคัมภีร์ตอนนี้ไม่ได้กล่าวว่า "ผู้ชาย" เล่นชู้กับหญิงชาวโมอับแต่ระบุว่า "ประชาชน" เล่นชู้ คำว่า "ประชาชน" หมายรวมถึงผู้ชายและผู้หญิง หญิงชาวโมอับเชิญชวนประชาชนอิสราเอลเมื่อคนเหล่านั้นถวายเครื่องบูชา จากนั้นชนชาติอิสราเอลก็เข้าร่วมกับพระบาอัลเปโอร์ด้วยการรับประทานร่วมกับหญิงชาวโมอับและการกราบไหว้พระของคนเหล่านั้น พระคัมภีร์กล่าวถึงการกระทำนี้ว่า "การล่วงประเวณี"

กันดารวิถี 25:9 กล่าวว่า "แต่อย่างไรก็ตาม คนที่ตายด้วยภัยพิบัติมีสองหมื่นสี่พันคน" แต่ในพระคัมภีร์ 1 โครินธ์ตอนนี้กล่าวว่าผู้คนที่ล้มตายในวันนั้นมีสองหมื่นสามพันคน ทำไมตัวเลขจึงแตกต่างกันถึงหนึ่งพันคน

จำนวนตายในพระคัมภีร์เดิมรวมจำนวนของผู้หญิงชาวต่างชาติที่ล้มตายด้วยโรคระบาดเอาไว้ด้วย แต่ในพระคัมภีร์ใหม่เปาโลไม่มีเหตุผลใดที่จะเขียนเกี่ยวกับชาวต่างชาติและท่านเพียงแต่เอ่ยถึงจำนวนของคนอิสราเอลที่ล้มตาย

การล่วงประเวณีมีอยู่สองลักษณะ นั่นคือ การล่วงประเวณีฝ่ายวิญญาณและการล่วงประเวณีฝ่ายร่างกาย การล่วงประเวณีที่กล่าวถึงในข้อ 8 เป็นการล่วงประเวณีฝ่ายวิญญาณ สิ่งที่เรารักมากกว่าพระเจ้าคือรูปเคารพของเราและถ้าเรามีความเชื่อแต่เรายังกราบไหว้รูปเคารพนี่คือการล่วงประเวณีฝ่ายวิญญาณ เนื่องจากการล่วงประเวณีฝ่ายร่างกายเป็นความบาป เปาโลจึงใช้ตัวอย่างของการล่วงประเวณีฝ่ายร่างกายเพื่ออธิบายถึงการล่วงประเวณีฝ่ายวิญญาณ

ยกตัวอย่าง ภรรยาหรือสามีต้องรักคู่สมรสของตนมากกว่าคน

อื่น ถ้าเขารักอีกคนหนึ่งมากกว่าคู่สมรสของตน สิ่งนี้คือการล่วงประเวณีอย่างแน่นอน เราไม่อาจพูดว่าสิ่งนั้นไม่ใช่การล่วงประเวณีเพียงเพราะเขารักอีกคนหนึ่งในความคิดหรือจิตใจของตน (มัทธิว 5:28)

ในทำนองเดียวกัน เมื่อคนอิสราเอลเข้าร่วมกับพระบาอัลเปโอร์ด้วยการรับประทานร่วมกับหญิงชาวโมอับและการกราบไหว้พระของคนเหล่านั้น สิ่งนี้คือการนมัสการและการรักพระอื่นอย่างแน่นอน พระเจ้าตรัสว่าสิ่งนี้เป็นการล่วงประเวณี การแช่งสาปจึงลงมาเหนือเขาและมี 23,000 คนล้มตายในวันนั้น การล่วงประเวณีฝ่ายวิญญาณเป็นความบาปร้ายแรง

การล่วงประเวณีฝ่ายร่างกายคือความบาปอย่างแน่นอน ไม่ว่าจะเป็นฝ่ายวิญญาณหรือฝ่ายร่างกาย ก็ตามเปาโลวิงวอนคนเหล่านั้นไม่ให้ประพฤติผิดศีลธรรมเพราะเราจะถูกพระเจ้าทอดทิ้งเหมือนคนเหล่านั้น

อย่าให้เราลองดีพระคริสต์เหมือนอย่างที่บางคนในพวกเขาได้กระทำ แล้วก็ต้องพินาศด้วยงูร้าย ท่านทั้งหลายอย่าบ่นเหมือนอย่างที่บางคนในพวกเขาได้บ่น แล้วก็ต้องพินาศด้วยองค์เพชฌฆาต (10:9-10)

ในถิ่นทุรกันดารมีงูพิษร้ายอยู่มากมาย แต่คนอิสราเอลไม่ถูกงูกัดเพราะพระเจ้าทรงปกป้องเขาเอาไว้ แต่พระเจ้าจำเป็นต้องหันพระพักตร์ไปจากคนเหล่านั้นเมื่อเขาบ่นต่อว่าโมเสสและต่อว่าพระเจ้า จากนั้นงูที่มีพิษร้ายก็เริ่มกัดคนเหล่านั้นและหลายคนล้มตาย

จากนั้นประชาชนได้ร้องขอต่อโมเสส โมเสสอธิษฐานต่อพระเจ้าและทำงูทองเหลืองตัวหนึ่งขึ้นมาและติดไว้ที่เสาตามพระบัญชาของพระเจ้า ทุกคนที่มองดูงูนั้นก็รอดชีวิต (กันดารวิถีบทที่ 21)

เหตุการณ์นี้มีความสัมพันธ์กับความเชื่อในพันธกิจแห่งไม้กางเขนตามความหมายในปัจจุบัน ผู้คนที่กลับใจและมองไปที่กางเขนด้วยความเชื่อจะได้รับความรอด แต่ผู้คนที่ไม่เชื่อในพระกิตติคุณที่เขาได้ยินจะไม่รอด ในสมัยนั้นผู้คนที่ไม่ได้มองไปที่งูทองเหลืองต้องตาย เขาต้องตายเพราะเขาบ่นต่อว่าพระเจ้า

ข้อ 9 กล่าวว่า "อย่าให้เราลองดีกับพระคริสต์เหมือนอย่างที่บางคนในพวกเขาได้กระทำ แล้วก็ต้องพินาศด้วยงูร้าย" พระเจ้าจะไม่ทรงยกโทษเมื่อผู้คนบ่นและทดลองพระองค์

เกี่ยวกับเรื่องนี้พระเจ้าตรัสกับชนชาติอิสราเอลว่า...

"...ซากศพของเจ้าจะตกหล่นอยู่ในถิ่นทุรกันดารนี้ จำนวนคนทั้งหมดของเจ้านับตั้งแต่อายุยี่สิบปีขึ้นไป ผู้ใดที่บ่นว่าเราจะไม่มีสักคนหนึ่งที่มาถึงแผ่นดินที่เราปฏิญาณว่าจะให้เจ้าอาศัยอยู่ เว้นแต่คาเลบบุตรชายเยฟุนเนห์และโยชูวาบุตรชายนูน แต่ลูกเล็กที่เจ้าทั้งหลายว่าจะเป็นเหยื่อนั้นเราจะพาเขาทั้งหลายเข้าไป และเขาจะรู้จักแผ่นดินที่เจ้าทั้งหลายได้สบประมาท ส่วนเจ้าทั้งหลาย ศพของเจ้าจะตกหล่นอยู่ในถิ่นทุรกันดารนี้ ลูกหลานของเจ้าทั้งหลายจะพเนจรอยู่ในถิ่นทุรกันดารถึงสี่สิบปี เขาจะทนโทษการเล่นชู้ของเจ้า จนกว่าจำนวนซากศพของเจ้าจะอยู่ในถิ่นทุรกันดารนี้ครบ" (กันดารวิถี 14:29-33)

ข้อ 36-37 ที่อยู่ถัดไปกล่าวเช่นกันว่า "คนที่โมเสสใช้ไปสอดแนมที่แผ่นดิน ผู้ที่กลับมาเล่าความใส่ร้ายแผ่นดินนั้น ซึ่งกระทำให้บรรดาชุมนุมชนบ่นว่าโมเสสคนที่มารายงานความร้ายเรื่องแผ่นดินนั้นได้ตายเสียด้วยโรคภัยต่อพระพักตร์พระเยโฮวาห์"

พระเจ้าไม่ได้ทรงยกโทษให้กับคนอิสราเอลไม่ใช่เพียงเพราะว่าคนเหล่านั้นบ่นต่อว่าพระองค์เท่านั้น แต่พระองค์ไม่ทรงยกโทษให้เขาเพราะคนเหล่านั้นบ่นต่อว่าโมเสสผู้รับใช้ของพระองค์ด้วยเช่นกัน พระเจ้าทรงสถาปนาโมเสสไว้ต่อหน้าประชาชน ดังนั้นการบ่

นต่อว่าโมเสสจึงเท่ากับเป็นการบ่นต่อว่าพระเจ้า หลายทีหลายแห่งในพระคัมภีร์บอกเราว่าการกระทำเช่นนั้นเป็นความบาป สิ่งนั้นเป็นการทดลองพระเจ้าและเราไม่ควรบ่นหรือทดลองพระเจ้าเหมือนคนเหล่านั้น

แต่บรรดาเหตุการณ์เหล่านี้จึงได้บังเกิดแก่เขาเพื่อเป็นตัวอย่าง และได้บันทึกไว้เพื่อเตือนสติเราทั้งหลาย ผู้ซึ่งกำลังอยู่ในกาลสุดปลายของแผ่นดินโลก เหตุฉะนั้นคนที่คิดว่าตัวเองมั่นคงดีแล้ว ก็จงระวังให้ดี กลัวว่าจะล้มลง (10:11-12)

เหตุการณ์ต่าง ๆ ที่บันทึกไว้ในพระคัมภีร์เดิมสามารถเป็นเหมือนกระจกเงาให้เราส่องดูตัวเอง พระคัมภีร์ตอนนี้หมายความว่าเราไม่ควรบ่นต่อว่าหรือทดลองพระเจ้า พระเจ้าจะไม่ทรงยกโทษให้กับคนที่ทำเช่นนั้น

พระเจ้าไม่ทรงเปลี่ยนแปลง คนที่ทำบาปเช่นนั้นจะไม่ได้รับการยกโทษทั้งในอดีตและในปัจจุบันไม่เฉพาะในสมัยพระคัมภีร์เดิมเท่านั้นแต่ในยุคนี้ด้วยเช่นกัน ดังนั้นเราจึงไม่ควรทำบาปเช่นนั้นเพราะเหตุนี้เปาโลจึงกล่าวว่าสิ่งเหล่านั้น “ได้บันทึกไว้เพื่อเตือนสติเราทั้งหลาย”

ข้อนี้กล่าวเช่นกันว่า “เหตุฉะนั้นคนที่คิดว่าตัวเองมั่นคงดีแล้วก็จงระวังให้ดี กลัวว่าจะล้มลง” ในพระคัมภีร์เดิมก็เช่นเดียวกัน แท้ที่จริงผู้คนที่คิดว่าตนเองมั่นคงดีแล้วได้แก่ผู้คนที่บ่น โอดครวญและต่อสู้กับพระเจ้าด้วยความหยิ่งผยองของตนเอง ปกติคนที่เป็นต้นเหตุให้ประชาชนบ่นและโอดครวญต่อพระเจ้าคือผู้นำในกรณีนี้ แท้ที่จริงผู้คนที่คิดว่าตน “มั่นคงดีแล้ว” กำลังหยิ่งผยอง

แท้ที่จริง ไม่มีใครในท่ามกลางพวกเราที่มั่นคง เราเริ่มมีความเชื่อหลังจากต้อนรับเอาพระเยซูคริสต์และเมื่อเราบรรลุถึงระดับคว

ามเชื่อที่เจริญเติบโตแล้ว สิ่งนี้จะเป็นเหมือนการสำเร็จการศึกษาจากมหาวิทยาลัย หลังจากจบการศึกษา เราออกไปสู่สังคมและประยุกต์ใช้สิ่งที่เราเรียนรู้มา

ในทำนองเดียวกัน เราจะสามารถพูดว่าเรารู้จักน้ำพระทัยของพระเจ้าและหนังสือทั้ง 66 เล่มของพระคัมภีร์ก็ต่อเมื่อเรามีความเชื่ออย่างเต็มขนาดแล้วเท่านั้น จากนั้นเราก็สามารถประยุกต์ใช้พระคำของพระเจ้าในพระคัมภีร์ในโลกนี้ ด้วยวิธีนี้เราจะปฏิบัติตามน้ำพระทัยของพระเจ้าและดำเนินชีวิตเพื่อสง่าราศีของพระองค์

ถ้าเราไปถึงระดับนี้และรู้จักความจริงมากยิ่งขึ้น เราจะถ่อมตัวลงและกลายเป็นคนถ่อมใจ สาเหตุก็เพราะเรารู้ว่าสิ่งที่เรารู้นั้นเล็กน้อยมาก ด้วยเหตุนี้ เราควรสวมยุทธภัณฑ์ให้กับตนเองด้วยความจริงอย่างต่อเนื่องโดยไม่คิดว่าเรามันคงดีแล้วเพื่อเราจะสามารถมีพระทัยขององค์พระผู้เป็นเจ้า

# พระเจ้าทรงจัดเตรียมทางออกสำหรับการทดลองทุกอย่างt

ไม่มีการทดลองใด ๆ เกิดขึ้นกับท่าน นอกเหนือจากการทดลองซึ่งเคยเกิดกับมนุษย์ทั้งหลาย แต่พระเจ้าทรงสัตย์ซื่อ พระองค์จะไม่ทรงให้ท่านต้องถูกทดลองเกินกว่าที่ท่านจะทนได้ แต่เมื่อท่านถูกทดลองนั้น พระองค์จะทรงโปรดให้ท่านมีทางที่จะหลีกเลี่ยงได้ด้วย เพื่อท่านจะมีกำลังทนได้ (10:13)

ผู้เชื่อไม่มีเหตุผลที่จะถูกทดลองและสะดุดล้มลง พระเจ้าทรงแสนดี ดังนั้นพระองค์จึงไม่ทรงให้การทดลองเกิดขึ้นกับเราเพื่อสร้างปัญหาให้กับเรา พระองค์ทรงอนุญาตให้เราพบกับการทดลองที่เราสามารถเอาชนะได้เท่านั้น

การทดลองมีอยู่สองชนิด ชนิดแรกได้แก่การทดลองเกิดจากผีมารซาตานเพราะเราไม่ได้ดำเนินชีวิตอยู่ในพระคำของพระเจ้าหรือเพราะเรามีความโลภ นี่ไม่ใช่การทดลองที่พระเจ้าทรงอนุญาตให้เกิดขึ้นกับเราและการทดลองนี้ไม่มีส่วนเกี่ยวข้องใด ๆ กับพระเจ้า ในกรณีนี้ เราสามารถกลับใจและหันหลังกลับจากบาปที่เป็นต้นเหตุของการทดลอง

ชนิดที่สองได้แก่การทดลองที่พระเจ้าทรงมอบให้ การทดลองนี้แตกต่างจากการทดลองที่มารทำให้เกิดขึ้นกับผู้คนที่มีความชั่วร้า

ยบางอย่าง พระเจ้าทรงทำให้เกิดการทดลองเพื่อจะอวยพระพรเรา เราจะได้รับพระพรเมื่อเราผ่านการทดลองเหล่านั้น สิ่งนี้เป็นเหมือนการที่เราจะได้รับการยอมรับให้เข้าเรียนในสถานศึกษาถ้าเราผ่านการทดสอบ

การทดลองให้อับราฮัมถวายอิสอัคเป็นเครื่องบูชาคือการทดลองชนิดนี้ อับราฮัมไม่ได้สะดุดล้มลงหรือโอดครวญหรือบ่นต่อว่า ในการทดลองนี้ พระเจ้าทรงอนุญาตให้เกิดขึ้นเพราะอับราฮัมสามารถผ่านการทดลองนี้ไปได้ เมื่อท่านผ่านการทดลองนี้ด้วยความเชื่อ พระเจ้าทรงประทานพระพรอย่างบริบูรณ์ให้กับท่านโดยตรัสว่า "...เราจะอวยพรเจ้าแน่ เราจะทวีเชื้อสายของเจ้าให้มากขึ้นดังดวงดาวในท้องฟ้า และดังเม็ดทรายบนฝั่งทะเล เชื้อสายของเจ้าจะได้ประตูเมืองศัตรูของเจ้าเป็นกรรมสิทธิ์" (ปฐมกาล 22:17)

พระเจ้าทรงอนุญาตให้มีการทดลองเกิดขึ้นเพราะพระองค์มีพระประสงค์ที่จะอวยพรเราและเพื่อทำให้ความเชื่อของเราเติบโต เราเติบโตในฝ่ายวิญญาณ เข้าไปสู่ความจริงและบรรลุถึงการชำระให้บริสุทธิ์ ความรัก และความเชื่อในระดับสูงขึ้นโดยผ่านการทดลองเหล่านั้น ถ้าวิญญาณจิตของเราจำเริญขึ้นด้วยการผ่านการทดลอง พระเจ้าจะสำแดงให้เราเห็นว่าพระองค์ทรงรักเราและทรงอวยพระพรเรา เพราะเหตุนี้เราจึงต้องขอบพระคุณในการทดลอง

ผู้คนที่มีความเชื่ออย่างแท้จริงจะไม่สะดุดล้มลงในการทดลอง พระเจ้าจะทรงประทานพลังอำนาจในการคิด การหาเหตุผล และสภาพจิตใจที่จะทำให้เราสามารถเอาชนะโลกได้ สาเหตุที่บางคนสะดุดล้มลงก็เพราะว่าเขาถดถอยเนื่องจากเขาขาดความเชื่อ

บรรดาบุคคลแห่งความเชื่อที่ยำเกรงพระเจ้าและดำเนินชีวิตด้วยพระคำของพระองค์จะชื่นบาน อธิษฐาน และขอบพระคุณในการทดลอง เมื่อเขาทำเช่นนั้น การทดลองก็จะห่างไกลไปจากเขา พระเจ้าทรงช่วยทุกคนที่รักพระองค์ให้เกิดผลอันดีในทุกสิ่งและนี่เป็นพระพรสำหรับเขา

# จงหลีกหนีจากการนับถือรูปเคารพ

พวกที่รักของข้าพเจ้า เหตุฉะนั้นท่านจงหลีกเลี่ยงเสียจากการนับถือรูปเคารพ ข้าพเจ้าพูดกับท่านอย่างพูดกับคนที่มีปัญญา ท่านจงพิจารณาถ้อยคำที่ข้าพเจ้าพูดนั้นเถิด (10:14-15)

เราสามารถอ่านพบข้อความที่ว่า "พวกที่รัก" ในหลายที่หลายแห่งของพระคัมภีร์ คำพูดเช่นนี้ถูกใช้สำหรับผู้คนที่ยืนหยัดอยู่ในความเชื่อและความจริง ดังนั้นคนเหล่านี้จึงได้รับข้อถ้อยคำต่อไปนี้ พระคัมภีร์ข้อนี้กล่าวว่า "พวกที่รักของข้าพเจ้า จงหลีกเลี่ยงเสียจากการนับถือรูปเคารพ" ถ้าเช่นนั้นการนับถือรูปเคารพหมายถึงอะไร

1 โครินธ์ 10:7 กล่าวถึงผู้คนที่นั่งลงกินและดื่มและลุกขึ้นเล่นสนุกกันต่อหน้ารูปวัวทองคำที่เขาสร้างขึ้นในขณะที่โมเสสอยู่บนภูเขาซีนาย ข้อ 8 พูดถึงผู้คนที่กราบไหว้พระของหญิงชาวโมอับ ข้อ 9 และ 10 พูดถึงผู้คนที่ถูกงูพิษกัดจนล้มตายเพราะเขาบ่นต่อว่าและทดลององค์พระผู้เป็นเจ้า สิ่งเหล่านี้คือการนับถือรูปเคารพทั้งสิ้น

มีเหตุผลอยู่ข้อหนึ่งที่ว่าทำไมผู้คนจึงไม่ไว้วางใจในพระเจ้าอ

ย่างสิ้นเชิง สาเหตุก็เพราะว่าเขามีรูปเคารพเป็นจำนวนมากที่เขา พึ่งพิง อาทิ เช่น ความรู้ อำนาจในสังคม ชื่อเสียงของตนหรือสิ่ง อื่นใดที่เขามีอยู่ซึ่งเขาให้ความสำคัญมากกว่าพระเจ้า คนเหล่านี้ "ต่อสู้กับพระเจ้า" ในสิ่งเหล่านี้

พระคัมภีร์ตอนนี้กล่าวว่า "ข้าพเจ้าพูดกับท่านอย่างพูดกับคนที่มีปัญญา" ปัญญาในที่นี้ไม่ได้หมายถึงปัญญาของโลก แต่หมายถึงสติปัญญาที่พระเจ้าประทานให้ การรู้จักพระเจ้าและเข้าใจความจริงคือจุดเริ่มต้นของสติปัญญาและความรู้ สติปัญญาที่กล่าวถึงในข้อนี้หมายถึงสติปัญญาของการรู้จักพระคำของพระเจ้า เปาโลกล่าวว่าท่านกำลังพูดกับผู้ที่มีสติปัญญาเพราะคนเหล่านั้นเข้าใจพระคำของพระเจ้า

เปาโลกล่าวว่า "...ท่านจงพิจารณา (ตัดสิน) ถ้อยคำที่ข้าพเจ้าพูดนั้นเถิด" พระคัมภีร์บอกเราไม่ให้ตัดสินผู้ใด ทำไมเปาโลจึงกล่าวเช่นนั้น ท่านหมายความว่าคนเหล่านั้นต้องวินิจฉัยสิ่งที่ท่านพูดด้วยความจริงเพราะเขารู้จักความจริงแล้ว เพราะเหตุนี้ท่านจึงไม่ได้พูดสิ่งนี้กับผู้คนแบบส่งเดช แต่ท่านพูดเฉพาะกับผู้คนที่มีความเฉลียวฉลาดในพระคำเท่านั้น นั่นคือเหตุผลเช่นกันว่าทำไมท่านจึงเริ่มต้นประโยคของท่านด้วยคำว่า "พวกที่รักของข้าพเจ้า"

ถ้วยแห่งพระพรซึ่งเราได้ขอพระพรนั้นเป็นที่ทำให้เรามีส่วนร่วมในพระโลหิตของพระคริสต์มิใช่หรือ ขนมปังซึ่งเราหักนั้นเป็นที่ทำให้เรามีส่วนร่วมในพระกายของพระคริสต์มิใช่หรือ แม้เราซึ่งเป็นบุคคลหลายคนเราก็ยังเป็นขนมปังก้อนเดียวและเป็นร่างกายเดียวเพราะว่าเราทุกคนรับประทานขนมปังก้อนเดียวกัน จงพิจารณาดูพวกอิสราเอลตามเนื้อหนัง คนที่รับประทานของที่บูชาแล้วนั้นก็มีส่วนร่วมในแท่นบูชานั้นมิใช่หรือ (10:16-18)

เรามีส่วนร่วมในพระกายและพระโลหิตของพระคริสต์ด้วยการกินขนมปังและดื่มน้ำองุ่นในพิธีศีลมหาสนิท เพราะเหตุใดการกินพระกายและการดื่มพระโลหิตของพระคริสต์จึงเป็นพระพร สาเหตุก็เพราะว่าสิ่งนี้ให้ชีวิตกับเราและนำเราไปสู่หนทางแห่งชีวิตนิรันดร์

เรากินขนมปังก้อนเดียวกันในพิธีศีลมหาสนิท สาเหตุก็เพราะว่ามีพระเยซูเพียงองค์เดียว ความจริงมีอยู่เพียงความจริงเดียวและไม่มีสิ่งใดอื่นอีกนอกเหนือไปจากหนังสือ 66 เล่มของพระคัมภีร์

ผู้คนที่บริโภคความจริงจะมีความจริงอยู่ในจิตใจของตนและเขาจะมีพระทัยของพระเยซู ทุกคนสามารถรวมใจกันเป็นหนึ่งเดียวในความจริงหนึ่งเดียวโดยไม่คำนึงถึงเพศหรืออายุ ดังนั้นเราทุกคนจึงสามารถเป็นขนมปังก้อนเดียวกัน เราเป็นกายเดียวกันและจิตใจเดียวกัน เพราะเหตุนี้ข้อนี้จึงกล่าวว่า “เราทุกคนรับประทานขนมปังก้อนเดียวกัน”

ข้อ 18 ของพระคัมภีร์ฉบับคิงเจมส์กล่าวว่า “จงพิจารณาดูพวกอิสราเอลตามเนื้อหนัง คนที่รับประทานของที่บูชาแล้วนั้นก็มีส่วนร่วมในแท่นบูชานั้นมิใช่หรือ”

เมื่อพูดถึงพวกอิสราเอล มีผู้คนที่เกิดตามเนื้อหนังในขณะที่มีอีกหลายคนที่เกิดโดยความเชื่อในวิญญาณ มีหลายคนที่เกิดจากเมล็ดพันธุ์แห่งพันธสัญญาของอิสอัคด้วยความเชื่อในขณะที่มีอีกหลายคนที่ไม่ได้เกิดจากเมล็ดพันธุ์ที่สัญญาไว้แต่เกิดตามเนื้อหนัง

“พวกอิสราเอลตามเนื้อหนัง” หมายถึงผู้คนที่มีความเชื่อในการประพฤติภายนอกเพียงอย่างเดียว ในพระคัมภีร์เดิม แม้คนหนึ่งจะมีจิตใจที่สกปรกซึ่งเต็มไปด้วยเล่ห์เหลียมและความเกลียดชัง แต่คนนี้ก็ยังไม่ถือว่าเป็นคนบาปนอกจากเขาจะทำบาปของการลักขโมย การล่วงประเวณี หรือการลงมือฆ่าคนเท่านั้น

พวกอิสราเอลตามความเชื่อหมายถึงผู้คนที่เข้าสุหนัตในจิตใ

จของตนเพื่อทำให้ตนเองบริสุทธิ์ คนเหล่านี้ได้รับการชำระให้บริสุทธิ์และการประพฤติของเขาอยู่ในความสว่างและความจริงเช่นกัน แต่มีบางคนที่ยังเป็นมิตรกับโลกโดยไม่กำจัดบาปทิ้งไปและไม่ได้ประพฤติตามพระคำของพระเจ้า คนเหล่านี้เป็นเพียง "คนไปโบสถ์" เราเรียกคนเช่นนี้ว่า "พวกอิสราเอลตามเนื้อหนัง"

ท่อนที่สองของข้อ 18 กล่าวว่า "...คนที่รับประทานของที่บูชาแล้วนั้นก็มีส่วนร่วมในแท่นบูชานั้นมิใช่หรือ"

ในพระคัมภีร์ความบาปถูกจำแนกออกเป็น "สิ่งที่อยู่ฝ่ายเนื้อหนัง" กับ "การงานของเนื้อหนัง" สิ่งที่อยู่ฝ่ายเนื้อหนังคือธรรมชาติบาปที่อยู่ในจิตใจในขณะที่การงานของเนื้อหนังได้แก่ความบาปที่อยู่ในรูปของการกระทำ ความบาปทุกชนิดถูกเรียกว่า "เครื่องบูชาที่ถวายแก่รูปเคารพ" เช่นกัน พวกอิสราเอลตามเนื้อหนังแสดงถึงผู้คนที่ยังคงรับประทานเครื่องบูชาที่ถวายแก่รูปเคารพในขณะที่เขามีส่วนร่วมในแท่นบูชาของอิสราเอล กล่าวคือ คนเหล่านี้ได้แก่ผู้คนที่มาโบสถ์และกระนั้นเขาก็ยังดำเนินชีวิตอยู่ในความบาป

ถ้าอย่างนั้นแล้วจะให้ข้าพเจ้าว่าอย่างไร รูปเคารพนั้นศักดิ์สิทธิ์หรือ เครื่องบูชาที่ถวายแก่รูปเคารพนั้นเป็นของศักดิ์สิทธิ์หรือ แต่ข้าพเจ้าว่า เครื่องบูชาที่พวกต่างชาติถวายนั้น เขาถวายบูชาแก่พวกปีศาจ และไม่ได้ถวายแด่พระเจ้า ข้าพเจ้าไม่ปรารถนาให้ท่านมีส่วนร่วมกับพวกปีศาจ ท่านจะดื่มจากถ้วยขององค์พระผู้เป็นเจ้าและจากถ้วยของพวกปีศาจด้วยไม่ได้ ท่านจะรับประทานที่โต๊ะขององค์พระผู้เป็นเจ้าและที่โต๊ะของพวกปีศาจด้วยก็ไม่ได้ (10:19-21)

ในการใช้ตัวอย่างเปรียบเทียบ อัครทูตเปาโลกำลังอธิบายด้วยก

ารดลใจของพระวิญญาณบริสุทธิ์เกี่ยวกับสิ่งต่าง ๆ ที่เป็นรูปเคารพและสิ่งของซึ่งบูชาแก่รูปเคารพ

"พวกต่างชาติ" หมายถึงคนที่ไม่เชื่อ คนเหล่านี้ถวายเครื่องบูชาแก่พวกปีศาจ คนเหล่านี้ยังคิดเช่นกันว่าบรรพบุรุษของตนได้กลายเป็นปีศาจและเขาคุกเข่าลงต่อหน้าปีศาจ ที่จริงคนเหล่านี้ไม่ได้กำลังกราบไหว้ปีศาจที่เขาคิดว่าเป็นบรรพบุรุษของตน

ถ้าเช่นนั้น บรรพบุรุษของเราไปอยู่ที่ไหน ผู้เชื่อในพระเยซูคริสต์ไปอยู่ในเมืองบรมสุขเกษม (ลูกา 23:43) และคนที่ไม่เชื่อถูกขังไว้ในแดนมรณา (ลูกา 16:23) ด้วยเหตุนี้ แม้ผู้คนจะกราบไหว้บรรพบุรุษของตนและถวายสิ่งที่ดีให้กับคนเหล่านั้น แต่บรรพบุรุษของเขาก็ไม่สามารถรับเอาการกราบไหว้ของเขา ผู้คนที่เสียชีวิตโดยไม่ได้รับความรอดจะลงไปสู่แดนมรณา บางคนจะได้รับเลือกเป็นพิเศษภายใต้เงื่อนไขพิเศษบางอย่างเพื่อให้กลายเป็นปีศาจในโลกนี้

การคุกเข่ากราบไหว้ปีศาจคือการเป็นผู้มีส่วนร่วมกับปีศาจ ถ้าเราคุกเข่ากราบไหว้พ่อแม่ของเราที่มีชีวิต สิ่งก็หมายความว่าเราเคารพนับถือท่านและท่านสามารถรับเอาจิตใจของเรา สิ่งนี้เป็นสามัคคีธรรมเพราะเราแบ่งปันจิตใจของเรา เช่นเดียวกัน การคุกเข่ากราบไหว้ปีศาจคือการมีสามัคคีธรรมกับปีศาจ ดังนั้นเปาโลจึงกล่าวว่าท่านไม่ต้องการให้คนเหล่านั้นเป็นผู้มีส่วนร่วมกับปีศาจ

ข้อ 21 กล่าวว่า "ท่านจะดื่มจากถ้วยขององค์พระผู้เป็นเจ้าและจากถ้วยของพวกปีศาจด้วยไม่ได้ ท่านจะรับประทานที่โต๊ะขององค์พระผู้เป็นเจ้าและที่โต๊ะของพวกปีศาจด้วยก็ไม่ได้"

บุคคลไม่สามารถมุ่งไปสู่เป้าหมายปลายทางสองแห่งได้ในเวลาเดียวกัน แต่ละคนต้องเลือกว่าเขาจะเดินทางไปยังกรุงเทพหรือเชียงใหม่ ในทำนองเดียวกัน เราไม่สามารถมุ่งหน้าไปสู่หนทางแห่งความพินาศและหนทางแห่งชีวิตนิรันดร์ได้ในเวลาเดียวกัน

ด้วยเหตุนี้ อย่าให้ผู้หนึ่งผู้ใดแก้ตัวในทำนองว่า "ผมมีความเชื่ออ่อนแอและผมช่วยไม่ได้จริง ๆ ผมมีส่วนร่วมในถ้วยขององค์พระผู้เป็นเจ้าด้วยการนมัสการพระเจ้าในคริสตจักร แต่ผมต้องคุกเข่ากราบไหว้รูปเคารพด้วยเช่นกันเพราะผมถูกพ่อแม่บังคับ" อย่าให้เรื่องในทำนองนี้เกิดขึ้นเป็นอันขาด สิ่งนี้พิสูจน์ให้เห็นว่าบุคคลคนนี้ไม่มีความเชื่อเลย

ในเมื่อผู้เชื่อเรียกพระเจ้าว่า "พระบิดา" เขาไม่ควรทำให้ซาตานพึงพอใจด้วยการทำบาป การเป็นมิตรกับโลก และการกระทำสิ่งที่ชั่วร้ายในเวลาเดียวกัน เขาต้องเลือกทางใดทางหนึ่งว่าเขาจะดำเนินชีวิตอยู่ในความจริงหรืออยู่ในความบาป เปาโลกำลังอธิบายถึงเรื่องนี้ด้วยการเปรียบเทียบกับถ้วยของปีศาจและโต๊ะของปีศาจซึ่งเป็นตัวอย่างของชีวิตเรา

## เราจะยั่วยุให้องค์พระผู้เป็นเจ้าทรงอิจฉาหรือเรามีฤทธิ์มากกว่าพระองค์หรือ (10:22)

มีใครบ้างที่มีฤทธิ์มากกว่าองค์พระผู้เป็นเจ้า ผู้คนที่บ่นต่อว่าพระเจ้าอย่างง่ายดายโดยพูดว่าเขาอยากออกไปจากคริสตจักรหรือผู้คนที่ทดลองคริสตจักรคือคนที่ประพฤติตนราวกับว่าเขามีฤทธิ์มากกว่าองค์พระผู้เป็นเจ้า เรากล้าเป็นคนที่มีฤทธิ์มากกว่าองค์พระผู้เป็นเจ้าและยั่วยุพระองค์ให้อิจฉาหรือ

เราไม่กล้าพูดว่าเรามีฤทธิ์มากกว่าองค์พระผู้เป็นเจ้าได้อย่างแท้จริงถ้าเราเชื่อในองค์พระผู้เป็นเจ้าผู้ทรงพระชนม์อยู่และทรงกระทำการของพระองค์ "อัตตา" และ "ตัวตน" ของเราจะสลายไปอย่างสิ้นเชิงและเราจะพูดว่า "ผมเข้มแข็งได้ด้วยฤทธิ์อำนาจที่องค์พระผู้เป็นเจ้าประทานให้เท่านั้น ผมไม่สามารถทำสิ่งใดถ้าปราศจากองค์พระผู้เป็นเจ้า" เราจะตายทุกวันเหมือนดังที่เปาโลตายทุกวัน

ผู้คนทีคุกเข่าลงต่อพระพักตร์ขององค์พระผู้เป็นเจ้าและเชือในพระองค์อย่างมันคงจะรักพระองค์ รักพีน้องในความเชือ และดำเนินชีวิตอยู่อย่างสงบสุขกับคนเหล่านั้นตามพระคำของพระเจ้าเช่นกัน คนเหล่านีจะไม่เป็นมิตรกับโลก ทำบาปหรือทำสิงทีอธรรมซึงองค์พระผู้เป็นเจ้าทรงเกลียดชัง ตรงกันข้าม เขาจะละทิงความชัวร้ายทุกรูปแบบ สิงนีหมายความว่าคนเหล่านีจะไม่มีส่วนร่วมในการกราบไหว้รูปเคารพ กินสิงของทีถวายแก่รูปเคารพ หรือเป็นผู้มีส่วนร่วมกับปีศาจ

ซาตานเป็นผู้ทีทำให้ผู้คนทำบาป แต่ถ้าเรากินสิงของทีบูชาแก่รูปเคารพ กล่าวคือ ถ้าเราทำบาปและดำเนินชีวิตอยู่ในความอธรรม สิงนีก็หมายความว่าเราเป็นผู้มีส่วนร่วมกับซาตานด้วยการเชือฟังมัน ผู้คนทีทำเช่นนีไม่ได้เกรงกลัวพระเจ้า บุคคลเช่นนีเป็นผู้ทีไม่เคารพยำเกรงพระเจ้า ตรงกันข้าม เขาจะทดลองพระองค์หรือบ่นต่อว่าพระองค์ เพราะฉะนัน คนเหล่านีจึงพูดว่าเขา “มีฤทธิ์มากกว่าพระองค์”

# ความหมายตามตัวอักษรของการนับถือรูปเคารพ

ข้าพเจ้าทำสิ่งสารพัดได้ แต่ไม่ใช่ทุกสิ่งที่จะทำได้นั้นเป็นประโยชน์ ข้าพเจ้าทำสิ่งสารพัดได้ แต่ไม่ใช่ทุกสิ่งจะทำให้เจริญขึ้น (10:23)

พระเจ้าไม่ได้สร้างมนุษย์ให้เป็นเหมือนทูตสวรรค์ที่เชื่อฟังเพียงอย่างเดียวโดยไม่มีเงื่อนไข พระเจ้า ทรงประทานเสรีภาพในการตัดสินใจแก่มนุษย์เพื่อให้เลือกตามวิจารณญาณของตน จากนั้นพระเจ้าตรัสกับมนุษย์ว่าเขาจะล้มลงไปสู่ความพินาศถ้าเขากินผลจากต้นไม้แห่งการรู้ดีและรู้ชั่ว แต่เขาจะสามารถมีชีวิตอยู่กับพระเจ้าตลอดไปถ้าเขาไม่กินผลจากต้นไม้นั้น

ทุกสิ่งเป็นไปได้เพราะเราสามารถสิ่งนี้หรือสิ่งนั้น แต่สิ่งที่เราเลือกทำจะเป็นประโยชน์ก็ต่อเมื่อเราทำตามน้ำพระทัยของพระเจ้าเท่านั้น ถ้าเราไม่ได้ดำเนินชีวิตในความจริง สิ่งนี้ก็หมายความว่าเรากำลังมุ่งหน้าไปสู่หนทางแห่งความตายซึ่งเป็นหนทางแห่งความพินาศ

นอกจากนั้น แม้เราจะสามารถทำสิ่งสารพัดได้ แต่ไม่ใช่ทุกสิ่งที่เราทำจะก่อให้เกิดการเสริมสร้าง ยกตัวอย่าง

เราไม่สามารถสรรเสริญพระเจ้า หัวเราะ และทำเสียงแห่งความชื่นบานได้อย่างเปิดเผยในพิธีศพเพียงเพราะมีความเชื่อ เราควรปลอบโยนสมาชิกครอบครัวของผู้ตายตามบรรยากาศในที่แห่งนั้น

ถ้าคนที่เสียชีวิตมาจากครอบครัวที่เชื่อ การร้องเพลงแห่งความหวังที่จะได้พบกับผู้ตายอีกครั้งหนึ่งในแผ่นดินสวรรค์คือสิ่งที่ถูกต้อง ถ้ามีคนที่ไม่เชื่อในครอบครัวและถ้าคนนั้นไม่ชอบสิ่งที่เราทำ เราต้องเห็นแก่เขาเหมือนกัน นี่เป็นเพียงหนึ่งในหลาย ๆ ตัวอย่างเท่านั้น ในหลายพื้นที่เราสามารถทำสิ่งสารพัดได้แต่ไม่ใช่ทุกสิ่งจะทำให้เกิดการเสริมสร้าง

อย่าให้ผู้ใดเห็นแก่ประโยชน์ส่วนตัว แต่จงเห็นแก่ประโยชน์ของคนอื่น ทุกสิ่งที่เขาขายตามตลาดเนื้อนั้นรับประทานได้ ไม่ต้องถามอะไรโดยเห็นแก่ใจสำนึกผิดชอบ เพราะว่า 'แผ่นดินโลกกับสรรพสิ่งในโลกนั้นเป็นขององค์พระผู้เป็นเจ้า' ถ้าคนที่ไม่มีความเชื่อจะเชิญท่านไปในงานเลี้ยงและท่านเต็มใจไป

สิ่งที่เขาตั้งให้รับประทานก็รับประทานได้ไม่ต้องถามอะไรโดยเห็นแก่ใจสำนึกผิดชอบ (10:24-27)

ใน 1 โครินธ์ 13 ซึ่งเป็นบทที่พูดถึงความรักฝ่ายวิญญาณ ข้อหนึ่งกล่าวว่า "ความรักไม่คิดเห็นแก่ตนเองฝ่ายเดียว" นี่คือความรักฝ่ายวิญญาณ แต่ความรักของโลกเป็นความรักฝ่ายเนื้อหนังที่เห็นแก่ประโยชน์ส่วนตน

เราจะมีความรักฝ่ายวิญญาณที่พระเจ้าประทานให้ได้ก็ต่อเมื่อเราทำลาย "อัตตา" ของเราและมีความพร้อมที่จะเสียสละเพื่อคนอื่นเท่านั้น เราจะชื่นบานอยู่เสมอเมื่อเรากำจัดความรักฝ่ายเนื้อหนังทิ้งไปและมีความรักฝ่ายวิญญาณ เปาโลกล่าวว่าเราต้องเห็นแก่ประ

โยชน์ของคนอื่นด้วยความรักชนิดนี้

พระคัมภีร์ตอนนี้กล่าวว่า "ทุกสิ่งที่เขาขายตามตลาดเนื้อนั้นรับประทานได้ ไม่ต้องถามอะไรโดยเห็นแก่ใจสำนึกผิดชอบ" ที่จริงในพระคัมภีร์ตอนนี้เปาโลกำลังพูดถึงอาหารซึ่งบูชาแก่รูปเคารพ คำพูดที่ว่า "ข้าพเจ้าทำสิ่งสารพัดได้" ในข้อ 23 มีความสัมพันธ์กับเรื่องนี้

เมื่อเราซื้อบางสิ่งบางอย่างที่ตลาด เราจะถามคนขายหรือไม่ว่า "คุณไหว้เจ้าหรือเปล่า" และถ้าเขาตอบว่า "ไหว้" เราจะหันหลังให้กับเขาหรือเปล่า เปล่า เราไม่ควรทำเช่นนั้น นอกจากนั้น เมื่อเราขายบางสิ่งบางอย่าง เราจะไม่ถามผู้ซื้อว่าเขาไหว้รูปเคารพหรือไม่เพื่อตัดสินใจว่าเราจะขายของสิ่งนั้นให้กับเขาหรือไม่ เราไม่ควรทำเช่นนั้น เราไม่มีเหตุผลที่จะไปถามคนเหล่านั้นว่าเขาไหว้รูปเคารพหรือไม่ เราเพียงแต่ซื้อและขายโดยไม่ต้องถามอะไร

ในทำนองเดียวกัน เมื่อเรารับประทานบางสิ่งบางอย่างเราไม่จำเป็นต้องถามว่า "สิ่งนี้บูชาให้กับรูปเคารพแล้วหรือยัง" สิ่งสารพัดในจักรวาลล้วนเป็นของพระเจ้า เพราะเหตุนี้เราจึงสามารถรับประทานทุกอย่างได้โดยไม่ต้องถาม

หรือสมมุติว่าคนที่ไม่เชื่อเชิญเราไปรับประทานอาหารมื้อค่ำ เปาโลบอกกับเราว่าเราไม่ควรถามเจ้าภาพที่เชิญเราไปว่าอาหารนี้บูชารูปเคารพแล้วหรือยัง เราสามารถรับประทานอาหารนั้นด้วยความเชื่อเพราะสิ่งสารพัดเป็นของพระเจ้าและอาหารบางอย่างก็ถูกนำไปถวายแด่พระเจ้า แต่มีบางสิ่งบางอย่างที่เราไม่ควรรับประทานเช่นกันและสิ่งนี้ถูกอธิบายไว้ในข้อต่อไปนี้

แต่ถ้ามีใครมาบอกท่านว่า "ของนี้เขาถวายแก่รูปเคารพแล้ว" ท่านอย่ารับประทาน เพราะเห็

นแก่คนที่บอกนั้นแล ะเพราะเห็นแก่ใจสำนึกผิดชอบด้วย เพราะว่า
'แผ่นดินโลกกับสรรพสิ่งในโลกนั้นเป็นขององค์พระผู้เป็นเจ้า'
ข้าพเจ้ามิได้หมายถึงใจสำนึกผิดชอบของท่าน แต่หมายถึงใจ
สำนึกผิดชอบของคนที่บอกนั้น ทำไมใจสำนึกผิดชอบของผู้อื่
นจะต้องมาขัดขวางเสรีภาพของข้าพเจ้าเล่า เพราะถ้าข้าพเจ้ารับ
ประทานโดยขอบพระคุณ ทำไมเขาติเตียนข้าพเจ้าเพราะสิ่งที่ข้า
พเจ้าได้ขอบพระคุณแล้วเล่า (10:28-30)

คนที่ไม่เชื่ออาจคิดว่า "ผมได้ยินมาว่าผู้เชื่อไม่กินอาหารที่บู
ชาแก่รูปเคารพ ในเมื่อคนนี้เป็นผู้เชื่อ บางทีผมไม่ควรเสิร์ฟอา
หารนี้ให้กับเขาเพราะสิ่งนี้ถูกนำไปบูชาแก่รูปเคารพแล้ว" แล
ะถ้าคนที่ไม่เชื่อบอกผู้เชื่อว่าอาหารนั้นบูชาแก่รูปเคาพรแล้ว
ผู้เชื่อไม่ควรกินอาหารนั้น แน่นอน อาหารเป็นสิ่งที่พระเจ้าประทา
นให้ แต่สิ่งนี้ถูกนำไปบูชาให้แก่ปีศาจแล้ว เราไม่ควรกินอาหารนั้
นเมื่อเรารู้ว่าสิ่งนั้นบูชาแก่รูปเคารพแล้ว

ถ้าเรากินอาหารนั้น คนที่ไม่เชื่อนั้นอาจพิพากษาเราโดยคิดว่า
เราไม่ใช่ผู้เชื่อที่อุทิศตนอย่างแท้จริง เราถูกพิพากษาด้วยจิตสำนึก
ผิดชอบของเขาและสิ่งนี้เป็นการหลู่พระเกียรติของพระเจ้า

เมื่อคนที่ไม่เชื่อบอกเราว่าอาหารนั้นบูชาแก่รูปเคารพแล้ว เขา
มีเจตนาที่จะไม่ให้เรากินอาหารนั้น เพราะเหตุนี้ เราจึงไม่ควรกิน
อาหารนั้นเพื่อเห็นแก่บุคคลคนนั้น นอกจากนั้น เป็นที่ชัดเจนว่าเร
าไม่กินอาหารนั้นเพราะเวลานี้เรารู้ว่าอาหารนั้นบูชาแก่รูปเคารพ
แล้ว

ถ้าเรายังกินอาหารนั้นหลังจากได้ยินว่าสิ่งนั้นบูชาแก่รูปเคารพ
แล้ว จิตสำนึกผิดชอบของคนที่บอกให้เราทราบก็จะพิพากษาเรา

เรามีความเชื่อและเสรีภาพที่จะกินอาหารนั้น แต่เราไม่จำเป็น
ต้องใช้เสรีภาพของเราเพื่อทำให้คนอื่นพิพากษาเราเพราะเราต้องเ

หิ้นแก่ประโยชน์ของคนอื่นไม่ใช่ประโยชน์ส่วนตัวของเรา

มัทธิว 5:39-41 กล่าวว่า “ฝ่ายเราบอกท่านว่า อย่าต่อสู้คนชั่ว ถ้าผู้ใดตบแก้มขวาของท่าน ก็จงหันแก้มอีกข้างหนึ่งให้เขาด้วยถ้าผู้ใดอยากจะฟ้องศาลเพื่อจะริบเอาเสื้อของท่าน ก็จงให้เสื้อคลุมแก่เขาด้วย ถ้าผู้ใดจะเกณฑ์ท่านให้เดินทางไปหนึ่งกิโลเมตร ก็ให้เลยไปกับเขาถึงสองกิโลเมตร” แม้ในยามที่มีคนซึ่งเราไม่ชอบหน้าบังคับให้เราเดินทางไปกับเขาหนึ่งกิโลเมตร เราควรพร้อมที่จะเดินไปกับเขาถึงสองกิโลเมตร

นี่เป็นความพยายามที่จะเอาชนะใจบุคคลนั้นและช่วยเขาให้รอด ในทำนองเดียวกัน เราไม่ควรกินอาหารนั้นเมื่อมีคนมาบอกให้เรารู้ว่าอาหารนั้นบูชาให้แก่รูปเคารพแล้ว

การ “รับประทานโดยขอบพระคุณ” หมายถึงการ “ประพฤติตามความจริงตามจิตสำนึกผิดชอบของเรา” แต่เมื่อมีคนมาบอกให้เรารู้ว่าอาหารนั้นบูชาแก่รูปเคารพแล้วและถ้าเรายังกินอาหารนั้นโดยพูดว่าไม่เป็นไรหรอกเพราะเรามีความเชื่อ ถ้าเช่นนั้นบุคคลนั้นอาจวิพากษ์วิจารณ์เราว่าเราไม่ได้รักษาพระบัญญัติของพระเจ้า

ด้วยเหตุนี้ ในกรณีเช่นนั้น เราไม่ควรกินอาหารเพราะเห็นแก่ผู้คนที่มีความเชื่ออ่อนแอหรือคนที่ไม่มีความเชื่อ การรับประทานโดยการขอบพระคุณและเป็นเหตุให้คนอื่นวิพากษ์วิจารณ์เรานั้นถือเป็นสิ่งที่ไม่ถูกต้อง

# จงทำสิ่งสารพัดเพื่อพระเกียรติของพระเจ้า

เหตุฉะนั้นเมื่อท่านจะรับประทาน จะดื่ม หรือจะทำอะไรก็ตาม จงกระทำเพื่อเป็นการถวายพระเกียรติแด่พระเจ้า (10:31)

ขอให้เราสมมุติว่าเราอยู่ในสถานการณ์ที่พ่อแม่ของเราต้องการให้เรากราบไหว้รูปเคารพ ในกรณีนี้เราต้องไม่กราบไหว้โดยคิดว่าเราไม่อยากเป็นต้นเหตุที่ทำให้พ่อแม่ของเรารู้สึกไม่สบายใจ บางทีเราควรพูดกับพ่อแม่ไว้ล่วงหน้าเพื่อท่านจะไม่ต้องกราบไหว้รูปเคารพ

สมมุติว่าคนทั้งครอบครัวกำลังรับประทานอาหารร่วมกันซึ่งเป็นอาหารที่บูชาแก่รูปเคารพแล้ว ในสถานการณ์เช่นนี้ ถ้าเราพูดว่า "ผมไม่อยากกินอาหารที่บูชาแก่รูปเคารพแล้ว โปรดจัดหาอาหารอย่างอื่นให้ผมหน่อย" ถ้าเราพูดเช่นนี้พ่อแม่ของเราอาจเสียใจ เนื่องจากความสงบสุขในครอบครัวถูกทำลายลงเพราะการพูดเช่นนั้น สิ่งนั้นจะทำให้การประกาศข่าวประเสริฐกับพ่อแม่มีความยากลำบาก

ด้วยเหตุนี้ การกินอาหารที่บูชาแก่รูปเคารพในความพยายามที่จะประกาศกับคนในครอบครัวจึงเป็นสิ่งที่ทำได้เพราะอาหารเช่น

นั้นก็ถวายให้กับพระเจ้าด้วยเช่นกัน ดังนั้น ไม่ว่าเรากินหรือดื่มหรือไม่ว่าเราจะทำสิ่งใดก็ตาม เราต้องทำทุกสิ่งเพื่อพระเกียรติของพระเจ้าโดยไม่เห็นแก่ประโยชน์ส่วนตัวของเรา

อย่าเป็นต้นเหตุที่ทำให้พวกยิว หรือพวกต่างชาติ หรือคริสตจักรของพระเจ้าหลงผิดไป เหมือนที่ข้าพเจ้าเองได้พยายามกระทำทุกสิ่งเพื่อให้เป็นที่พอใจของคนทั้งปวง มิได้เห็นแก่ประโยชน์ส่วนตัว แต่เห็นแก่ประโยชน์ของคนทั้งหลาย เพื่อให้เขารอดได้ (10:32-33)

คำว่า "พวกยิว" ในที่นี้หมายถึงผู้เชื่อในขณะที่คำว่า "พวกต่างชาติ" ในที่นี้หมายถึงคนที่ไม่เชื่อ อัครทูตเปาโลไม่ได้เห็นแก่ประโยชน์ตัวของท่าน ท่านกล่าวว่าท่านสามารถทำสิ่งสารพัดได้ แต่ท่านจะไม่ยอมกินเนื้อตลอดไปถ้าการไม่กินเนื้อนั้นเป็นการทำเพื่อประโยชน์ของคนอื่น ท่านไม่ได้มีชีวิตอยู่เพื่อตัวเอง ท่านเข้าสุหนัต แต่ท่านยอมเป็นเหมือนคนที่ไม่ได้เข้าสุหนัตเพื่อเห็นแก่ผู้คนที่ไม่ได้เข้าสุหนัต

จุดประสงค์ของการที่ท่านกระทำสิ่งต่าง ๆ เหล่านั้นก็เพื่อความรอดของดวงวิญญาณและเพื่อถวายเกียรติแด่พระเจ้า เราไม่ควรเห็นแก่ประโยชน์ส่วนตัวของเรา แต่จงทำทุกสิ่งเพื่อพระเกียรติของพระเจ้าและเพื่อความรอดของดวงวิญญาณเช่นกัน

# บทที่ 11

# ลำดับฝ่ายวิญญาณ

จงปฏิบัติตามอย่างข้าพเจ้า
ลำดับฝ่ายวิญญาณ
ผู้หญิงไม่ต้องคลุมศีรษะของตน
สาเหตุที่มีการทุ่มเถียงและการแตกก๊กแตก
เหล่ากันขึ้น
ความหมายที่แท้จริงของพิธีศีลมหาสนิท

# จงปฏิบัติตามอย่างข้าพเจ้า

ท่านทั้งหลายก็จงปฏิบัติตามอย่างข้าพเจ้า เหมือนอย่างที่ข้าพเจ้าปฏิบัติตามอย่างพระคริสต์ พี่น้องทั้งหลาย บัดนี้ข้าพเจ้าขอชมท่านทั้งหลายเพราะท่านได้ระลึกถึงข้าพเจ้าทุกประการ และท่านได้รักษากฎที่ข้าพเจ้าได้มอบไว้กับท่าน (11:1-2)

พระเยซูทรงเชื่อฟังพระเจ้าจนถึงการสิ้นพระชนม์ฉันใด อัครทูตเปาโลก็เชื่อฟังองค์พระผู้เป็นเจ้าจนถึงความตายของท่านด้วยฉันนั้น จิตใจ การกระทำ และความตั้งใจทั้งสิ้นของท่านอยู่ในความจริงซึ่งมีลักษณะเหมือนพระทัยของพระเยซูคริสต์

พระเยซูตรัสไว้ในยอห์น 14:15 ว่า "ถ้าท่านทั้งหลายรักเรา จงรักษาบัญญัติของเรา" เปาโลกล่าวด้วยอย่างมั่นใจเช่นกันว่า "จงปฏิบัติตามอย่างข้าพเจ้า" เพราะท่านเป็นเหมือนพระเยซูคริสต์ เนื่องจากคำพูดและการกระทำของเปาโลอยู่ในความจริง การเป็นเหมือนท่านจึงคล้ายคลึงกับการเป็นเหมือนองค์พระผู้เป็นเจ้าและพระเจ้าไม่มากก็น้อย

แต่ไม่ใช่ศิษยาภิบาลทุกคนจะสามารถพูดกับสมาชิกคริสตจักรของตนว่า "จงปฏิบัติตามอย่างข้าพเจ้า" เพียงเพราะอัครทูตเปาโล

พูดสิ่งนี้ ถ้าบางคนบอกให้คนอื่นทำตามอย่างเขา แต่เขากลับไม่มีลักษณะของพระเจ้าและเขาไม่เชื่อฟังพระเจ้าอย่างสมบูรณ์ สิ่งนี้ก็หมายความว่าเขาหยิ่งผยอง

แต่ถ้าคนหนึ่งมีพระทัยขององค์พระผู้เป็นเจ้าอย่างครบถ้วนและดำเนินชีวิตอยู่ในน้ำพระทัยของพระเจ้าอย่างสมบูรณ์เหมือนอัครทูตเปาโล เขาก็สามารถสอนคนอื่นด้วยการเป็นแบบอย่างเพื่อให้คนอื่นปฏิบัติตามอย่างเขา

อัครทูตเปาโลดำเนินชีวิตเพื่อพระเกียรติของพระเจ้าเพียงอย่างเดียวในทุกสิ่งไม่ว่าในการกินหรือการดื่มหรือในสิ่งใดก็ตามที่ท่านทำ ท่านไม่ได้ถือว่าชีวิตของท่านมีค่าเมื่อชีวิตของท่านอยู่เพื่อพระเยซูคริสต์ ท่านชื่นชมยินดีและขอบพระคุณแม้ในยามที่ท่านถูกเฆี่ยนตีและถูกข่มเหง ท่านปฏิบัติตามน้ำพระทัยของพระเจ้าแม้สิ่งนั้นจะหมายถึงการข่มเหงและความทุกข์ลำบากและในยามที่ความตายกำลังรอคอยท่านอยู่

ท่านสามารถเดินในเส้นทางที่ท่านเลือกด้วยความชื่นชมยินดีเพราะท่านมีความหวังในแผ่นดินสวรรค์ ถ้าเรามีความเชื่อเช่นเดียวกับท่านเราก็ควรทำตามแบบอย่างของอัครทูตเปาโลด้วยการมีจิตใจ คุณลักษณะ และการประพฤติเหมือนอย่างท่าน

ข้อ 2 กล่าวว่า “ท่านได้ระลึกถึงข้าพเจ้าทุกประการ” สมาชิกแห่งคริสตจักรโครินธ์ระลึกถึงเปาโลในเรื่องใด

ในการเดินทางเพื่อทำพันธกิจเที่ยวต่าง ๆ ของท่านอัครทูตเปาโลได้ก่อตั้งคริสตจักรหลายแห่ง ประกาศถึงการคืนพระชนม์ขององค์พระผู้เป็นเจ้าและหนทางแห่งกางเขน ท่านประกาศพระกิตติคุณผ่านทางจดหมายฝากฉบับต่าง ๆ ของท่านด้วยเช่นกัน สมาชิกคริสตจักรโครินธ์ถือว่าถ้อยคำของท่านเป็นพระคำของพระเจ้าและรักษาพระคำนั้น

คนเหล่านั้นเห็นวิธีการที่เปาโลสั่งสอนและอธิษฐาน เขาระลึกถึ

งความจริงที่ท่านนำเสนอและรักษาความจริงนั้นไว้สำหรับตนเองเช่นกัน

สิ่งเดียวที่อัครทูตเปาโลประกาศคือพระกิตติคุณของพระเยซูคริสต์ ท่านแบ่งปันถึงน้ำพระทัยของพระเจ้าและพระบัญญัติของพระองค์เพียงอย่างเดียว ท่านสั่งสอนสิ่งเหล่านี้กับสมาชิกในโครินธ์หลายครั้งและบอกคนเหล่านั้นให้รู้ว่าพระเจ้าทรงมีน้ำพระทัยให้เราชื่นชมยินดี ขอบพระคุณ อธิษฐาน มีความสงบสุข ละทิ้งความอธรรม และทำตามความดี เมื่อกล่าวถึงเรื่องนี้อัครทูตเปาโลชมเชยผู้เชื่อในโครินธ์เพราะคนเหล่านั้นเก็บรักษาคำสั่งสอนของท่านเอาไว้

# ลำดับฝ่ายวิญญาณ

แต่ข้าพเจ้าใคร่ให้ท่านทั้งหลายเข้าใจว่า พระคริสต์ทรงเป็นศีรษะของชายทุกคนและชายเป็นศีรษะของหญิงและพระเจ้าทรงเป็นพระเศียรของพระคริสต์ ชายทุกคนที่กำลังอธิษฐานหรือพยากรณ์โดยคลุมศีรษะอยู่ก็ทำความอัปยศแก่ศีรษะ แต่หญิงทุกคนที่กำลังอธิษฐานหรือพยากรณ์ ถ้าไม่คลุมศีรษะก็ทำความอัปยศแก่ศีรษะ เพราะเหมือนกับว่านางได้โกนผมเสียแล้ว เพราะถ้าผู้หญิงไม่ได้คลุมศีรษะก็ควรจะตัดผมเสีย แต่ถ้าการที่ผู้หญิงจะตัดผมหรือโกนผมนั้นเป็นสิ่งที่น่าอับอาย จงคลุมศีรษะเสีย เพราะการที่ผู้ชายไม่สมควรจะคลุมศีรษะนั้นก็เพราะว่าผู้ชายเป็นพระฉายาและสง่าราศีของพระเจ้า ส่วนผู้หญิงนั้นเป็นสง่าราศีของผู้ชาย (11:3-7)

เปาโลชมเชยผู้เชื่อในโครินธ์เพราะคนเหล่านั้นรักษาคำสอนของท่าน แต่ท่านต้องบอกเขาเกี่ยวกับลำดับฝ่ายวิญญาณอีกครั้งหนึ่งเพราะเขาไม่ได้รักษาลำดับนั้นเอาไว้ ศีรษะของผู้หญิงคือผู้ชายและศีรษะของผู้ชายคือพระคริสต์และศีรษะของพระคริสต์คือพระเจ้า ด้วยเหตุนี้ลำดับที่หนึ่งได้แก่พระเจ้า ลำดับที่สองได้แก่พระคริสต์

ลำดับที่สามได้แก่ผู้ชาย และลำดับที่สี่ได้แก่ผู้หญิง นี่คือลำดับที่พระเจ้ากำลังตรัสถึง

แต่เป็นการยากที่จะเข้าใจพระคัมภีร์ข้อต่อไปนี้ถ้าเราเพียงแต่มองดูความหมายตามตัวอักษรของข้อนี้ "ชายทุกคนที่กำลังอธิษฐานหรือพยากรณ์โดยคลุมศีรษะอยู่ก็ทำความอัปยศแก่ศีรษะ แต่หญิงทุกคนที่กำลังอธิษฐานหรือพยากรณ์ ถ้าไม่คลุมศีรษะก็ทำความอัปยศแก่ศีรษะเพราะเหมือนกับว่านางได้โกนผมเสียแล้ว"

ผู้หญิงต้องคลุมบางอย่างบนศีรษะของตนตามข้อนี้หรือไม่ แน่นอน ในคริสตจักรโรมันคาทอลิกผู้หญิงคลุมศีรษะของตนในพิธีมิสซา สาเหตุก็เพราะว่าคนเหล่านี้ปฏิบัติตามความหมายตามตัวอักษรของข้อนี้ แต่เราควรเข้าใจความหมายฝ่ายวิญญาณและปฏิบัติตามความหมายนั้น

### เพราะเหตุใดผู้ชายจึงไม่ควรคลุมศีรษะของตน

ข้อพระคัมภีร์ก่อนหน้านี้กล่าวว่า "พระคริสต์ทรงเป็นศีรษะของชายทุกคนและชายเป็นศีรษะของหญิงและพระเจ้าทรงเป็นพระเศียรของพระคริสต์"

คำว่า "ศีรษะ" มีความหมายหลายอย่าง ในบรรดาความหมายเหล่านี้ศีรษะเป็นสัญลักษณ์ของ "การเดินนำหน้า/การเป็นผู้นำ" "จุดสิ้นสุดหรือสถานที่ที่สูงกว่าหรือการมุ่งสู่ที่สูง" และ "ตำแหน่งของสิ่งที่เหนือกว่า" การพูดว่าผู้ชายเป็นศีรษะของผู้หญิงหมายความว่าผู้ชายนำหน้าผู้หญิง มีตำแหน่งสูงกว่าผู้หญิงและมีสิทธิอำนาจเหนือผู้หญิง

ในครอบครัว ภรรยาต้องเชื่อฟังสามีในความจริงเพื่อเขาจะสามารถมีครอบครัวที่สงบสุข ในองค์กร เราต้องเชื่อฟังผู้นำ แต่อย่าให้มีผู้ใดหยิ่งผยองเพียงเพราะว่าเขาอายุมากกว่าหรือมีตำแหน่งสูงกว่า ยิ่งเราอยู่ในตำแหน่งหรือฐานะสูงมากขึ้นเท่าใดเรายิ่งต้องถ่อ

มตนเองและรับใช้คนอื่นมากขึ้นเท่านั้น

ถ้าเช่นนั้นเพราะเหตุใดการที่ผู้ชายคลุมศีรษะจึงเป็นการลบหลู่พระเกียรติพระคริสต์

ข้อ 7 กล่าวว่าผู้ชายเป็นพระฉายาและเป็นสง่าราศีของพระเจ้า พระเจ้าทรงสร้างมนุษย์ พระองค์ทรงสร้างผู้ชายและจากนั้นทรงสร้างผู้หญิง ในโลกนี้ผู้ชายควรอยู่ในสถานะแห่งพระฉายาของพระคริสต์ ในฝ่ายวิญญาณศีรษะคือพระเจ้าและพระคริสต์ แต่ในฝ่ายร่างกาย พระเจ้าทรงแต่งตั้งผู้ชายให้อยู่ในตำแหน่งของพระคริสต์บนโลกนี้

การที่ผู้ชายคลุมศีรษะของตนก็หมายความว่าเขากำลังถูกจำกัดหรือถูกยับยั้งด้วยบางสิ่งบางอย่าง ด้วยเหตุนี้ การที่ผู้ชายซึ่งอยู่ฐานะของพระคริสต์จะถูกกำจัดด้วยบางสิ่งบางอย่างจึงไม่ใช่สิ่งที่ถูกต้อง สิ่งนี้หมายความว่าพระเยซูคริสต์ไม่สามารถถูกผูกมัดด้วยผู้หนึ่งผู้ใด เพราะฉะนั้น ถ้าผู้ชายคลุมศีรษะของตนสิ่งนั้นคือการลบหลู่พระเกียรติของพระคริสต์

อะไรคือความหมายฝ่ายวิญญาณของการที่ผู้หญิงคลุมศีรษะของตน

ข้อ 5 กล่าวว่า "แต่หญิงทุกคนที่กำลังอธิษฐานหรือพยากรณ์ถ้าไม่คลุมศีรษะ ก็ทำความอัปยศแก่ศีรษะ เพราะเหมือนกับว่านางได้โกนผมเสียแล้ว"

เมื่อผู้หญิงคลุมศีรษะของตน สิ่งนี้เป็นการแสดงว่าผู้หญิงมีเจ้านายของตนบนโลกนี้ นี่เป็นการแสดงออกถึงความถ่อมใจด้วยความนับถือ

ใครคือศีรษะของผู้หญิง ผู้ชายคือศีรษะของผู้หญิง ดังนั้นถ้าผู้หญิงไม่คลุมศีรษะของตนสิ่งนี้ก็หมายความว่าผู้หญิงไม่ต้องการที่จะถูกจำกัดด้วยผู้ชายและเขาต้องการที่จะเป็นผู้นำและเป็นเจ้านายของตนเองโดยไม่มีผู้ใดอยู่เหนือเขา นี่คือความหยิ่งผยองเพราะเขา

ไม่เชื่อฟังพระคำของพระเจ้าและนี่เป็นการลบหลู่เกียรติของผู้ชายผู้เป็นศีรษะ

ผู้หญิงต้อง "คลุมศีรษะของตน" ซึ่งหมายความว่าเขาจะเชื่อฟังและรับใช้ การที่ผู้หญิงไม่คลุมศีรษะของตนเป็นการแสดงถึงความอับอายเหมือนกับว่าเขาได้โกนศีรษะของตนแล้ว แต่อย่าคิดว่าจากนี้เป็นไปผู้หญิงควรสวมหมวกในการอธิษฐาน เราต้องเราใจความหมายฝ่ายวิญญาณที่บรรจุอยู่ในข้อความเหล่านี้

เพราะว่าไม่ได้ทรงสร้างผู้ชายจากผู้หญิง แต่ได้ทรงสร้างผู้หญิงจากผู้ชายและไม่ได้ทรงสร้างผู้ชายไว้สำหรับผู้หญิง แต่ทรงสร้างผู้หญิงไว้สำหรับผู้ชาย ด้วยเหตุนี้เองผู้หญิงจึงควรจะเอาสัญลักษณ์แห่งอำนาจนี้คลุมศีรษะเพราะเห็นแก่พวกทูตสวรรค์ (11:8-10)

ปฐมกาลบทที่ 2 อธิบายว่าเพราะเหตุใดพระเจ้าจึงทรงสร้างผู้หญิงและผู้มาจากผู้ชายด้วยวิธีใด ผู้หญิงถูกสร้างให้เป็นผู้อุปถัมภ์ที่เหมาะสมสำหรับผู้ชายโดยสร้างจากกระดูกซี่โครงของอาดัม เพราะเหตุนี้ผู้จึงเป็นศักดิ์ศรีของผู้ชาย พระคัมภีร์ตอนนี้กำลังอธิบายว่าทำไมผู้หญิงจึงต้องเชื่อฟังผู้ชาย สาเหตุก็เพราะว่าผู้หญิงถูกสร้างมาเพราะเห็นแก่ผู้ชาย

ตอนนี้ ข้อความที่ว่า "ด้วยเหตุนี้เองผู้หญิงจึงควรจะเอาสัญลักษณ์แห่งอำนาจนี้คลุมศีรษะเพราะเห็นแก่พวกทูตสวรรค์" หมายถึงอะไร

การ "เอาสัญลักษณ์แห่งอำนาจนี้คลุมศีรษะ" หมายความว่าผู้หญิงต้องคลุมศีรษะของตน ทูตสวรรค์คือวิญญาณที่พระเจ้าทรงสร้างขึ้น การกล่าวว่า "เพราะเห็นแก่พวกทูตสวรรค์" ในข้อนี้หมายความว่าเราต้องยอมรับลำดับในมิติฝ่ายวิญญาณ

ฮีบรู 1:14 กล่าวว่า "ทูตสวรรค์ทั้งปวงเป็นแต่เพียงวิญญาณผู้ปรนนิบัติ ที่พระองค์ทรงส่งไปช่วยเหลือบรรดาผู้ที่จะได้รับความรอดเป็นมรดกมิใช่หรือ" นี่เป็นกฎเกณฑ์และลำดับของมิติฝ่ายวิญญาณ ด้วยฤทธิ์อำนาจของพระองค์พระเจ้าทรงส่งทูตสวรรค์ของพระองค์มาปรนนิบัติและปกป้องผู้เชื่อ

เรามีทูตสวรรค์ที่คอยปรนนิบัติในโลกนี้และเรามีทูตสวรรค์ที่คอยบันทึกสิ่งสารพัดเกี่ยวกับตัวเราในสวรรค์ตามที่ระบุไว้ในมัทธิว 18:10 หนังสือวิวรณ์กล่าวถึงทูตสวรรค์นำเอาคำอธิษฐานของเราขึ้นไปสู่สวรรค์ด้วยเช่นกัน (วิวรณ์ 8:3) ทูตสวรรค์เชื่อฟังกฎเกณฑ์และลำดับของมิติฝ่ายวิญญาณตามบทบาทหน้าที่ของตน

พระเจ้าทรงสร้างทูตสวรรค์ก่อนที่พระองค์ทรงสร้างมนุษย์ ด้วยเหตุนี้ ทูตสวรรค์จึงเห็นพระเจ้าทรงสร้างผู้หญิงจากกระดูกซี่โครงของอาดัมและเห็นว่าผู้หญิงถูกสร้างมาเพราะเห็นแก่ผู้ชาย ดังนั้นผู้หญิงจึงควรปรนนิบัติและเชื่อฟังผู้ชายและถ้าเธอไม่ทำเช่นนั้น ทูตสวรรค์ของเธอจะปรนนิบัติเธอได้อย่างไร

สมมุติว่าชายคนหนึ่งทำหน้าที่เป็นผู้รักษาความปลอดภัยให้กับบริษัทแห่งหนึ่งซึ่งลูกชายของเขาเป็นประธานบริษัทแห่งนี้ เขาอาจเรียกลูกชายของตนว่า "ลูก" เมื่อเขาอยู่ที่บ้าน แต่ในบริษัทเขาต้องให้เกียรติลูกชายของตนอย่างเหมาะสมในฐานะประธานของบริษัท ไม่เช่นนั้นลำดับของการบริหารปกครองในบริษัทก็จะถูกทำลาย

ในทำนองเดียวกัน ผู้หญิงต้องเชื่อฟังผู้ชายในฐานะศีรษะของตน เพื่อแสดงให้เห็นว่าคนเหล่านี้อยู่ภายใต้อำนาจบางอย่าง ผู้หญิงจึงต้อง "คลุมศีรษะของตน"

ถึงกระนั้นก็ดี ในองค์พระผู้เป็นเจ้า ผู้ชายก็ต้องพึ่งผู้หญิงและผู้หญิงก็ต้องพึ่งผู้ชาย เพราะว่าผู้หญิงนั้นทรงสร้างม

าจากผู้ชายฉันใด ต่อมาผู้ชายก็เกิดมาจากผู้หญิงฉันนั้น แต่สิ่งสารพัดก็มีมาจากพระเจ้า (11:11-12)

นับจากอาดัมมนุษย์คนแรกเป็นต้นมา ผู้หญิงไม่ได้เป็นเอกเทศจากผู้ชายและผู้ชายก็ไม่ได้เป็นเอกเทศจากผู้หญิงเช่นกัน พระเจ้าทรงสร้างอาดัมและเอวาและทรงมอบน้ำเชื้อและไข่เพื่อให้เขามีลูกหลานสืบต่อไป ด้วยเหตุนี้ สิ่งสารพัดจึงมีแหล่งกำเนิดมาจากพระเจ้า

สิ่งนี้หมายความว่าผู้ชายและผู้หญิงเท่าเทียมกันในองค์พระผู้เป็นเจ้า ในกฎเกณฑ์และลำดับฝ่ายวิญญาณผู้หญิงควรเชื่อฟังผู้ชาย การเชื่อฟังตามกฎเกณฑ์และลำดับนี้หมายความว่าเราควรปลอบโยนและรักซึ่งกันและกัน สิ่งนี้ไม่ได้หมายความว่าผู้ชายสามารถสั่งบังคับ หรือใช้ความรุนแรงกับผู้หญิง

ผู้หญิงเกิดมาจากผู้ชายและผู้ชายคลอดออกมาจากครรภ์ของผู้หญิงเช่นกัน กล่าวคือ ทุกสิ่งล้วนเท่าเทียมกัน ถึงกระนั้นผู้หญิงก็ต้องเชื่อฟังผู้ชายในองค์พระผู้เป็นเจ้าและทั้งสองฝ่ายควรรักซึ่งกันและกันและเป็นอันหนึ่งอันเดียวกันด้วยการรู้จักน้ำพระทัยของพระเจ้า

# ผู้หญิงไม่ต้องคลุมศีรษะของตน

ท่านทั้งหลายจงตัดสินเองเถิดว่า เป็นการสมควรหรือไม่ที่ผู้หญิงจะไม่คลุมศีรษะมีออธิษฐานต่อพระเจ้า ธรรมชาติเองไม่ได้สอนท่านหรือว่า ถ้าผู้ชายไว้ผมยาวก็เป็นที่น่าอายแก่ตัว แต่ถ้าผู้หญิงไว้ผมยาวก็เป็นสง่าราศีแก่ตัว เพราะว่าผมเป็นสิ่งที่ประทานให้แก่เขาเพื่อคลุมศีรษะ (11:13-15)

ในความหมายตามตัวอักษร ผู้หญิงต้องคลุมศีรษะของตนเพื่อเป็นสัญลักษณ์ว่าเธออยู่ใต้อำนาจของผู้ชายและการอธิษฐานโดยที่เธอไม่คลุมศีรษะของตนเป็นสิ่งที่ไม่ถูกต้อง แต่ในอีกด้านหนึ่ง ถ้าผู้ไว้ผมยาวต้องเป็นสิ่งที่น่าอายสำหรับเขาโดยจิตสำนึกของตน เขารู้สึกอายเนื่องจากเขาทำตัวเหมือนผู้หญิง

สำหรับผู้หญิงก็เช่นเดียวกัน ถ้าเขาแต่งตัวเหมือนผู้ชายและทำตัวเหมือนผู้ชาย เขาควรมีความรู้สึกอายเช่นกัน ผู้ชายเป็นพระฉายาและสง่าราศีของพระเจ้าบนโลกนี้ ดังนั้นเขาจึงไม่ควรถูกจำกัด ฉะนั้นถ้าเขาไว้ผมยาว สิ่งนี้จึงเป็นการหลู่พระเกียรติของพระเจ้า

ยิ่งกว่านั้น ถ้าผู้ชายคนหนึ่งซึ่งรู้จักพระเจ้าและรู้จักกฎของมิติฝ่ายวิญญาณเพิกเฉยต่อลำดับของสิ่งเหล่านี้ เขาควรรู้สึกอายตนเอง

สิ่งนี้แสดงว่าเขากำลังหยิ่งผยองเมื่อเขาต่อสู้กับลำดับของสิ่งเหล่านี้

ข้อ 15 กล่าวว่า "...แต่ถ้าผู้หญิงไว้ผมยาวก็เป็นสง่าราศีแก่ตัว เพราะว่าผมเป็นสิ่งที่ประทานให้แก่เขาเพื่อคลุมศีรษะ" ข้อนี้หมายความว่าผู้หญิงไม่จำเป็นต้องคลุมศีรษะของตนในความหมายฝ่ายวิญญาณ ถ้าเช่นนั้น เพราะเหตุใดผู้หญิงจึงไม่จำเป็นต้องคลุมศีรษะของตนในความหมายฝ่ายวิญญาณ

ถ้าท่านตีความพระคัมภีร์ข้อนี้ตามตัวอักษร ผู้หญิงต้องสวมหมวกแทนการไว้ผมยาว แต่ในความหมายฝ่ายวิญญาณ คนเหล่านี้ไม่ต้องสวมหมวกเพราะพระวิญญาณบริสุทธิ์ทรงนำเขาไปสู่ความจริง กล่าวคือ พระวิญญาณบริสุทธิ์ทรงนำและทรงทำงานในจิตใจของเขาเพื่อให้รักษาลำดับของสิ่งเหล่านี้เอาไว้ พระองค์ทรงสอนเราให้ทำสิ่งต่าง ๆ ที่ผู้ชายควรทำและสิ่งต่าง ๆ ที่ผู้หญิงควรทำ

เมื่อคนเหล่านี้เรียนรู้จักความจริงด้วยความช่วยเหลือของพระวิญญาณบริสุทธิ์ ผู้หญิงจะเรียนรู้จักหน้าที่ของภรรยา กล่าวคือ คนเหล่านี้จะทำตามลำดับของสิ่งต่าง ๆ ด้วยการทรงนำของพระวิญญาณบริสุทธิ์แม้เขาไม่ได้คลุมศีรษะของตนก็ตาม

แน่นอน สิ่งนี้ไม่ได้หมายความว่าผู้หญิงต้องมีผมยาวในฝ่ายร่างกาย ในฝ่ายร่างกายผู้หญิงเพียงแต่สามารถมีรูปร่างหน้าตาที่งดงามดูดี

โคโลสี 3:18 กล่าวว่า "ฝ่ายภรรยาจงยอมฟังสามีของตน ซึ่งเป็นการสมควรในองค์พระผู้เป็นเจ้า" ข้อนี้กล่าวว่าผู้หญิงต้องยอมให้กับสามีของตนในองค์พระผู้เป็นเจ้า ไม่ใช่นอกองค์พระผู้เป็นเจ้า คำว่า "ในองค์พระผู้เป็นเจ้า" หมายถึงอะไร

ถ้าสามีขอร้องไม่ให้ภรรยาไปโบสถ์ในวันอาทิตย์หรือขอให้ภรรยาทำบาป เธอต้องไม่ฟังเขา นี่เป็นสิ่งที่อยู่นอกองค์พระผู้เป็นเจ้า คนเหล่านี้ต้องรักษาพระคำขององค์พระผู้เป็นเจ้าผู้มีอำนาจสูงกว่า

สามีของตนก่อนเป็นอันดับแรก

แต่ถ้าสามีขอร้องไม่ให้ภรรยาไปร่วมประชุมอธิษฐานโต้รุ่งในคืนวันศุกร์ เธออาจเชื่อฟังสามีของตน วันศุกร์แตกต่างจากวันอาทิตย์ พระเจ้าทรงสั่งให้เรารักษาวันอาทิตย์ แต่พระองค์ไม่ได้สั่งให้เราเข้าร่วมประชุมอธิษฐานโต้รุ่งในคืนวันศุกร์ แน่นอน การเข้าร่วมประชุมอธิษฐานโต้รุ่งคืนวันศุกร์เป็นสิ่งพระเจ้าทรงพอพระทัย แต่ภรรยาควรฉลาดรอบคอบถ้าสามีของตนไม่อนุญาตให้เธอไปร่วมประชุมดังกล่าว เธอต้องลงรอยกับสามีของตนด้วยการปรนนิบัติเขาโดยใช้สติปัญญา นี่คือการเชื่อฟังในองค์พระผู้เป็นเจ้า

นอกจากนั้น สามีไม่ควรเรียกร้องให้ภรรยาเชื่อฟังตนด้วยเช่นกัน โคโลสี 3:19 กล่าวว่า "ฝ่ายสามีก็จงรักภรรยาของตนและอย่ามีใจขมขื่นต่อนาง" สามีต้องรักภรรยาเหมือนรักร่างกายของตน ความรักคือการเสียสละตนเองและการเห็นแก่ประโยชน์ของผู้อื่น เขาไม่สามารถมีใจขมขื่นกับภรรยาของตน

# สาเหตุที่มีการทุ่มเถียงและการแตกก๊กแตกเหล่ากันขึ้น

แต่ถ้าผู้ใดจะโต้แย้ง เราและคริสตจักรของพระเจ้าไม่รับธรรมเนียมอย่างที่โต้แย้งนั้น (11:16)

ในคริสตจักรควรมีเฉพาะความสงบสุข ความเป็นระเบียบ และการเชื่อฟังเท่านั้น การโต้แย้งหรือการทะเลาะวิวาทว่าใครถูกและใครผิดต้องไม่มีอยู่ในคริสตจักร การโต้แย้งและสิ่งต่าง ๆ เหล่านี้ควรมีอยู่ในโลกเท่านั้น ไม่ใช่ในคริสตจักร

ในพระคัมภีร์เดิมไม่มีแนวทางอื่นใดนอกจากการเชื่อฟังพระบัญญัติของพระเจ้า พระเจ้าทรงแสนดี ทรงชอบธรรม และทรงบริสุทธิ์ ในเมื่อไม่มีความชั่วร้ายใด ๆ ในพระเจ้าและพระองค์ทรงต้องการที่จะให้เฉพาะสิ่งที่ดีเท่านั้นกับเรา ดังนั้นจึงไม่มีแนวทางอื่นใดสำหรับเรานอกจากการเชื่อและเชื่อฟังพระองค์ นี่เป็นน้ำพระทัยของพระเจ้าที่จะให้เราเชื่อฟังซึ่งกันและกันในความจริง แต่ถ้าผู้เชื่อโต้เถียงกันโดยเชื่อและยืนกรานว่าสิ่งที่ตนคิดและเชื่อเท่านั้นคือแนวทางที่ถูกต้อง การทำงานของซาตานก็จะเกิดขึ้น การโต้แย้งเกิดขึ้นในหมู่ผู้เชื่อได้อย่างไร

ประการแรก การโต้แย้งเกิดขึ้นเพราะคนเหล่านี้ไม่สามารถ

ควบคุมตนเอง กาลาเทีย 5:17 กล่าวว่า "เพราะว่าความต้องการของเนื้อหนังต่อสู้พระวิญญาณ และพระวิญญาณก็ต่อสู้เนื้อหนัง เพราะทั้งสองฝ่ายเป็นศัตรูกัน ดังนั้นสิ่งที่ท่านทั้งหลายปรารถนาที่จะทำจึงกระทำไม่ได้"

ผู้คนที่มีผลของพระวิญญาณทั้งเก้าอย่างจะไม่โต้เถียงกับคนอื่น เขาทำสิ่งนี้ไม่ได้เพราะเขามีความไพบูลย์ของความรัก ความชื่นชมยินดี ความอดทน และผลของความดีอย่างอื่นแล้ว ผู้คนที่ไม่มีผลเหล่านี้ของพระวิญญาณบริสุทธิ์ยังคงต้องการที่จะทำตามความปรารถนาฝ่ายเนื้อหนังของตน เขาไม่สามารถควบคุมตนเองและการโต้แย้งและการทุ่มเถียงจึงเกิดขึ้น

ประการที่สอง การโต้แย้งเกิดขึ้นเพราะผู้คนไม่ได้กำจัดความรู้สึกขุ่นเคืองทิ้งไป กาลาเทีย 5:24 กล่าวว่า "ผู้ที่เป็นของพระคริสต์ได้เอาเนื้อหนังกับความอยากและราคะตัณหาของเนื้อหนังตรึงไว้ที่กางเขนเสียแล้ว" พระเจ้าตรัสห้ามไม่ให้เรามีความรู้สึกขุ่นเคืองใจกัน ในหนังสือโยบเราเห็นว่าเพื่อนของโยบมีความรู้สึกเดือดดานต่อโยบและการทุ่มเถียงดำเนินไปอย่างต่อเนื่อง พระเจ้าไม่ทรงพอพระทัยกับคนเหล่านั้นและทรงสั่งให้เขากลับใจ

ประการที่สาม ผู้คนโต้แย้งกันเพราะแนวคิดของคนอื่นแตกต่างกันและขัดแย้งกับแนวคิดของเขา เมื่อบางสิ่งบางอย่างไม่ตรงกับความคิดของเขา ผู้คนควรเชื่อฟังตามลำดับขั้น เหมือนที่มีคำกล่าวว่า "มีพ่อครัวมากเกินไปจะทำให้น้ำซุปเสีย" (ซึ่งตรงกับภาษิตไทยว่า "มากหมอก็มากความ") เราไม่ควรยืนกรานอยู่กับความคิดเห็นของเราเพียงเพราะว่ามีความคิดเห็นอย่างอื่นที่แตกต่างไปจากความคิดเห็นของเรา ถ้าเรายังคงคิดว่าความเห็นของเราถูกต้อง เราก็สามารถนำเสนอความเห็นนั้นไปสักสองสามครั้ง แต่ถ้าคนอื่นไม่รับฟัง การร่วมมือและการประสานงานเป็นหนึ่งเดียวกับคนอื่นตามลำดับขั้นถือเป็นสิ่งที่ถูกต้อง

บางครั้งแม้แต่พระเยซูก็ทรงเสด็จดำเนินไปที่อื่นเมื่อมีคนพยายามที่จะโต้เถียงกับพระองค์ พระคัมภีร์กล่าวว่าพระองค์ไม่ทะเลาะวิวาทและไม่มีใครได้ยินเสียงของพระองค์ที่ถนน คงมีหลายสิ่งหลายอย่างที่ผู้คนทำไม่ถูกต้องในสายพระเนตรของพระเยซู แต่พระองค์ไม่ทรงทะเลาะเบาะแว้งกับคนเหล่านั้น มัทธิว 7:6 กล่าวว่า "อย่าให้สิ่งซึ่งบริสุทธิ์แก่สุนัข และอย่าโยนไข่มุกของท่านให้แก่สุกรเกลือกว่ามันจะเหยียบย่ำเสีย และจะหันกลับมากัดตัวท่านด้วย" ข้อนี้กล่าวว่าเราสามารถแบ่งปันความจริงกับผู้คนที่ยอมรับความจริงถ้าเขาไม่ยอมรับ เราไม่ควรพยายามที่จะแบ่งปันความจริงนั้นกับเขา ถ้าเราทำเช่นนั้น การโต้แย้งหรือการทะเลาะวิวาทก็จะไม่เกิดขึ้น

1 ทิโมธี 6:3-5 กล่าวว่า "ถ้าผู้ใดสอนผิดไปจากนี้และไม่ยอมเห็นด้วยกับพระวจนะอันมีหลัก คือพระวจนะของพระเยซูคริสต์องค์พระผู้เป็นเจ้าของเราและคำสอนที่สมกับทางของพระเจ้า ผู้นั้นก็เป็นคนทะนงตัวและไม่รู้อะไร แต่ชอบทุ่มเถียงและโต้แย้งในเรื่องคำซึ่งเป็นเหตุให้เกิดการอิจฉากัน การทะเลาะวิวาทกันการกล่าวร้ายกัน การไม่ไว้วางใจกัน และการวิวาทที่ดื้อดึงของผู้มีใจทรามและไร้ความจริงที่คาดว่าการได้กำไรนั้นเป็นทางของพระเจ้า จงถอนตัวไปเสียจากคนเช่นนี้"

เพียงแต่ลองคิดดูวิว่าก่อนที่เราจะต้อนรับเอาองค์พระผู้เป็นเจ้านั้นเรามีท่าทีแบบใด เราไม่ได้ดำเนินชีวิตตามพระคำของพระเจ้าและเราเป็นคนที่หยิ่งผยองซึ่งไม่ได้รักษาคำสอนเรื่องความยำเกรงพระเจ้าไว้ในจิตใจของเรา เราไม่รู้จักสิ่งใดเลย แต่เราเสแสร้งว่าเรารู้สิ่งสารพัดและเราชอบการโต้แย้งและการทุ่มเถียง

ผู้คนที่ไม่ปฏิบัติตามความจริงคิดว่าเขารอบรู้สิ่งสารพัดและเขาชอบการทะเลาะเบาะแว้ง คนเช่นนี้คิดว่าคนอื่นไม่รู้จักสาระสำคัญของสิ่งต่าง ๆ แต่พระเจ้าตรัสว่าเขาเป็นคนหยิ่งผยอง

ถ้ามีคนทำบางสิ่งบางอย่างที่ขัดแย้งกับความจริง เราสามารถแนะนำเขาหรือสอนเขา แต่เราไม่จำเป็นต้องโต้เถียงกับเขา ถ้าเขายังคงขัดแย้งกับความจริงต่อไปแม้เราได้ให้คำแนะนำไปแล้วก็ตาม เราก็เพียงแต่มอบสถานการณ์นั้นไว้ในพระหัตถ์ของพระเจ้า เราไม่ควรทำลายลำดับของสิ่งต่าง ๆ ด้วยการโต้แย้งและการทุ่มเถียงกัน

**แล้วในการให้คำสั่งต่อไปนี้ ข้าพเจ้าชมท่านไม่ได้ คือว่าการประชุมของท่านนั้นมักจะได้ผลเสียมากกว่าผลดี (11:17)**

ฮีบรู 10:25 กล่าวว่า "ซึ่งเราเคยประชุมกันนั้นอย่าให้หยุดเหมือนอย่างบางคนเคยกระทำนั้น แต่จงเตือนสติกันและกัน และให้มากยิ่งขึ้นเมื่อท่านทั้งหลายเห็นวันเวลานั้นใกล้เข้ามาแล้ว" พระเจ้าทรงมีน้ำพระทัยให้เราประชุมร่วมกัน

แต่ถ้าเราประชุมกันและมีข้อโต้เถียงกัน การประชุมของเราก็กลายเป็นธรรมศาลาของซาตานเท่านั้นเอง การทะเลาะวิวาทไม่เป็นประโยชน์อะไรเลย สิ่งนี้สร้างความเสียหายให้กับแผ่นดินของพระเจ้าเพียงอย่างเดียว สมมุติว่ามีคนสิบคนโต้เถียงกันเป็นเวลาสามชั่วโมง คนเหล่านี้ก็เสียเวลาไปโดยเปล่าประโยชน์รวมกันถึงสามสิบชั่วโมง ถ้าคนงานที่อยู่ในตำแหน่งต่ำกว่าโต้เถียงกันเกี่ยวกับแนวทางและคำสั่งจากผู้ที่มีตำแหน่งสูงกว่า สิ่งนี้ไม่เพียงแต่จะเสียเวลาไปโดยเปล่าประโยชน์เท่านั้น แต่เรายังไม่สามารถทำให้แผ่นดินของพระเจ้าสำเร็จด้วยวิธีนี้ด้วยเช่นกัน

เราไม่ควรโต้เถียงกันในเรื่องใดเลยและเราควรทำให้การประชุมทุกอย่างจบสิ้นลงให้เร็วที่สุดเท่าที่จะทำได้ จากนั้นเราควรใช้เวลาที่เหลืออยู่เพื่อประโยชน์ของแผ่นดินของพระเจ้า แต่สมาชิกในคริสตจักรโครินธ์ไม่ได้กระทำเช่นนั้น เปาโลกล่าวว่าสิ่งนั้นไม่เป็นปร

ะโยชน์เลย แต่จะส่งผลเสียมากกว่า

ประการแรก ข้าพเจ้าได้ยินว่าเมื่อท่านประชุมคริสตจักรนั้นมีการแตกก๊กแตกเหล่าในพวกท่าน และข้าพเจ้าเชื่อว่าคงมีความจริงอยู่บ้างเพราะจะต้องมีการขัดแย้งกันบ้างในพวกท่านเพื่อคนฝ่ายถูกในพวกท่านจะได้ปรากฏเด่นขึ้น (11:18-19)

การแตกก๊กแตกเหล่าเกิดขึ้นเมื่อผู้คนก่อตั้งกลุ่มต่าง ๆ ขึ้นและมีข้อโต้เถียงกัน ในปัจจุบันคริสตจักรจำนวนมากเกิดความขัดแย้งกันอย่างมากมาย

เปาโลกล่าวว่าท่านได้ยินว่ามีการแตกก๊กแตกเหล่ากันในคริสตจักรโครินธ์และท่านเชื่อในเรื่องนี้อยู่บ้าง ท่านไม่ได้ตรวจสอบเรื่องนี้ด้วยตนเอง ท่านเพียงแต่ได้ยินเกี่ยวกับเรื่องนี้ ดังนั้นท่านจึงไม่เชื่อเรื่องนี้อย่างสนิทใจ

คนที่ให้ข้อมูลกับท่านในเรื่องนี้อาจให้ข่าวไปในทางที่ผิดหรือไม่สิ่งที่เขาพูดก็อาจเป็นเรื่องโกหก นอกจากนั้น เราไม่อาจมองเห็นภาพรวมทั้งหมดด้วยการฟังความเพียงข้างเดียว เปาโลคิดว่ามีการขัดแย้งกันบ้างในคริสตจักร แต่ท่านไม่แน่ใจในเรื่องนี้ร้อยเปอร์เซ็นต์ เพราะเหตุนี้ท่านจึงกล่าวว่าท่านเชื่อว่าเรื่องนี้คงมีความจริง "อยู่บ้าง"

ข้อ 19 กล่าวว่า "เพราะจะต้องมีการขัดแย้งกันบ้างในพวกท่านเพื่อคนฝ่ายถูกในพวกท่านจะได้ปรากฏเด่นขึ้น" ความขัดแย้งเกิดขึ้นเมื่อผู้คนมีความคิดแตกต่างกันและก่อตั้งกลุ่มเล็กกลุ่มน้อยขึ้นมาภายในกลุ่มใหญ่

แต่เปาโลกล่าวว่าเพราะความขัดแย้งกันนี่เองจึงทำให้มีการวินิจฉัยว่าสิ่งใดถูกและสิ่งใดผิด แต่ไม่ได้หมายความว่าเปาโลหนุนใจให้มีความขัดแย้งกัน ท่านเพียงแต่หมายความว่าคนที่เป็นฝ่ายถูก

อย่างแท้จริงจะเป็นทียอมรับหลังจากการทะเลาะเบาะแว้งและการโต้เถียงกันในท่ามกลางความขัดแย้ง สมมุติว่าคนสองคนกำลังโต้เถียงกันอย่างเผ็ดร้อน จากมุมมองของบุคคลทีสามคนทีเฝ้าดูเหตุการณ์จะมองเห็นได้ว่าในระหว่างสองคนนีใครเป็นฝ่ายถูกอย่างแท้จริง แต่เพราะเขาทะเลาะกัน ทังสองฝ่ายจึงไม่ได้ประพฤติตนอย่างถูกต้องในมุมมองของพระคำของพระเจ้า

สมมุติว่าหนึงในสองคนทีกำลังโต้เถียงกันนันเลือกทีจะเงียบในขณะทีอีกฝ่ายหนึงโต้เถียงและยืนกรานอย่างต่อเนืองว่าเขาเป็นฝ่ายถูก ถ้าเช่นนันใครหละในทีนีเป็นฝ่ายถูกก่อนทีความขัดแย้งจะก่อตัวขึน ผู้คนคงไม่ทราบหรอกว่าฝ่ายไหนรักพระเจ้าและมีความเชือในพระองค์อย่างแท้จริง

แต่จากการทะเลาะวิวาทและพฤติกรรมของแต่ละฝ่าย เราสามารถค้นพบว่าคนซึงเลือกทีจะเงียบคือคนทีรักพระเจ้าและพยายามทีจะดำเนินชีวิตอยู่ในความจริงมากกว่าอีกคนหนึงทีโต้เถียงอย่างต่อเนือง

สิงนีสามารถเป็นสติปัญญาของเราเมือเราประยุกต์ใช้ความจริงประเภทนีแม้ในยามทีเราทำธุรกิจในโลกนี แน่นอน ผู้คนทีไม่เชือไม่ได้ดำเนินชีวิตอยู่ในความจริง แต่จากการทีเราฟังคำพูดและเห็นการกระทำของเขาเราก็สามารถวินิจฉัยในระดับหนึงได้ว่าคนเหล่านีอยู่ใกล้กับความจริงเพียงใด กล่าวคือเขาเป็นคนใจดีและซือตรงเพียงใด

สมมุติว่าพนักงานในบริษัทของท่านโกหกท่านอยู่บ่อยครัง แม้เขาไม่ได้ฉ้อโกงสิงหนึงสิงใดในสิงทีเขากำลังทำอยู่ในเวลานีก็ตาม แต่เขาก็มีความเป็นไปได้ทีจะฉ้อโกงหรือหักหลัง ดังนันท่านจึงไม่สามารถมอบหมายงานทีสำคัญให้กับเขา ถ้าท่านพิจารณาสิงเหล่านีเมือท่านบริหารทรัพยากรมนุษย์ ท่านจะไม่พบกับปัญหาร้ายแรง

# ความหมายที่แท้จริงของพิธีศีลมหาสนิท

เมื่อท่านทั้งหลายประชุมพร้อมกันนั้น ท่านจึงประชุมรับประทานเป็นที่ระลึกถึงองค์พระผู้เป็นเจ้าไม่ได้ เพราะว่าเมื่อท่านรับประทาน บ้างก็รับประทานอาหารของตนก่อนคนอื่น บ้างก็ยังหิวอยู่และบ้างก็เมา (11:20-21)

ผู้เชือในคริสตจักรในยุคแรกหักขนมปังและเข้าร่วมในพิธีรับประทานอาหารมือคำขององค์พระผู้เป็นเจ้า ถ้าเช่นนันอะไรเหตุผลทีองค์พระผู้เป็นเจ้าทรงบัญชาให้เรารักษาพิธีรับประทานอาหารมือคำขององค์พระผู้เป็นเจ้า

ขนมปังทีเรารับประทานแสดงถึงพระกายขององค์พระผู้เป็นเจ้าและน้ำองุ่นแสดงถึงพระโลหิตของพระองค์ เมือพระเยซูทรงถูกตรึงเพือช่วยเราให้รอดนันน้ำและโลหิตไหลออกมาจากพระกายของพระองค์ พระองค์ทรงบัญชาให้เรารักษาพิธีศีลมหาสนิทเพือช่วยให้เราระลึกถึงความรักและพระคุณของพระองค์และเพือดำเนินชีวิตตามน้ำพระทัยของพระองค์

พระองค์ทรงหมายความว่า “เมือใดก็ตามทีเจ้าทำพิธีนีจงกินและดืมในพิธีศีลมหาสนิท จงเข้าใจว่าเพราะเหตุใดเราจึงมอบเนือและเลือดของเราเพือเจ้าจะสามารถดำเนินชีวิตอยู่ในพระคำ

ของพระเจ้าและจงประกาศพระกิตติคุณ”

ในปัจจุบันเรารับประทานขนมปังและดื่มน้ำองุ่นแบบเดียวกันในพิธีศีลมหาสนิท แต่ผู้เชื่อเหล่านั้นที่นำขนมปัง เนื้อ และน้ำองุ่นของตนมาเองและกินอาหารเหล่านั้นตามที่ตนต้องการ การกินอาหารของคนเหล่านั้นไม่ใช่การแสดงออกถึงความยำเกรงพระเจ้า บางคนกินอาหารก่อนคนอื่นเพียงเพราะเขาหิว คนที่ร่ำรวยมีโต๊ะอาหารของตนเองและกินอาหารในหมู่ของตนเอง

ความขัดแย้งจึงเกิดขึ้นโดยธรรมชาติและมีความขัดแย้งเกิดขึ้นระหว่างคนจนกับคนรวย องค์พระผู้เป็นเจ้าทรงสั่งให้เราเฉลิมฉลองพิธีศีลมหาสนิทเพื่อความแตกแยกและความขัดแย้งกระนั้นหรือ การประชุมของคนเหล่านั้นจึงไม่ใช่สิ่งที่ถูกต้องเลยในสายพระเนตรของพระเจ้าเนื่องจากคนรวยได้รับการเลี้ยงดูเป็นอย่างดีและคนจนต้องอดอยากหิวโหยในการประชุมเหล่านั้น

อะไรกันนี่ ท่านไม่มีเรือนที่จะกินและดื่มหรือ หรือว่าท่านดูหมิ่นคริสตจักรของพระเจ้าและทำให้คนที่ขัดสนได้รับความอับอาย จะให้ข้าพเจ้าว่าอย่างไรแก่ท่าน จะให้ชมท่านหรือ ในเรื่องนี้ข้าพเจ้าจะไม่ขอชมท่านเลย (11:22)

พิธีศีลมหาสนิทต้องมีการกำหนดเวลาไว้อย่างเฉพาะเจาะจง แต่ในคริสตจักรโครินธ์คนเหล่านั้นไม่ได้กำหนดเวลาเช่นนั้นเอาไว้ ผู้คนเพียงแต่กินและดื่มเมื่อเขารู้สึกหิว คนรวยเลี้ยงดูตนเองเป็นอย่างดีและผลลัพธ์คือการกระทำเช่นนั้นเป็นเหมือนการรังเกียจคนยากจน สิ่งนั้นเป็นการรังเกียจคริสตจักร ทำให้พี่น้องสะดุดและสร้างความขัดแย้งให้เกิดขึ้น หลังจากที่ท่านชี้ให้เขาเห็นถึงความจริงข้อนี้ ท่านได้สั่งสอนเขาเกี่ยวกับสิ่งที่อยู่ฝ่ายวิญญาณด้วยพระคำของพระเจ้า

เมื่อเราชี้ความผิดบางอย่างของคนอื่นและแนะนำเขา

เราควรทำสิ่งนั้นด้วยความรัก การชี้ความผิดของคนอื่นเพียงอย่างเดียวจะไม่เกิดประโยชน์ใดเลย หลังจากชี้ให้เขาเห็นถึงเรื่องบางอย่างแล้วเราต้องปลูกฝังพระคำแห่งความจริงไว้ในเขา ด้วยวิธีนี้คนเหล่านั้นจะสามารถเข้าใจและถ้าเขามีจิตใจดีงาม เขาก็จะยอมรับความผิดของตนและแก้ไขตนเอง

เพราะว่าเรื่องซึ่งข้าพเจ้าได้มอบไว้กับท่านแล้วนั้น ข้าพเจ้าได้รับจากองค์พระผู้เป็นเจ้า คือในคืนที่เขาทรยศพระเยซูเจ้านั้น พระองค์ทรงหยิบขนมปัง ครั้นขอบพระคุณแล้วจึงทรงหักแล้วตรัสว่า "จงรับไปกินเถิด นี่เป็นกายของเราซึ่งหักออกเพื่อท่านทั้งหลาย จงกระทำอย่างนี้ให้เป็นที่ระลึกถึงเรา" เมื่อรับประทานแล้ว พระองค์จึงทรงหยิบถ้วยด้วยอาการอย่างเดียวกัน ตรัสว่า "ถ้วยนี้คือพันธสัญญาใหม่ด้วยโลหิตของเรา เมื่อท่านดื่มจากถ้วยนี้เวลาใด จงดื่มให้เป็นที่ระลึกถึงเรา" เพราะว่าเมื่อท่านทั้งหลายกินขนมปังนี้และดื่มจากถ้วยนี้เวลาใด ท่านก็ประกาศการวายพระชนม์ขององค์พระผู้เป็นเจ้าจนกว่าพระองค์จะเสด็จมา (11:23-26)

อัครทูตเปาโลกล่าวว่าสิ่งที่ท่านได้มอบไว้กับคนเหล่านั้นไม่ใช่คำพูดของท่าน แต่เป็นสิ่งที่องค์พระผู้เป็นเจ้าทรงเปิดเผยให้กับท่าน พระเยซูทรงรับประทานอาหารมื้อค่ำกับสาวกของพระองค์ในคืนก่อนที่พระองค์จะถูกตรึง

ยอห์น 6:53 กล่าวว่า "พระเยซูจึงตรัสกับเขาว่า 'เราบอกความจริงแก่ท่านทั้งหลายว่า ถ้าท่านไม่กินเนื้อและดื่มโลหิตของบุตรมนุษย์ ท่านก็ไม่มีชีวิตในตัวท่าน'" เหมือนดังที่พระเยซูตรัสไว้ในยอห์น 14:6 ว่า "เราเป็นทางนั้น เป็นความจริง และเป็นชีวิต" พระองค์ทรงเป็นความจริงและความจริงนี้ได้แก่พระคำของพระเจ้า

พระคัมภีร์บอกเราว่าเราจะมีชีวิตนิรันดร์ในเราได้ก็ต่อเมื่อเรา

กินเนื้อและดื่มโลหิตของบุตรมนุษย์เท่านั้น สิ่งนี้หมายความว่าเราต้องรับเอาพระคำของพระเจ้าและทำตามพระคำนั้นเพื่อจะมีชีวิตนิรันดร์ เพราะเหตุนี้องค์พระผู้เป็นเจ้าจึงทรงมอบขนมปังซึ่งเล็งถึงเนื้อของพระองค์และถ้วยองุ่นซึ่งเล็งถึงพระโลหิตของพระองค์

ตอนนี้เราจะระลึกถึงพระองค์ทุกครั้งที่เราดื่มน้ำองุ่นนี้ได้อย่างไร

เราต้องระลึกว่าองค์พระผู้เป็นเจ้าทรงหลั่งพระโลหิตของพระองค์ออกเพื่อไถ่เราให้พ้นจากบาปและประทานชีวิตให้กับเรา ความบาปจะได้รับการยกโทษและเราจะมีชีวิตได้ก็ต่อเมื่อเรา “กินเนื้อและดื่มโลหิตขององค์พระผู้เป็นเจ้า” เท่านั้น เปาโลบอกเราว่าเราต้องระลึกถึงความหมายฝ่ายวิญญาณของสิ่งนี้ทุกครั้งที่เราเข้าร่วมในพิธีศีลมหาสนิท

เมื่อวันเวลาผ่านไปผู้คนส่วนใหญ่เริ่มหลงลืมเกี่ยวกับพระคุณที่ตนได้รับและเหตุผลที่เขาต้องถวายการขอบพระคุณ พระเยซูทรงทราบจิตใจชนิดนี้ของมนุษย์เป็นอย่างดีและเพราะเหตุนี้พระองค์จึงทรงสั่งให้เราระลึกถึงพระคุณและความรักของพระองค์ด้วยการกินขนมปังและดื่มน้ำองุ่น

ด้วยการกินเนื้อและการดื่มพระโลหิตของพระองค์ เราไม่เพียงแต่จะเข้าไปสู่หนทางแห่งความรอดเท่านั้น แต่เรายังจะประกาศพระกิตติคุณอย่างขยันหมั่นเพียรเพื่อช่วยดวงวิญญาณจำนวนมากให้รอดด้วยเช่นกัน ถ้าเราไม่เข้าใจความหมายของสิ่งเหล่านี้ การกินและการดื่มจะมีประโยชน์อะไรเล่า

เหตุฉะนั้น ถ้าผู้ใดกินขนมปังนี้และดื่มจากถ้วยขององค์พระผู้เป็นเจ้าอย่างไม่สมควร ผู้นั้นก็ทำผิดต่อพระกายและพระโลหิตขององค์พระผู้เป็นเจ้า ขอให้ทุกคนพิจารณาตนเองแล้วจึงกินขนมปังและดื่มจากถ้วยนี้เพราะว่าคนที่กินและดื่มอย่างไม่สมควรก็กินและดื่มเพื่อนำพระอาชญามาสู่ตนเอง เพราะมิได้พินิจดูพระกายของอ

งค์พระผู้เป็นเจ้า ด้วยเหตุนี้พวกท่านหลายคนจึงอ่อนกำลังและป่วยอยู่และที่ล่วงหลับไปแล้วก็มีมาก (11:27-30)

อย่าให้ผู้ใดเข้าร่วมในพิธีศีลมหาสนิทนี้อย่างไม่สมควรโดยไม่ได้วิเคราะห์ตนเองและไม่ได้คิดไว้ล่วงหน้า ถ้าเขามีความบาปเขาต้องกลับใจและหันหลังกลับ ถ้าเขาไม่สามารถทำเช่นนั้นในเวลานั้นเขาก็ไม่ควรเข้าร่วมในพิธีดังกล่าว เหตุผลที่เราเข้าร่วมในพิธีศีลมหาสนิทก็เพื่อให้เข้าใจว่าพระเจ้าทรงประทานพระบุตรองค์เดียวของพระองค์และทรงยอมให้พระองค์หลั่งพระโลหิตของพระองค์และถวายพระกายของพระองค์บนกางเขนก็เพื่อให้เราสามารถดำเนินชีวิตด้วยพระคำของพระเจ้า ถ้าเรารู้ถึงความจริงเหล่านี้และยังทำบาปและเข้าร่วมรับเอาขนมปังและน้ำองุ่นอันศักดิ์สิทธิ์นี้ สิ่งนี้เป็นการดูหมิ่นพระเจ้า

ด้วยเหตุนี้ อันดับแรกเราควรวิเคราะห์ตนเองด้วยถ้อยคำของพระเจ้าเพื่อดูว่าเรามีความบาปอยู่หรือไม่ ถ้าเรายังคงทำบาปอย่างจงใจอยู่ละก้อเราก็ไม่มีคุณสมบัติที่จะกินและดื่มในพิธีนี้ เราสามารถเข้าร่วมในพิธีนี้ได้ก็ต่อเมื่อเรามีคุณสมบัติเพียงพอด้วยมาตรฐานของความจริง

ข้อ 29 กล่าวว่า "เพราะว่าคนที่กินและดื่มอย่างไม่สมควร ก็กินและดื่มเพื่อนำพระอาชญามาสู่ตนเอง เพราะมิได้พินิจดูพระกายขององค์พระผู้เป็นเจ้า" ข้อนี้หมายความว่าถ้ามีบางคนซึ่งไม่มีคุณสมบัติที่จะกินและดื่มอย่างแท้จริงกินและดื่มจากพิธีนี้ สิ่งนั้นก็จะเป็นเพียงความบาปจำเพาะพระพักตร์ขององค์พระผู้เป็นเจ้า

ข้อ 30 กล่าวว่า "ด้วยเหตุนี้พวกท่านหลายคนจึงอ่อนกำลังและป่วยอยู่และที่ล่วงหลับไปแล้วก็มีมาก" คำว่า "อ่อนกำลัง" ในข้อนี้ไม่ได้หมายถึงผู้คนที่ป่วยเป็นโรคอันมีต้นเหตุมาจากเชื้อโรค แต่หมายถึงความพิการบางรูปแบบ การเป็นอัมพาตในวัยเด็กหรืออาการตาบอดแต่กำเนิด

คำว่า "ล่วงหลับ" ในที่นี้หมายถึงอาการตาบอดฝ่ายวิญญาณ สายตาฝ่ายวิญญาณของผู้เชื่อทุกคนควรเปิดออกเพื่อเขาจะสามารถเข้าใจน้ำพระทัยของพระเจ้าเมื่อเขาฟังพระคำของพระองค์ ติดต่อสื่อสารกับพระองค์ และฟังพระสุรเสียงของพระวิญญาณบริสุทธิ์

เมื่อสายตาของเราเปิดออกแล้วเท่านั้นเราจึงจะสามารถรับเอาพระคำของพระเจ้าด้วยความชื่นชมยินดีและจะรู้สึกว่าพระคำนั้นหวานเหมือนน้ำผึ้ง ถึงแม้ว่าคนหนึ่งอาจเป็นคริสเตียนมาหลายสิบปี แต่ถ้าเขาไม่ได้กินเนื้อและดื่มโลหิตขององค์พระผู้เป็นเจ้า กล่าวคือ ถ้าเขาไม่ได้รักษาพระคำของพระเจ้าแต่เขาไปโบสถ์เพียงอย่างเดียว สิ่งนี้ก็หมายความว่าเขายังคงอยู่ในฝ่ายเนื้อหนังและ "ล่วงหลับ"

พระคัมภีร์กล่าวว่า "เพราะว่าคนที่กินและดื่มอย่างไม่สมควร ก็กินและดื่มเพื่อนำพระอาชญามาสู่ตนเอง" ในที่นี้เราต้องเข้าใจว่าคนเหล่านี้ไม่ได้อ่อนกำลังหรือล้มป่วยไปเพราะไม่ได้กินเนื้อและดื่มพระโลหิตขององค์พระผู้เป็นเจ้าอย่างสมควร

ถ้าเช่นนั้น ความเจ็บป่วยเกิดขึ้นกับเราได้อย่างไร อพยพ 15:26 กล่าวว่า "พระองค์ตรัสว่า 'ถ้าเจ้าทั้งหลายฟังพระสุรเสียงของพระเยโฮวาห์พระเจ้าของเจ้าอย่างขะมักเขม้นและกระทำสิ่งที่ถูกต้องในสายพระเนตรของพระองค์ เงี่ยหูฟังพระบัญญัติของพระองค์และรักษากฎเกณฑ์ของพระองค์ทุกประการ แล้วโรคต่างๆซึ่งเราบันดาลให้เกิดแก่ชาวอียิปต์นั้นเราจะไม่ให้บังเกิดแก่พวกเจ้าเลย เพราะเราคือพระเยโฮวาห์เป็นผู้รักษาเจ้าให้หาย'"

พระเยซูทรงรักษาชายคนหนึ่งป่วยมาเป็นเวลา 38 ปีและตรัสกับเขาในยอห์น 5:14 ว่า "ดูเถิด เจ้าหายโรคแล้ว อย่าทำบาปอีก มิฉะนั้นเหตุร้ายกว่านั้นจะเกิดกับเจ้า" พระเยซูทรงบอกให้เขารู้ว่าโรคภัยไข้เจ็บมีต้นเหตุมาจากบาป

ตอนนี้ เมื่อคนหนึ่งไม่มีคุณสมบัติที่จะเข้าร่วมในพิธีศีลม

หาสนิท สิ่งนี้ก็หมายความว่าเขากำลังมีชีวิตอยู่ในความบาป ความชั่วร้าย และความอธรรม บุคคลป่วยเป็นโรคหรืออ่อนกำลังลงเพราะเขาไม่ได้ดำเนินชีวิตอยู่ในพระคำของพระเจ้าและเขายังคงเป็นคนตาบอดฝ่ายวิญญาณ

เพราะถ้าเราจะพิจารณาตัวเราเอง เราจะไม่ต้องถูกทำโทษ แต่เมื่อองค์พระผู้เป็นเจ้าทรงทำโทษเรานั้น พระองค์ทรงตีสอนเราเพื่อมิให้เราถูกพิพากษาลงโทษด้วยกันกับโลก พี่น้องของข้าพเจ้า ด้วยเหตุนี้ เมื่อท่านมาร่วมประชุมรับประทานอาหารนั้น จงคอยซึ่งกันและกัน ถ้ามีใครหิวก็ให้เขากินที่บ้านเสียก่อนเพื่อเมื่อมาประชุมกันท่านจะได้ไม่ถูกพิพากษาลงโทษ ส่วนเรื่องอื่น ๆ นั้นเมื่อข้าพเจ้ามาข้าพเจ้าจะแนะนำให้ (11:31-34)

ถ้าเราวินิจฉัยตนเองตามพระคำของพระเจ้าเราก็จะดำเนินชีวิตอยู่ในความจริงโดยธรรมชาติ ดังนั้นเราก็จะไม่ถูกพิพากษาลงโทษจากพระเจ้า เมื่อผีมารซาตานกล่าวโทษเราว่า “คุณเป็นคนบาป คุณทำบาปนี้” พระเจ้าก็ทรงสามารถปกป้องเราเพราะการกล่าวโทษนั้นไม่ถูกต้อง

เราไม่ควรถูกพิพากษาต่อพระพักตร์พระเจ้า เราควรทำให้พระเจ้าตรัสว่า “บุตรชายและบุตรสาวที่รักของเราเอ๋ย” ถ้าเรามีเหตุที่ทำให้คนอื่นพิพากษาเรา ซาตานก็จะกล่าวโทษเราต่อพระพักตร์พระเจ้า จากนั้นพระเจ้าก็จะทรงหันพระพักตร์ของพระองค์ไปจากเราตามกฎของมิติฝ่ายวิญญาณ ซาตานจะนำโรคภัย การทดลอง และความทุกข์ยากลำบากมาสู่เราด้วยการทำให้เราเป็นคนตาบอดฝ่ายวิญญาณ นี่คือการ “ถูกลงโทษต่อพระพักตร์พระเจ้า” ด้วยฝ่าฝืนกฎของมิติฝ่ายวิญญาณ

แต่พระเจ้าทรงอนุญาตให้ผีมารซาตานกล่าวโทษเราเพราะพระองค์ทรงรักเรา ฮีบรู 12:6-8 กล่าวว่า "เพราะองค์พระผู้เป็นเจ้าทรงตีสอนผู้ที่พระองค์ทรงรักและเมื่อพระองค์ทรงรับผู้ใดเป็นบุตรพระองค์ก็ทรงเฆี่ยนตีผู้นั้น ถ้าท่านทั้งหลายทนเอาการตีสอน พระเจ้าย่อมทรงปฏิบัติต่อท่านเหมือนท่านเป็นบุตร ด้วยว่ามีบุตรคนใดเล่าที่บิดาไม่ได้ตีสอนเขาบ้าง แต่ถ้าท่านทั้งหลายไม่ได้ถูกตีสอนเช่นเดียวกับคนทั้งปวง ท่านก็ไม่ได้เป็นบุตร แต่เป็นลูกที่ไม่มีพ่อ"

พระเจ้าทรงอนุญาตให้มีการลงโทษเกิดขึ้นเพื่อว่าบุตรของพระองค์จะไม่เป็นมิตรกับโลกและเข้าไปสู่หนทางแห่งความพินาศ ถ้าคนที่รักพระเจ้าทำบาป เขาจะถูกลงโทษทันที นี่เป็นเครื่องพิสูจน์ว่าพระเจ้าทรงรักเขา

ข้อ 33 กล่าวว่า "พี่น้องของข้าพเจ้า ด้วยเหตุนี้เมื่อท่านมาร่วมประชุมรับประทานอาหารนั้น จงคอยซึ่งกันและกัน"

เปาโลกำลังขอร้องคนเหล่านั้นว่าตอนนี้เขาควรเข้าใจความหมายฝ่ายวิญญาณที่แท้จริงของพิธีศีลมหาสนิทและเขาต้องประชุมเพื่อหักขนมปังร่วมกัน ในปัจจุบันเรากินและดื่มเพียงเล็กน้อยเนื่องจากสิ่งนี้เป็นสัญลักษณ์ แต่ในสมัยนั้นแตกต่างกัน เปาโลกล่าวว่าถ้าผู้ใดหิวเกินกว่าที่จะรอคอยคนอื่น เขาควรกินมาจากที่บ้านของตน

ข้อสุดท้ายกล่าวว่า "ส่วนเรื่องอื่น ๆ นั้นเมื่อข้าพเจ้ามาข้าพเจ้าจะแนะนำให้" เปาโลไม่สามารถเขียนทุกอย่างในรายละเอียดมากกว่านี้ ดังนั้นท่านจึงบอกเขาว่าท่านจะบอกให้เขาทราบมากขึ้นเมื่อท่านเดินทางมาเยี่ยมเขา

# บทที่ 12

# ของประทานแห่งพระวิญญาณบริสุทธิ์

พระวิญญาณบริสุทธิ์ทรงช่วยให้เรารู้พระเยซู
องค์พระผู้เป็นเจ้า
ของประทานแห่งพระวิญญาณชนิดต่าง ๆ
เราเป็นพระกายของพระคริสต์
ลำดับขั้นในคริสตจักร

# พระวิญญาณบริสุทธิ์ทรงช่วยให้เรารู้พระเยซูองค์พระผู้เป็นเจ้า

พี่น้องทั้งหลาย บัดนี้ข้าพเจ้าอยากให้ท่านเข้าใจเรื่องของประทานฝ่ายจิตวิญญาณนั้น (12:1)

“พี่น้องทั้งหลาย” หมายถึงบุตรของพระเจ้า “ของประทานฝ่ายวิญญาณ” อยู่ตรงกันข้ามกับสิ่งของฝ่ายเนื้อหนัง ซึ่งเป็นการพูดถึงมิติฝ่ายวิญญาณ

ในฐานะที่เป็นมนุษย์เราอาศัยอยู่ในโลกสามมิติ โลกสี่มิติเป็นโลกของมิติฝ่ายวิญญาณและเป็นโลกนิรันดร์และไม่มีวันเปลี่ยนแปลงซึ่งอยู่ภายใต้อำนาจการปกครองสูงสุดของพระเจ้าโดยตรงแน่นอน โลกสามมิติเป็นโลกที่พระเจ้าทรงสร้างขึ้นและพระองค์ทรงปกครองดูแลโลกนี้เอาไว้ แต่พระองค์ทรงเป็นผู้มีอำนาจครอบครองมิติฝ่ายวิญญาณด้วยเช่นกัน

ตอนนี้อัครทูตเปาโลกล่าวว่าท่านต้องการให้ผู้เชื่อทุกคนเข้าใจเกี่ยวกับสิ่งที่อยู่ฝ่ายวิญญาณเหล่านี้ เราดำเนินชีวิตอยู่ในโลกสามมิติ แต่เมื่อเราต้อนรับเอาองค์พระผู้เป็นเจ้า วิญญาณที่ตายไปแล้วของเราถูกชุบให้เป็นขึ้นมาใหม่และเรากลายเป็นบุตรของพระเจ้า

ชื่อของเราถูกบันทึกไว้ในหนังสือแห่งชีวิตและเราเป็นพลเมือง

ของแผ่นดินสวรรค์นิรันดร์ ด้วยเหตุนี้ เราจึงควรรู้เกี่ยวกับมิติฝ่าย วิญญาณ แม้เราจะมองมิตินี้ไม่เห็นด้วยตาเปล่า แต่เราต้องเชื่อว่าโ ลกสี่มิติดำรงอยู่มีจริงและทำตามกฎของมิติฝ่ายวิญญาณ

เนื่องจากเรายังคงอยู่ในข้อจำกัดทางกายภาพของโลกสา มมิติ บางคนจึงไม่สามารถติดต่อสื่อสารกับพระเจ้าได้ คนเห ล่านี้ไม่สามารถรับเอาคำตอบจากพระองค์และเขาไม่สามาร ถมองเห็นการทำงานของพระองค์แม้เขาพูดว่าเขาเชื่อก็ตาม ดังนั้นเมื่อพูดถึงโลกสี่มิติ คนเหล่านี้จึงมีความสงสัยและเขาไม่เชื่อ ในเรื่องนี้อย่างแท้จริง

นี่คือเหตุผลที่เราพบในพระคัมภีร์ว่าทำไมพระเยซูและสาวกข องพระองค์จึงถูกข่มเหง พวกฟาริสี พวกธรรมาจารย์ และพวกปุโ รหิตเชื่อในพระเจ้าและประพฤติตามธรรมบัญญัติ แต่คนเหล่านี้ไ ม่สามารถเข้าใจสิ่งที่อยู่ฝ่ายวิญญาณ เขาเชื่อเฉพาะในสิ่งที่เขาสาม ารถมองเห็นอยู่ต่อหน้าเขา ดังนั้นเมื่อเขาเห็นสิ่งที่เป็นของโลกสี่มิติ ถูกสำแดงให้ปรากฏออกมาเขาจึงไม่ชอบสิ่งนั้นและข่มเหงผู้คนที่ส ำแดงสิ่งเหล่านั้นออกมา เนื่องจากโลกปัจจุบันเต็มไปด้วยความชั่ว และความอสัตย์อธรรมเพิ่มมากขึ้น การกดขี่ข่มเหงก็จะมีความรุน แรงเพิ่มมากขึ้นเช่นกัน

*ท่านรู้แล้วว่า แต่ก่อนท่านยังเป็นคนไม่เชื่อนั้น ท่านถูกชัก นำให้หลงไปนับถือรูปเคารพซึ่งพูดไม่ได้ตามแต่ท่านจะถูกนำ ไป (12:2)*

ท่านเคยดำเนินชีวิตในรูปแบบใดก่อนที่ท่านจะต้อนรับเอาพระ เยซูคริสต์และได้รับพระวิญญาณบริสุทธิ์ บางคนอาจพูดว่าเขาไม่เ คยกราบไหว้รูปเคารพ แต่ถึงกระนั้นคนเหล่านี้ก็ยังกราบไหว้บาง สิ่งบางอย่างอยู่นั่นเอง

บางคนรับใช้ผู้คนไม่ว่าจะเป็นสามีหรือภรรยาหรือแม้แต่ลูก ๆ

ของตนราวกับว่าคนเหล่านั้นเป็นรูปเคารพ บางคนไม่ได้สนใจคนในครอบครัวของตนและกราบไหว้ชื่อเสียงหรืออำนาจในสังคมเป็นรูปเคารพ บางคนการกราบไหว้แสวงหาความรู้หรือเงินทองเป็นรูปเคารพของตน และอีกหลายคนกราบไหว้ตนเองเหมือนเป็นรูปเคารพ

แน่นอน มีบางคนที่ทำรูปปั้นหรือรูปแกะสลักจากไม้ หิน หรือทองคำและกราบไหว้รูปเหล่านั้น บางคนกราบไหว้ดวงอาทิตย์ ดวงจันทร์ หรือดวงดาว บางคนขอความช่วยเหลือจากพ่อมดหมอผีเมื่อใดก็ตามที่เขาล้มป่วย การกระทำเช่นนี้ก็หมายความว่าปีศาจกลายเป็นรูปเคารพของคนเหล่านี้

เมื่อผู้คนกราบไหว้รูปเคารพเหล่านั้นก่อนที่เขามารู้จักกับพระเจ้านับเป็นสิ่งที่น่าอับอายมิใช่หรือ ช่างเป็นเรื่องที่น่าขบขันมิใช่หรือ เมื่อมีผู้คนอธิษฐานต่อหน้ารูปปั้นที่ถูกสร้างและระบายสีด้วยมือของมนุษย์และคุกเข่าลงต่อหน้าสิ่งเหล่านั้นแล้วพูดว่า "เจ้าพ่อคุณ ขอช่วยลูกช้างลูกม้าให้สอบผ่านด้วยเถิด" "เจ้าพ่อคุณ ขอช่วยให้ธุรกิจของลูกช้างลูกม้าเจริญรุ่งเรืองด้วยเถิด" และ "เจ้าพ่อคุณ ขอให้ลูกช้างลูกม้ามีสุขภาพดีด้วยเถิด"

เมื่อเราอธิษฐานด้วยความเชื่อ พระเจ้าจะทรงตอบเราทันทีแม้กระทั่งในเวลานี้ซึ่งแตกต่างจากรูปเคารพ ถ้าเราเพียงแต่รักษาวันขององค์พระผู้เป็นเจ้าให้บริสุทธิ์และถวายสิบลด (ซึ่งเป็นพื้นฐานของชีวิตคริสเตียน) พระเจ้าจะทรงปกป้องเราให้พ้นจากเหตุร้ายทุกรูปแบบ

ถ้าเราประสบอุบัติเหตุ สิ่งนั้นต้องมีสาเหตุบางอย่าง เช่น เราไม่ได้รักษาวันขององค์พระผู้เป็นเจ้าให้บริสุทธิ์หรือเราไม่ได้ถวายสิบลดอย่างถูกต้อง เป็นต้น พระเจ้าไม่สามารถปกป้องเราในกรณีเหล่านี้ เราจะพูดได้ว่าชีวิตของบุคคลคนหนึ่งได้รับพระพรก็ต่อเมื่อเรามีความหวังสำหรับแผ่นดินสวรรค์ รู้จักโลกฝ่ายวิญญาณมากยิ่งขึ้น และปรนนิบัติพระเจ้าผู้ยิ่งใหญ่ (ไม่ใช่รับใช้รูปเคารพที่พูดไม่ได้)

เท่านั้น

เหตุฉะนั้นข้าพเจ้าจึงบอกท่านทั้งหลายให้ทราบว่า ไม่มีผู้ใดซึ่งพูดโดยพระวิญญาณของพระเจ้าจะเรียกพระเยซูว่า "ผู้ที่ถูกสาปแช่ง" และไม่มีผู้ใดอาจพูดว่าพระเยซูเป็นองค์พระผู้เป็นเจ้า นอกจากผู้ที่พูดโดยพระวิญญาณบริสุทธิ์ (12:3)

เราได้ฟังถึงหนทางแห่งกางเขนและเรารู้ว่าพระเยซูคริสต์ทรงเป็นพระผู้ช่วยให้รอดของเราและเราเปิดจิตใจของเราออก จากนั้นพระเจ้าได้ทรงส่งพระวิญญาณบริสุทธิ์เข้ามาในจิตใจของเรา พระวิญญาณทรงให้กำเนิดกับวิญญาณจิตของเรา กล่าวคือ ด้วยความช่วยเหลือของพระวิญญาณบริสุทธิ์เราจึงรู้จักความบาปและประพฤติตามความชอบธรรม

ถ้าเราดำเนินชีวิตประจำวันในการทำงานของพระวิญญาณบริสุทธิ์ เราจะพูดได้อย่างไรว่า "ขอให้พระเยซูถูกแช่งสาป" เราจะพูดได้อย่างไรว่าพระองค์ทรงชั่วร้าย เลวทราม หรือผิดพลาด

ผู้คนที่ได้รับพระวิญญาณบริสุทธิ์ต้องไม่พูดสิ่งเหล่านี้ แต่ก่อนเมื่อครั้งที่เรายังไม่เชื่อในพระเยซูคริสต์เราไม่ได้เรียกพระองค์ว่าเป็นพระผู้เป็นเจ้าของเรา บางคนอาจพูดคำนั้นด้วยริมฝีปากของตนเท่านั้น แต่เขาไม่รู้จักพระองค์ในจิตใจของเขา แต่ผู้คนที่ได้รับพระวิญญาณบริสุทธิ์จะยอมรับถึงความจริงข้อที่ว่าพระเยซูทรงเป็นพระผู้ช่วยให้รอดของเราโดยไม่มีความรู้สึกฝืนใจใด ๆ เลย ผู้คนที่ไม่ได้รับพระวิญญาณบริสุทธิ์ไม่สามารถพูดอย่างแท้จริงว่าพระเจ้าทรงเป็นพระบิดา แต่ผู้คนที่ได้รับพระวิญญาณบริสุทธิ์สามารถเรียกพระองค์ว่าพระบิดาเพราะว่าพระองค์ทรงเป็นผู้ให้กำเนิดแก่วิญญาณจิตของเรา

# พระวิญญาณบริสุทธิ์ทรงช่วยให้เรารู้พระเยซูองค์พระผู้เป็นเจ้า

ของประทานแห่งพระวิญญาณชนิดต่าง ๆ
แล้วของประทานนั้นมีต่าง ๆ กัน แต่มีพระวิญญาณองค์เดียวกัน งานรับใช้มีต่าง ๆ กัน แต่มีองค์พระผู้เป็นเจ้าองค์เดียวกัน (12:4-5)

คำว่า "ของประทาน" ในที่นี้หมายถึงภารกิจพิเศษที่เกิดขึ้นด้วยความรักของพระเจ้า สิ่งนี้เป็นของประทานที่พระเจ้าทรงมอบให้กับเราด้วยพระคุณของพระองค์และเป็นหนึ่งในหลาย ๆ สิ่งที่เกิดขึ้นผ่านทางพระคุณของพระเจ้า ในแง่นี้ ภารกิจแห่งความรอด การได้รับพระวิญญาณบริสุทธิ์ การได้รับการรักษาให้หายจากโรค และภารกิจอื่น ๆ ล้วนเป็น "ของประทาน" ของพระเจ้า นอกจากนั้น สิ่งนี้ยังเป็นของพระเจ้าเช่นกันเมื่อเราได้รับคำตอบต่อคำอธิษฐานของเรา

ในบรรดาของประทานต่าง ๆ ที่พระเจ้าทรงมอบให้กับเรามีของประทานบางอย่างที่ได้รับมอบหมายไว้อย่างเฉพาะเจาะจง สิ่งเหล่านี้ได้แก่ถ้อยคำอันประกอบด้วยสติปัญญา ถ้อยคำอันประกอบด้วยความรู้ ของประทานแห่งความเชื่อ และของประทานแห่งการรักษาโรคของพระเจ้า

พระเจ้าทรงมอบของประทานเหล่านี้โดยการทำงานของพระวิญญาณบริสุทธิ์ เพราะฉะนั้นบุคคลจะสามารถรับของประทานเหล่านี้ได้หลังจากที่เขาได้รับพระวิญญาณบริสุทธิ์แล้วเท่านั้น ดังนั้นถ้าผู้คนที่มีชีวิตอยู่ในสมัยพระคัมภีร์เดิมไม่ได้รับพระวิญญาณบริสุทธิ์ คนเหล่านั้นจะสำแดงของประทานแห่งการเผยพระวจนะได้อย่างไร ในพระคัมภีร์เดิมพระวิญญาณบริสุทธิ์ไม่ได้เข้ามาสถิตอยู่ในจิตใจของผู้คน อย่างไรก็ตาม คนเหล่านั้นสามารถเผยพระวจนะเมื่อพระวิญญาณบริสุทธิ์ทรงทำงานในจิตใจของเขาจากภายนอก เพราะเหตุนี้คนเหล่านั้นไม่สามารถเผยพระวจนะได้ตลอดเวลา แต่เฉพาะในยามที่เขาได้รับการขับเคลื่อนด้วยพระวิญญาณบริสุทธิ์เท่านั้น

แต่ในสมัยพระคัมภีร์ใหม่เราสามารถติดต่อสื่อสารกับพระเจ้าได้ตลอดเวลาถ้าเราเต็มล้นความไพบูลย์ของพระวิญญาณบริสุทธิ์ เมื่อเราเต็มล้นด้วยพระวิญญาณเราก็สามารถรับเอาของประทานแห่งการพูดภาษาต่าง ๆ หรือของประทานแห่งการรักษาโรคได้

## งานรับใช้ต่าง ๆ ที่องค์พระผู้เป็นเจ้าประทานให้

ของประทานต่าง ๆ มีส่วนสัมพันธ์กับพระวิญญาณบริสุทธิ์ ในขณะที่งานรับใช้ต่าง ๆ มีส่วนสัมพันธ์กับองค์พระผู้เป็นเจ้า องค์พระผู้เป็นเจ้าทรงเป็นผู้ประทานงานรับใช้ต่าง ๆ ให้ เช่น ตำแหน่งของมัคนายก ผู้ปกครอง และศิษยาภิบาล เป็นต้น พระองค์ทรงประทานสิ่งเหล่านี้ให้กับเราเพื่อเราจะสามารถเป็นพยานถึงพระเยซูคริสต์ ช่วยดวงวิญญาณให้รอด และทำให้แผ่นดินและความชอบธรรมของพระเจ้าสำเร็จ งานรับใช้ต่าง ๆ (เช่น การเป็นครูสอนรวีฯ หรือการเป็นสมาชิกในคณะนักร้อง) เป็นงานรับใช้ที่องค์พระผู้เป็นเจ้าทรงให้การยอมรับและงานรับใช้เหล่านี้ล้วนมีความสำคัญด้วยกันทั้งสิ้น

การมีหน้าที่เหล่านั้นกับการไม่มีหน้าที่เหล่านั้นด้วยความขยันหมั่นเพียรของเราและความรู้สึกแห่งสำนึกของการได้รับรางวัลนั้

นมีข้อแตกต่างกันอย่างมาก การมีหน้าที่บางอย่างในพระเจ้านั้นถือเป็นสิ่งที่มีค่ายิ่ง แต่ถ้าเราพยายามที่จะทำหน้าที่ของเราด้วยความรู้สึกลังเลหรือความรู้สึกถูกบังคับ ถ้าเช่นนั้นเราก็จะไม่ได้รับการยอมรับในแผ่นดินของพระเจ้าในอนาคต เราจะสามารถรับรางวัลแห่งสวรรค์ได้ก็ต่อเมื่อเราทำหน้าที่เหล่านี้ให้สำเร็จด้วยใจขอบพระคุณ ความชื่นบาน และความเชื่อเท่านั้น

งานรับใช้มีอยู่หลายอย่าง อาทิ เช่น สมาชิกในคณะนักร้องหรือนักดนตรีที่เล่นเครื่องดนตรีชนิดต่าง ๆ เพื่อแผ่นดินสวรรค์เป็นต้น บางครั้งเป็นการยากที่จะทำให้หน้าที่ทุกอย่างเหล่านี้ให้สำเร็จในโลกนี้ แต่ในแผ่นดินสวรรค์ไม่ยากเลย นี่เป็นเพียงสิ่งที่น่าชื่นชมยินดีและมีความสุข ดังนั้นถ้าเราไม่ได้ทำงานหนักเพื่อทำให้หน้าที่ต่าง ๆ ซึ่งเราได้รับมอบหมายจากพระเจ้าให้สำเร็จเพราะเรารู้สึกว่าเรายุ่งกับการทำงานฝ่ายโลกเกินไป เราจะได้รับสิ่งใดในภายหลังเมื่อเรายืนอยู่ต่อพระพักตร์พระเจ้า

เมื่อเรายังเป็นเด็กเล็ก ๆ ถ้าคุณครูขอร้องให้เราทำบางสิ่งบางอย่างเพื่อท่านเหล่านั้น เรารู้สึกเป็นสุขมาก เราเป็นสุขก็เพราะว่าเรารู้สึกว่าเราเป็นที่รักของครูและเป็นยอมรับจากท่านเหล่านั้น ดังนั้นลองคิดดูซิว่าถ้าเราเป็นที่ยอมรับจากพระเจ้าพระผู้สร้างและทำงานเพื่อพระองค์จะเป็นสิ่งที่มีคุณค่ามากเพียงใด ด้วยเหตุนี้ ถ้าเรามีความเชื่อเราต้องขอบพระคุณสำหรับหน้าที่และงานรับใช้ของเรา

นอกจากนั้น เราไม่ควรคิดว่าตำแหน่งหนึ่งตำแหน่งใดหรืองานรับใช้หนึ่งงานรับใช้ใดเป็นสิ่งที่ศิษยาภิบาลของเราหรือผู้นำกลุ่มของเรามอบให้ เราต้องเข้าใจว่าเราได้รับมอบหมายหน้าที่เหล่านั้นจากองค์พระผู้เป็นเจ้าโดยการทรงนำของพระองค์

กิจกรรมมีต่าง ๆ กัน แต่มีพระเจ้าองค์เดียวกันที่ทรงกระทำสารพัดในทุกคน การสำแดงของพระวิญญาณนั้นมีแก่ทุกคนเพื่อประโยชน์ร่วมกัน (12:6-7)

งานรับใช้ทุกอย่างเกี่ยวพันกับพระเจ้า พระราชกิจของพระองค์แตกต่างออกไปในเวลาที่แตกต่างกันและงานรับใช้ทุกอย่างอยู่ภายใต้การควบคุมของพระเจ้า

งานรับใช้ทุกอย่างอยู่ภายใต้การควบคุมของพระเจ้า แต่เราทำงานรับใช้เหล่านั้นในพระนามของพระเยซูคริสต์ องค์พระผู้เป็นเจ้าเป็นผู้ประทานงานรับใช้เหล่านั้นและเราทำงานรับใช้เหล่านั้นด้วยฤทธิ์อำนาจของพระวิญญาณบริสุทธิ์ ผลลัพธ์ก็คือทุกสิ่งสำเร็จลุล่วงโดยการทำงานของพระเจ้าตรีเอกานุภาพ

ข้อ 7 กล่าวว่า “การสำแดงของพระวิญญาณนั้นมีแก่ทุกคนเพื่อประโยชน์ร่วมกัน” การสำแดงของพระวิญญาณมีประโยชน์กับเราอย่างไร พระวิญญาณบริสุทธิ์เสด็จมาหาเราแต่ละคนเพื่อปลูกฝังความเชื่อไว้ในเราและเพื่อนำเราให้ละทิ้งความบาปและดำเนินชีวิตในความจริงและความชอบธรรม

นอกจากนั้น เราไม่สามารถเข้าใจความจริงได้ถ้าปราศจากการทำงานของพระวิญญาณบริสุทธิ์ ด้วยการทำงานของพระวิญญาณบริสุทธิ์เราจึงเรียนรู้ถึงน้ำพระทัยของพระเจ้าและเดินตามแนวทางที่พระเจ้าทรงต้องการ เราได้รับคำตอบในสิ่งที่เราทูลขอและถวายเกียรติแด่พระเจ้าด้วยเช่นกัน ด้วยเหตุนี้ การทำงานของพระวิญญาณบริสุทธิ์ทุกอย่างจึงเป็นประโยชน์สำหรับเรา

**ด้วยพระวิญญาณทรงโปรดประทานให้คนหนึ่งมีถ้อยคำประกอบด้วยสติปัญญา และให้อีกคนหนึ่งมีถ้อยคำอันประกอบด้วยความรู้ แต่เป็นโดยพระวิญญาณองค์เดียวกัน (12:8)**

“คนหนึ่ง” ในข้อนี้หมายถึงใคร พระเจ้าทรงต้องการที่จะมอบของประทานให้กับเราทุกคน แต่พระองค์ไม่สามารถมอบของประทานเหล่านั้นให้กับเราโดยไม่มีการแยกแยะ พระองค์ทรงประทานให้กับผู้คนที่เตรียมภาชนะที่เหมาะสมเพื่อรองรับของประทานเหล่านั้น ผมได้อธิบายถึงสติปัญญาไว้โดยละเอียดในบทที่ 3

สติปัญญามีอยู่หลายด้าน เช่น สติปัญญาในชีวิตประจำวันของเรา สติปัญญาในจิตใจของเรา และสติปัญญาในการทำงานของเรา เป็นต้น

ผมขอยกตัวอย่างกับท่านเพื่ออธิบายถึง "ถ้อยคำแห่งสติปัญญา" บางคนรวบรวมวัสดุที่สามารถนำมาใช้ใหม่ได้และทำให้วัสดุเหล่านั้นกลายเป็นสิ่งที่มีประโยชน์ นี่คือสติปัญญาชนิดหนึ่งในชีวิตของเรา

เมื่อเราทำงานบ้าน คุณภาพของชีวิตเราจะแตกต่างกันออกไปตามสติปัญญาของเรา ตัวอย่าง เช่น บางคนมีรายจ่ายและรายได้จำนวนเท่ากัน แต่บางคนมักมีเงินไม่พอใช้อยู่เสมอในขณะที่บางคนซื้อสิ่งของที่เขาต้องการและสามารถออมเงินบางส่วนเอาไว้เช่นกัน

สำหรับพระคำของพระเจ้าก็เช่นเดียวกัน แต่ละคนจะใช้พระคำของพระเจ้าด้วยวิธีการที่แตกต่างกัน ผู้คนที่ได้รับของประทานแห่งถ้อยคำประกอบด้วยสติปัญญาสามารถใช้ประโยชน์จากพระคำของพระเจ้าได้อย่างเหมาะสมที่สุด สาเหตุไม่ใช่เพราะว่าแต่ละคนกำลังใช้พระคำของพระเจ้าแต่พระวิญญาณบริสุทธิ์คือผู้ที่ใช้พระคำนั้น

พระวิญญาณบริสุทธิ์สามารถเปลี่ยนแปลงผู้คนที่ชั่วร้ายและอธรรมให้เป็นคนที่สุภาพอ่อนโยนและใจดีด้วยพระคำของพระเจ้า พระองค์ทรงสามารถเปลี่ยนแปลงคนเหล่านั้นเพื่อเขาจะสามารถหนุนใจคนอื่นและขอบพระคุณ พระองค์ทรงนำคนเหล่านั้นให้สามารถเอาชนะโลกด้วยความหวังแห่งแผ่นดินสวรรค์ด้วยการปลูกฝังความเชื่อไว้ในเขา

แต่ไม่ใช่ทุกคนจะเปลี่ยนแปลง แต่ละคนมีทุ่งนาแห่งจิตใจที่แตกต่างกัน บางคนมีทุ่งนาแห่งจิตใจเป็นเหมือนดินดี บางคนเป็นเหมือนดินที่มีหนามปกคลุม บางคนเป็นเหมือนดินที่มีหินและบางคนเป็นเหมือนดินริมทางเดิน นอกจากนั้น แต่ละคนยังมีความสามารถทางความคิดหรือระดับความอดกลั้นแตกต่างกัน

ดังนั้น แม้จะได้รับพระคำเหมือนกัน แต่ละคนก็จะมีขนาดของการเปลี่ยนแปลงเกิดขึ้นแตกต่างกันในชีวิตของเขา

บางคนมีจิตใจสำนึกที่ด้านชาและไม่ยอมรับการเปลี่ยนแปลงใด ๆ เลย ยูดาสอิสคาริโอทติดตามพระเยซูเป็นเวลาถึงสามปีและได้เรียนรู้ความจริง แต่เขาไม่เปลี่ยนแปลง เมื่ออัครทูตเปาโลสำแดงหมายสำคัญและการอัศจรรย์ ผู้คนจำนวนมากติดตามท่านและเป็นพยานถึงพระเจ้าผู้ทรงพระชนม์อยู่ แต่หลายคนทรยศต่อพระเจ้าและหันกลับไปหาโลก ผู้คนที่ได้รับของประทานแห่งถ้อยคำประกอบด้วยสติปัญญาสามารถเปลี่ยนแปลงผู้คนที่มีศักยภาพที่จะเปลี่ยนแปลงได้อย่างรวดเร็ว

ถ้าเช่นนั้น เราจะสามารถรับเอาของประทานแห่งถ้อยคำประกอบด้วยสติปัญญาได้อย่างไร

ยากอบ 3:17-18 กล่าวว่า “แต่ปัญญาจากเบื้องบนนั้นบริสุทธิ์เป็นประการแรก แล้วจึงเป็นความสงบสุข สุภาพและว่าง่าย เปี่ยมด้วยความเมตตาและผลอันดี ไม่มีความลำเอียง ไม่หน้าซื่อใจคดและผลแห่งความชอบธรรมก็หว่านลงในสันติสุขของคนเหล่านั้นที่ก่อให้เกิดสันติสุข”

ยิ่งเราได้รับการชำระให้บริสุทธิ์มากขึ้นเท่าใด เราก็สามารถรับเอาสติปัญญาของพระเจ้าได้มากขึ้นเท่านั้น แต่อันดับแรกเราต้องเป็นคนที่สะอาดบริสุทธิ์ อยู่อย่างสงบ สภาพอ่อนน้อม มีเหตุผล หนักแน่นมั่นคง และไม่มีความหน้าซื่อใจคดในสายพระเนตรของพระเจ้าก่อน เราจะเกิดผลของความดี สันติสุข ความสุภาพอ่อนน้อม และความรักเมื่อเรากินเนื้อและดื่มโลหิตขององค์พระผู้เป็นเจ้า ยิ่งเราดำเนินชีวิตอยู่ในความจริงและได้รับการชำระให้บริสุทธิ์มากเท่าใดเราก็จะได้รับสติปัญญาจากพระเจ้ามากขึ้นเท่านั้น เมื่อพระคำทั้งสิ้นเหล่านี้ของพระเจ้าถูกปลูกฝังไว้ในเรา เราก็จะได้รับสติปัญญาอย่างไม่จำกัดจากพระเจ้า นี่คือวิธีการที่จะได้รับของประทานแห่งถ้อยคำประกอบด้วยสติปัญญา

เราจะมีฤทธิ์อำนาจอย่างมากถ้าเราได้รับของประทานเกี่ยวกั

บถ้อยคำแห่งสติปัญญานี้ ยกตัวอย่าง เมื่อเราทำธุรกิจเราจะเจริญรุ่งเรืองอย่างมากเพราะสติปัญญาของเราจะแหลมคมยิ่งกว่าสติปัญญาของคนอื่น เราจะสามารถทำทุกสิ่งได้เป็นอย่างดีซึ่งรวมถึงการให้การศึกษากับลูก การสร้างความสงบสุขในครอบครัว การประกาศข่าวประเสริฐ และการประกาศกับเพื่อนฝูงและเพื่อนบ้าน

ท่อนหลังของข้อ 8 กล่าวว่า "และให้อีกคนหนึ่งมีถ้อยคำอันประกอบด้วยความรู้ แต่เป็นโดยพระวิญญาณองค์เดียวกัน" พจนานุกรมออนไลน์ฉบับเมอร์เรียม-เว็บสเตอร์ให้คำจำกัดความของ "ความรู้" ไว้ว่าหมายถึง "ข้อเท็จจริงหรือสภาพของการรู้สึกบางสิ่งบางอย่างด้วยความคุ้นเคยซึ่งได้รับมาผ่านทางประสบการณ์หรือการคบค้าสมาคม"

ทารกเกิดใหม่ไม่มีความรู้ เขาใส่สิ่งที่ตนเห็น ได้ยิน และเรียนรู้ไว้ในเซลล์สมองเมื่อเขาเติบโตขึ้น เนื้อหาที่เขาใส่เข้าไปนั้นประกอบกันเป็น "ความรู้"

และเนื้อหาส่วนใหญ่ของความรู้ชนิดนี้มักไม่ใช่สิ่งที่ถูกต้อง ยกตัวอย่าง พ่อแม่หลายคนจะสอนลูกของตนให้ชกต่อยกลับไปเมื่อมีเด็กคนอื่นชกต่อยเขา ของประทานแห่งถ้อยคำอันประกอบด้วยความรู้ในพระคัมภีร์คือการเข้าใจความหมายฝ่ายวิญญาณแห่งพระคำของพระเจ้า การเข้าใจพระทัยของพระเจ้า และการปลูกฝังพระทัยนั้นไว้ในจิตใจของเรา เพื่อให้เราสวมยุทธภัณฑ์ถ้อยคำอันประกอบด้วยความรู้ให้กับตนเอง สายตาฝ่ายวิญญาณของเราต้องเปิดออกเพื่อเราจะสามารถเข้าใจพระคำ ไม่เช่นนั้นเราก็จะไม่เข้าใจความหมายที่แท้จริง แต่เราจะเข้าใจเฉพาะความหมายตามตัวอักษรของพระคำของพระเจ้า

ยกตัวอย่าง มัคนายกหรือผู้ทำการในคริสตจักรอาจรู้จักพระคัมภีร์ 1 เธสะโลนิกา 5:16-18 ที่กล่าวว่า "จงชื่นบานอยู่เสมอ จงอธิษฐานอย่างสม่ำเสมอ จงขอบพระคุณในทุกกรณี เพราะนี่แหละเป็นน้ำพระทัยของพระเจ้าในพระเยซูคริสต์เพื่อท่านทั้งหลาย"

แต่ในหลายกรณีคนเหล่านี้เพียงแค่รู้จักพระคัมภีร์ตอนนี้เท่านั้น เขาต้องเข้าใจความหมายฝ่ายวิญญาณในข้อเหล่านี้และทำให้พระคัมภีร์ตอนนี้เป็นจริงในจิตใจของเขา พระคัมภีร์จะกลายเป็นถ้อยคำอันประกอบด้วยความรู้ได้ก็ต่อเมื่อเขาทำเช่นนั้นแล้วเท่านั้น การท่องจำพระคัมภีร์เพียงอย่างเดียวจะมีความหมายอะไร

ผู้คนที่ทำให้พระคำเหล่านี้เป็นจริงในจิตใจของตนจะสำแดงการประพฤติแบบใดออกมา คนเหล่านี้เข้าใจความหมายฝ่ายวิญญาณของพระคัมภีร์ที่กล่าวว่า “จงชื่นบานอยู่เสมอ” ดังนั้นเขาจึงชื่นบานแม้ในยามที่เขาอยู่ในการทดลองและความยากลำบากและเขาจะขอบพระคุณในทุกกรณีด้วยการอธิษฐาน

เราสามารถเข้าไปสู่มิติฝ่ายวิญญาณถ้าเราเข้าใจพระคำของพระเจ้าในฝ่ายวิญญาณและทำให้พระคำนั้นเป็นจริงในจิตใจของเรา แต่ถ้าพระคำฝ่ายวิญญาณไม่ได้รับการปลูกฝังไว้ภายในเรา การประพฤติก็จะไม่เกิดขึ้นตามมา นั่นก็หมายความว่าเราจะไม่สามารถรับเอาการทำงานของพระเจ้า

แต่ทำไมพระคัมภีร์จึงเรียกสิ่งนี้ว่าเป็นของประทานชนิดหนึ่ง สาเหตุก็เพราะว่าเราไม่สามารถเข้าใจหรือทำให้พระคำเป็นจริงในจิตใจของเราถ้าปราศจากการช่วยเหลือของพระวิญญาณบริสุทธิ์ ผู้คนที่รักพระคำของพระเจ้าและเต็มล้นด้วยพระวิญญาณจะสามารถรับเอาความช่วยเหลือจากพระองค์เพื่อเขาจะรู้สึกว่าคำเทศนานั้นหวานเหมือนน้ำผึ้งโดยไม่มีความคิดล่องลอยหรือความง่วงเหงาหาวนอน

และเมื่อความเชื่อของเขาเติบโตขึ้น เขาจะเข้าใจพระทัยและน้ำพระทัยของพระเจ้าและประพฤติตามกฎของมิติฝ่ายวิญญาณเพื่อเขาจะได้รับการทรงนำไปสู่ความเจริญรุ่งเรืองอยู่เสมอ ผีมารซาตานไม่สามารถรบกวนเขาแต่มันจะหนีไปจากเขา

และให้อีกคนหนึ่งมีความเชื่อ แต่เป็นโดยพระวิญญาณองค์เดียวกัน และให้อีกคนหนึ่งมีความ

สามารถรักษาคนป่วยได้ แต่เป็นโดยพระวิญญาณองค์เดียวกัน (12:9)

บางคนมีความเชื่ออย่างมั่นคงไม่นานหลังจากที่เขาได้ยินเกี่ยวกับพระเจ้า เราจะได้รับของประทานแห่งความเชื่อแบบนี้ซึ่งทำให้เราเชื่อในทันทีได้อย่างไร เหมือนที่กล่าวไปก่อนหน้านี้ว่า "ดิน" ของทุ่งนาแห่งจิตใจนั้นมีอยู่สี่ชนิด ได้แก่ ดินดี ดินมีหนามปกคลุม ดินมีหิน และดินริมทางเดิน

ดินดีคือจิตใจที่ดีงามซึ่งไม่มีความชั่วร้าย ผู้คนที่มีจิตใจดีงามจะเปลี่ยนคำพูดและแม้กระทั่งนิสัยของตนเมื่อเขารู้ว่าเขาผิดผ่านทางพระคำของพระเจ้า ถ้าเขาค้นพบสิ่งที่ไม่ถูกต้องในตนเองเขาจะกำจัดสิ่งเหล่านั้นออกไปโดยไม่ลังเลตามจิตสำนึกที่ "ดีงาม" ของตน

นอกจากนั้น เมื่อเขามีประสบการณ์กับพระเจ้าผู้ทรงพระชนม์อยู่หรือเห็นหลักฐานบางอย่าง คนเหล่านี้จะต้อนรับเอาองค์พระผู้เป็นเจ้าทันที พระเจ้าทรงมอบของประทานแห่งความเชื่อกับบุคคลเช่นนี้

ถ้าเช่นนั้น ผู้คนที่ไม่มี "ดินดี" จะได้รับของประทานแห่งความเชื่อได้อย่างไร ความเชื่อเป็นสิ่งที่พระเจ้าประทานให้ บุคคลไม่สามารถมีความเชื่อตามที่ตนปรารถนาได้ ในมาระโก 9:23 เมื่อพระเยซูตรัสว่า "ถ้าท่านเชื่อได้ ใครเชื่อก็ทำให้ได้ทุกสิ่ง" บิดาของเด็กที่ถูกผีเข้าสิงกราบทูลพระองค์ว่า "ข้าพระองค์เชื่อ พระองค์เจ้าข้า ที่ข้าพระองค์ยังขาดความเชื่อนั้น ขอพระองค์ทรงโปรดช่วยให้เชื่อเถิด"

ในที่นี้ เมื่อชายคนนั้นพูดว่า "ข้าพระองค์เชื่อ" สิ่งนี้หมายความว่าเขาเคยได้ยินเกี่ยวกับฤทธิ์อำนาจของพระเยซูจากการที่พระองค์ทรงทำให้คนตายเป็นขึ้นมาและคนตาบอดมองเห็น แต่เขาไม่อาจได้รับสิ่งที่เขาทูลขอด้วยความเชื่อที่เป็นเพียงความรู้นั้นได้ ความเชื่อนี้ไม่ใช่ความเชื่อที่แท้จริงซึ่งจะทำให้เขาสามารถเชื่อจากจิตใจของตน

บุคคลจะได้รับสิ่งที่เขาทูลขอได้ด้วยความเชื่อฝ่ายวิญญาณเท่านั้นและความเชื่อฝ่ายวิญญาณนี้พระเจ้าเป็นผู้ประทานให้ ชายคนนี้ไม่สามารถเชื่อจากจิตใจของตนอย่างแท้จริงและเขาทูลขอให้พระเยซูทรงประทานความเชื่อฝ่ายวิญญาณให้กับเขาและพระเยซูทรงกระทำเช่นนั้น

เช่นเดียวกับในกรณีข้างบนนี้ ความเชื่อมีอยู่สองชนิด ด้วยความเชื่อที่เป็นเพียงความรู้ซึ่งได้รับผ่านทางสติปัญญาบุคคลไม่อาจได้รับความรอดหรือได้รับคำตอบต่อคำอธิษฐานของตน อย่างไรก็ตาม เมื่อความเชื่อที่เป็นเพียงความรู้นี้เปลี่ยนเป็นความเชื่อฝ่ายวิญญาณ การเปลี่ยนแปลงนั้นจะทำให้เกิดการประพฤติและการกระทำต่าง ๆ ตามมา บุคคลจะได้รับความรอดและได้รับคำตอบต่อคำอธิษฐานของตนอย่างแท้จริงหลังจากนั้นเท่านั้น

ตอนนี้เราจะมีความเชื่อฝ่ายวิญญาณที่พระเจ้าทรงประทานให้ได้อย่างไร

เพื่อให้มีความเชื่อที่พระเจ้าประทานให้ เราต้องนำพระคำของพระเจ้าที่เรารู้ไปประพฤติตาม เราต้องอธิษฐานเพื่อรับเอาความไพบูลย์ของพระวิญญาณเพื่อกำจัดความเท็จออกไปจากเราและแทนที่สิ่งนั้นด้วยความจริง จากนั้นเราก็สามารถรับเอาความเชื่อฝ่ายวิญญาณจากเบื้องบนตามขนาดแห่งการประพฤติตามความจริงของเรา เพื่อให้สิ่งนี้เกิดขึ้น พระวิญญาณบริสุทธิ์ต้องช่วยเรารู้จักความจริงและกำจัดความบาปทิ้งไป เพราะเหตุนี้ พระคัมภีร์จึงกล่าวว่า "ความเชื่อ...โดยพระวิญญาณองค์เดียวกัน"

ข้อนี้กล่าวต่อไปว่า "และให้อีกคนหนึ่งมีความสามารถรักษาคนป่วยได้ แต่เป็นโดยพระวิญญาณองค์เดียวกัน" ของประทานแห่งการรักษาโรคคือการรักษาโรคบางชนิดซึ่งมีต้นเหตุมาจากเชื้อโรคบางอย่างด้วยการอธิษฐาน แม้แต่โรคร้ายแรงบางชนิดก็สามารถรับการรักษาให้หายได้เมื่อคนหนึ่งรับเอาคำอธิษฐานจากอีกคนหนึ่งซึ่งมีของประทานแห่งการรักษาโรคด้วยฤทธิ์อำนาจของพระเจ้า

เมื่อคนหนึ่งทำบาปแต่กลับใจอย่างถ่องแท้และอธิษฐานต่อพระเจ้า พระเจ้าอาจมีพระเมตตาต่อเขาและรักษาเขา ในกรณีนี้ ถ้าเขารับเอาคำอธิษฐานจากบุคคลที่มีของประทานแห่งการรักษาโรค เขาก็จะได้รับการรักษาให้หายอย่างรวดเร็วยิ่งขึ้นเช่นกัน

แน่นอน แต่ละกรณีจะแตกต่างกันออกไปตามชนิดของโรค ยกตัวอย่าง ถ้าคนหนึ่งป่วยเป็นโรคมะเร็งขั้นที่สาม เขาอาจไม่ได้รับการรักษาด้วยการอธิษฐานเพียงครั้งเดียว โรคมะเร็งอาจเติบโตขยายตัวออกไปในร่างกายของเขาเพราะเขาไม่ได้ดำเนินชีวิตด้วยพระคำของพระเจ้า ทำให้จิตใจของเขาชั่วร้ายยิ่งขึ้นในขณะที่สร้างกำแพงบาปต่อสู้กับพระเจ้า ดังนั้นจึงไม่ใช่เรื่องง่ายที่เขาจะยอมรับเอาความจริง เขาเสาะหาการรักษาจากแพทย์ในทุกวิถีทางที่เป็นไปได้ แต่แนวทางเหล่านั้นก็ล้มเหลวและในที่สุดเขาจึงเริ่มพึ่งพิงพระเจ้า นี่เป็นกรณีของคนส่วนใหญ่

คนเหล่านี้มีจิตใจแข็งกระด้าง เมื่อเขาฟังพระคำเขามีแต่ความสงสัยและเขาไม่เข้าใจพระคำอย่างแท้จริง แต่ถ้าเขาเปิดจิตใจของตน กลับใจ และมีความเชื่ออย่างแท้จริง เขาก็สามารถรับการรักษาให้หายด้วยการอธิษฐานเพียงครั้งเดียวภายในหนึ่งสัปดาห์หรือมากกว่านั้น

นอกจากนั้น ไม่ได้หมายความว่าเฉพาะคนที่มีของประทานแห่งการรักษาโรคเท่านั้นที่สามารถรักษาโรคต่าง ๆ ด้วยการอธิษฐาน ความป่วยไข้สามารถรับการรักษาให้หายได้ด้วยคำอธิษฐานของผู้ชอบธรรมด้วยเช่นกัน (ยากอบ 5:16) เมื่อหลายคนอธิษฐานเผื่อคนป่วยด้วยการทำงานของพระวิญญาณบริสุทธิ์ เขาอาจหายจากโรค สาเหตุก็เพราะว่าคำอธิษฐานแห่งความรักจะเปลี่ยนพระทัยของพระเจ้า

นอกจากนั้น ถ้าท่านสำแดงความเชื่อที่ดีงาม พระเจ้าอาจสำแดงการทำงานของพระองค์ด้วยเช่นกัน ยกตัวอย่าง ถ้าผู้นำกลุ่มเซลล์อธิษฐานเผื่อสมาชิกของกลุ่มเซลล์คนหนึ่ง สมาชิกคนนั้นอาจหายจากโรค สาเหตุก็เพราะว่าพระเจ้าทรงกระท

ำการตามความเชื่อของเราตามที่พระคัมภีร์กล่าวไว้ว่า "ให้เป็นไปตามความเชื่อของเจ้าเถิด"

แต่ถึงแม้คนที่มีของประทานแห่งการรักษาโรคจะอธิษฐานเผื่อผู้ป่วย สิ่งนี้จะไม่ได้ผลถ้าผู้ป่วยคนนั้นไม่มีความเชื่อ เมื่อพระเยซูทรงรักษาคนตาบอดพระองค์ตรัสว่า "ให้เป็นไปตามความเชื่อของเจ้าเถิด" (มัทธิว 9:29) ดังนั้นเราจึงไม่ควรนำคนที่ไม่มีความเชื่อมารับเอาคำอธิษฐานจากผู้รับใช้ของพระเจ้าผู้ซึ่งมีของประทานแห่งการรักษาโรค อย่างไรก็ตาม ถ้าคนเหล่านั้นมีความเชื่อแม้แต่เพียงเล็กน้อย พระเจ้าก็จะทรงกระทำการตามขนาดแห่งความเชื่อของเขา

บางครั้งพระเจ้าพระเจ้าทรงกระทำการด้วยวิธีการพิเศษสำหรับผู้คนที่ไม่มีความเชื่อ คนเหล่านั้นล้มป่วยเพราะเขาไม่ได้ดำเนินชีวิตอยู่ในความจริงและเพราะเขาไม่รู้จักความจริง แต่พระเจ้าจะทรงรักษาเขาถ้าเขาเป็นบุคคลที่สามารถดำเนินชีวิตคริสเตียนอย่างสัตย์ซื่อโดยไม่เปลี่ยนใจหลังจากที่เขามีประสบการณ์กับฤทธิ์อำนาจของพระเจ้า นอกจากนั้น ถ้ามีบางคนอธิษฐานเผื่อความรอดของคนที่ป่วยดังกล่าว พระเจ้าอาจทรงรักษาเขาเพื่อให้เป็นคำตอบต่อคำอธิษฐานของบุคคลคนนั้น

ในพระคัมภีร์มีกรณีต่าง ๆ อยู่หลายกรณีและเราควรเข้าใจและวินิจฉัยระหว่างกรณีต่าง ๆ เพื่อว่าเราจะสามารถให้การชี้แนะและคำแนะนำที่ถูกต้อง เมื่อบางคนรับเอาคำอธิษฐานแต่ไม่ได้รับการรักษา ผู้นำต้องสามารถเข้าใจถึงเหตุผลและชี้แนะคนนั้นอย่างถูกต้อง

สำหรับคนบางคนเขาต้องกลับใจอย่างถ่องแท้และทำลายกำแพงบาปที่กั้นระหว่างเขากับพระเจ้าลง ในกรณีเหล่านี้เขาจะไม่ได้รับการรักษาแม้ด้วยคำอธิษฐานมากมายเว้นแต่เขากลับใจอย่างแท้จริง ในกรณีที่พ่อแม่มีจิตใจที่แข็งกระด้างมากและทำบาปมากมายลูกของเขาอาจล้มป่วย ในกรณีเช่นนี้พ่อแม่ต้องกลับใจและหันกลับจากบาป

...และให้อีกคนหนึ่งทำการอัศจรรย์ต่าง ๆ และให้อีกคนหนึ่งพยากรณ์ได้ และให้อีกคนหนึ่งพยากรณ์ได้และให้อีกคนหนึ่งรู้จักสังเกตวิญญาณต่าง ๆ และให้อีกคนหนึ่งพูดภาษาต่าง ๆ และให้อีกคนหนึ่งแปลภาษานั้น ๆ ได้ (12:10)

การ "ทำการอัศจรรย์ต่าง ๆ" คือการทำสิ่งที่มนุษย์ไม่สามารถทำได้ หลายคนเกิดความสับสนในการแยกแยะความแตกต่างระหว่างของประทานแห่งการรักษาโรคกับการทำการอัศจรรย์ต่าง ๆ การทำการอัศจรรย์ต่าง ๆ สูงกว่าของประทานแห่งการรักษาโรคขึ้นไปอีกหนึ่งระดับ

ยกตัวอย่าง เมื่อท่านรักษาโรค อาการไข้ หรือความเจ็บป่วยต่าง ๆ โดยการอธิษฐานเพียงลำพังซึ่งโรคและความเจ็บป่วยเหล่านั้นสามารถรักษาด้วยยาหรือการแพทย์รูปแบบอื่น สิ่งนี้คือของประทานแห่งการรักษาโรค แต่เมื่อความพิการตั้งแต่กำเนิดบางชนิด (ซึ่งไม่สามารถรักษาให้หายแนวทางการแพทย์) ได้รับการรักษาให้หายหรือสามารถกลับมาทำหน้าที่ได้อีกครั้งหนึ่ง สิ่งนี้คือการทำการอัศจรรย์ต่าง ๆ แต่เมื่อสภาพอากาศและปรากฏการณ์ในย่านอากาศเกิดการผันแปรหรือถูกเปลี่ยนแปลงด้วยการอธิษฐาน สิ่งนี้คือการทำการอัศจรรย์ต่าง ๆ ด้วยเช่นกัน

เมื่อเราได้รับของประทานแห่งการทำการอัศจรรย์ต่าง ๆ เราสามารถเปลี่ยนได้แม้กระทั่งลักษณะและบุคลิกภาพของผู้คน ปกติผู้คนจะพูดว่าเขาไม่สามารถเปลี่ยนแปลงลักษณะพื้นฐานของตนได้ แต่ทุกสิ่งเป็นไปได้ด้วยฤทธิ์อำนาจของพระเจ้า

โมเสสเคยเป็นคนอารมณ์ร้อน แต่โดยการขัดเกลาเป็นเวลา 40 ปี ท่านได้กลายเป็นคนที่ "ถ่อมใจมากยิ่งกว่าคนทั้งปวงที่พื้นแผ่นดิน" (กันดารวิถี 12:3)

ยอห์น (ซึ่งเคยได้รับสมญานามว่า "ลูกฟ้าร้อง") เปลี่ยนแปลงและกลายเป็นที่รู้จักในชื่อของ "อัครทูตแห่งความรัก" อารมณ์ร้อนข

องเปาโลก็ได้รับการเปลี่ยนแปลงเช่นกันและท่านกลายเป็นคนที่อ่อนสุภาพมากจนท่านสามารถชื่นชมยินดีและขอบพระคุณแม้จะตกอยู่ในการข่มเหงก็ตาม เมื่อเราได้รับของประทานแห่งการทำการอัศจรรย์ต่าง ๆ เราสามารถเปลี่ยนลักษณะของตนและของคนอื่นด้วยเช่นกัน เราสามารถรักษาโรคที่ไม่มีทางรักษาให้หายและเปลี่ยนแปลงสภาพอากาศได้เช่นกัน

พระเจ้าทรงมอบของประทานแห่งการทำการอัศจรรย์ต่าง ๆ นี้ให้กับผู้คนที่ถูกต้องสายพระเนตรของพระองค์เท่านั้น เมื่อเราบรรลุถึงระดับความเชื่อที่ทำให้เราสามารถสำแดงความรักต่อพระเจ้ามากที่สุดเหนือสิ่งอื่นใด เราจะเริ่มอธิษฐานเพื่อเข้าไปสู่ระดับฝ่ายวิญญาณที่ลึกซึ้งมากขึ้นซึ่งเป็นระดับที่จะทำให้เราเป็นที่พระทัยพระเจ้าในทุกสิ่ง

เราจะอธิษฐานอย่างร้อนรนเพื่อช่วยดวงวิญญาณจำนวนนับไม่ถ้วนให้รอดและได้รับฤทธิ์อำนาจของพระเจ้า เมื่อคำอธิษฐานเหล่านี้ถูกสะสมไว้มากขึ้นเราก็จะสามารถสำแดงการอัศจรรย์ต่าง ๆ ที่มนุษย์ไม่สามารถทำได้

การพยากรณ์ (การเผยพระวจนะ) คือการพูดเกี่ยวกับอนาคตด้วยการดลใจของพระวิญญาณบริสุทธิ์ เหตุผลที่พระเจ้าทรงมอบของประทานแห่งการเผยพระวจนะก็เพื่อการจำเริญเติบโต การเตือนสติ และการหนุนใจ (1 โครินธ์ 14:3) ยกตัวอย่าง สิ่งนี้เป็นเหมือนการพูดว่า "ถ้าคุณทำสิ่งนี้บางสิ่งบางอย่างก็จะเกิดขึ้น"

การเผยพระวจนะเกิดขึ้นเมื่อมีความจำเป็นอย่างแท้จริงในน้ำพระทัยของพระเจ้าโดยการดลใจของพระวิญญาณบริสุทธิ์เท่านั้น เราอาจได้ยินคนบางคนกล่าวอ้างอยู่บ่อยครั้งว่าเขาได้รับของประทานแห่งการเผยพระวจนะ แต่ที่จริงไม่ได้เป็นเช่นนั้น ถ้าเช่นนั้นเราจะตรวจสอบได้อย่างไรว่าสิ่งนั้นจริงหรือไม่จริง

ในขณะที่กำลังเผยพระวจนะ ถ้าคนที่เผยพระวจนะพูดว่า "คุณต้องสิ่งนี้และคุณต้องทำสิ่งนั้น" มีความเป็นไปได้สูงที่ของประทาน

แห่งการเผยพระวจนะของเขาจะเป็นสิ่งเทียมเท็จ พระเจ้าไม่ทรงกระทำการด้วยวิธีการที่พวกหมอดูอาจนำมาใช้ บางคนที่ต้องการอวดอ้างตนเองจะเสแสร้งว่าตนกำลังเผยพระวจนะและเขาจะเป็นต้นเหตุให้คนอื่นสะดุดล้มลง ด้วยเหตุนี้ ท่านต้องวินิจฉัยสิ่งเหล่านี้ให้ดี

ถ้าเช่นนั้น เพราะเหตุใดผู้คนจึงเกิดความสับสนเกี่ยวกับการเผยพระวจนะ

พระวิญญาณบริสุทธิ์ทรงทำการวัดขนาดซึ่งสิ่งนี้ไม่ใช่การเผยพระวจนะ บางครั้งบางคนสามารถอ่านความคิดของคนอื่นได้ด้วยความช่วยเหลือของพระวิญญาณบริสุทธิ์และเขาคิดว่าสิ่งนี้เป็นคือการเผยพระวจนะ

สมมุติว่าคนหนึ่งอ่านความคิดของอีกคนหนึ่งด้วยการดลใจของพระวิญญาณบริสุทธิ์และเขาพูดกับอีกคนหนึ่งว่า "คุณควรอธิษฐานมากขึ้น คุณมีความวิตกกังวลบางอย่างอยู่ในตัวคุณ คุณไม่ควรโศกเศร้าแต่คุณควรชื่นบานอยู่เสมอ" สิ่งนี้ไม่ใช่การเผยพระวจนะ

แน่นอน การที่บุคคลนั้นได้รับถ้อยคำโดยการดลใจของพระวิญญาณบริสุทธิ์ถือเป็นสิ่งที่ดี แต่ทั้งคนที่กล่าวถ้อยคำและได้ยินถ้อยคำนั้นไม่ควรคิดว่าสิ่งนั้นเป็นการเผยพระวจนะ

แต่ถ้าท่านไม่ได้ยืนหยัดอยู่บนความจริงอย่างมั่นคงและไม่ได้รับการชำระให้บริสุทธิ์ ท่านไม่ควรให้คำแนะนำเช่นนั้นกับคนอื่นแม้ว่าท่านจะอธิษฐานมากก็ตาม สาเหตุก็เพราะว่าท่านยังไม่ได้ยินพระสุรเสียงของพระวิญญาณบริสุทธิ์อย่างชัดเจนมากพอและท่านไม่สามารถรู้ล่วงหน้าว่าผู้ที่ฟังท่านนั้นจะสะดุดหรือไม่หลังจากได้ยินคำแนะนำที่ท่านให้กับเขา

การที่บุคคลซึ่งอธิษฐานมากและอยู่ในพระคุณของพระเจ้าจะได้รับการดลใจและได้ยินพระสุรเสียงของพระวิญญาณบริสุทธิ์นั้นถือเป็นเรื่องธรรมชาติ แต่ถ้าเขายังมีท่อนไม้อยู่ในตาของเขา เขาก็ไม่มีคุณสมบัติที่จะให้คำแนะนำกับคนอื่น ถ้าเราชี้ให้คนอื่นมอ

งดูฝุ่นที่อยู่ในตาของเขาในขณะที่เรายังมีท่อนไม้อยู่ในตาของเรา การทำงานของมารซาตานก็จะเกิดขึ้น

การเผยพระวจนะไม่ได้เกิดขึ้นในความคิดของบุคคล เมื่อพระเจ้าทรงประทานการเผยพระวจนะพระองค์ทรงทำงานทั้งในลิ้นและในจิตใจของคนนั้น ท่านจะรู้สึกเหมือนกับว่าท่านกำลังลอยอยู่ในท้องฟ้าและท่านไม่รู้สึกว่าร่างกายของท่านอยู่ที่นั่นด้วยซ้ำไป ท่านไม่รู้ด้วยซ้ำว่าท่านกำลังพูดอะไรอยู่เมื่อท่านเต็มล้นด้วยการดลใจของพระวิญญาณบริสุทธิ์ นี่คือการเผยพระวจนะ

เมื่อคนหนึ่งเต็มล้นด้วยพระวิญญาณในการอธิษฐาน ลิ้นของเขาอาจสั่น แต่คำพูดของเขาที่ออกมาในสถานการณ์เช่นนั้นไม่ใช่การเผยพระวจนะ

เมื่อบุคคลหนึ่งไม่มีผลของพระวิญญาณ (เช่น ความอดกลั้น การควบคุมตนเอง และความสุภาพอ่อนน้อม) และไม่ได้ดำเนินชีวิตอยู่ในความจริงอย่างครบถ้วนกล่าวถ้อยคำในช่วงการอธิษฐานในขณะที่เต็มล้นด้วยพระวิญญาณ เราไม่สามารถพูดได้เช่นกันว่าถ้อยคำที่เขาพูดคือการเผยพระวจนะ บางคนคิดอย่างผิด ๆ ว่าเขากำลังเผยพระวจนะเมื่อมีถ้อยคำบางอย่างผุดขึ้นมาในความคิดของเขาในขณะที่เขากำลังอธิษฐาน

การเผยพระวจนะคือของประทานที่พระเจ้าทรงมอบให้กับผู้คนที่เชื่อฟังพระคำของพระองค์ คนที่ไม่มีความชั่วร้าย และคนที่ได้รับการชำระให้บริสุทธิ์อย่างสมบูรณ์โดยการอธิษฐานที่ยาวนาน บุคคลเช่นนี้เชื่อฟังพระคำของพระเจ้าตลอดเวลาและมีจิตใจบริสุทธิ์ เขาไม่มีการโกหกหลอกลวงหรือความอธรรมอยู่ในปากของตน

ด้วยเหตุนี้จึงเป็นเรื่องยากที่จะพบผู้เผยพระวจนะที่แท้จริงในยุคซึ่งเต็มไปด้วยความบาปอย่างยุคนี้ มีหลายกรณีที่ผู้คนทำให้การเผยพระวจนะเทียมเท็จจากภายในความคิดของตนเองหรือโดยการทำงานของซาตาน ดังนั้นเราจึงควรระมัดระวังที่จะวินิจฉัยสิ่งนั้น

และให้อีกคนหนึ่งรู้จักสังเกตวิญญาณต่าง ๆ

แสฝให้อีกคนหนึ่งพูดภาษาต่าง ๆ (12:10)

“การสังเกตวิญญาณต่าง ๆ” หมายถึง “การรู้จักน้ำพระทัยของพระเจ้า” เราจะเข้าใจกฎของมิติฝ่ายวิญญาณเมื่อเรารู้จักน้ำพระทัยของพระเจ้า ในแผ่นดินของพระเจ้ามีกฎเกณฑ์และเพื่อให้เข้าใจถึงกฎเกณฑ์ดังกล่าวของพระเจ้าเราต้องเชือฟังพระคำอย่างสมบูรณ์ ผู้คนทีเชือฟังพระบัญญัติของพระเจ้าสามารถรับเอาของประทานแห่งการสังเกตวิญญาณต่าง ๆ แม้เขาจะเดินอยู่ในหุบเขาแห่งความมืด

เราไม่สามารถสังเกตวิญญาณต่าง ๆ ด้วยตนเอง เราจะทำสิงนีได้ก็ต่อเมือเราได้รับการทรงนำจากพระวิญญาณของพระเจ้าเท่านั้น เราสามารถรับเอาของประทานแห่งการสังเกตวิญญาณต่าง ๆ เมือเราเชือฟังพระเจ้าอย่างสมบูรณ์

เมือเราเข้าไปถึงระดับของการสังเกตวิญญาณต่าง ๆ อย่างสมบูรณ์เราก็สามารถแยกแยะสิงทีอยู่ฝ่ายวิญญาณและสิงทีอยู่ฝ่ายเนือหนัง เราสามารถแยกแยะพระสุรเสียงของพระวิญญาณบริสุทธิ์ ความคิดของเรา ความดีและความชัว และความจริงและความเท็จด้วยเช่นกัน

ถ้าเรามีของประทานแห่งการสังเกตวิญญาณต่าง ๆ เราอาจมองเห็นบางสิงบางอย่างคล้ายหมอกสีดำล้อมรอบผู้คนทีติดต่อกับวิญญาณชัวหรือผู้คนทีถูกรบกวนจากการทำงานของวิญญาณชัว เราสามารถสัมผัสถึงสิงนีได้ผ่านทางใบหน้าหรือดวงตาของผู้คนด้วยเช่นกัน

เหมือนทีระบุไว้ในเบืองต้นว่าเพือให้ได้รับของประทานแห่งการสังเกตวิญญาณต่าง ๆ เราต้องเชือฟังพระคำของพระเจ้าอย่างสมบูรณ์ เมือเราเชือฟังอย่างสมบูรณ์เราก็สามารถได้ยินพระสุรเสียงของพระวิญญาณบริสุทธิ์อย่างชัดเจนและเราสามารถทำตามน้ำพระทัยของพระเจ้า จากนันเราก็สามารถสังเกตวิญญาณต่าง ๆ ด้วยฤทธิ์อำนาจของพระเจ้า

แต่เราไม่ควรคิดอย่างผิด ๆ ว่าเรากำลังเชื่อฟังในขณะที่ในความเป็นจริงเราไม่ได้เชื่อฟัง เพื่อให้เชื่อฟังพระเจ้าอย่างสมบูรณ์เราต้องสกัดความคิดของเราเอาไว้ กล่าวคือ เราต้องทำลายหลักทฤษฎีและความคิดต่าง ๆ ของเรา

2 โครินธ์ 10:3-6 กล่าวว่า "เพราะว่า ถึงแม้เรายังดำเนินอยู่ในเนื้อหนังก็จริง แต่เราก็ไม่ได้สู้รบตามฝ่ายเนื้อหนัง เพราะว่าศาสตราวุธแห่งการสงครามของเราไม่เป็นฝ่ายเนื้อหนัง แต่มีอานุภาพอันยิ่งใหญ่จากพระเจ้าที่จะทลายป้อมอันแข็งแกร่งลงได้ คือทำลายความคิดและทิฐิมานะทุกประการที่ตั้งตัวขึ้นขัดขวางความรู้ของพระเจ้าและน้อมนำความคิดทุกประการให้เข้าอยู่ใต้บังคับจนถึงเชื่อฟังพระคริสต์และพร้อมที่จะแก้แค้นการไม่เชื่อฟังทุกอย่าง ในเมื่อความเชื่อฟังของท่านทั้งหลายจะสำเร็จ"

"การสงคราม" ในที่นี้คือ "สงครามฝ่ายวิญญาณ" เพื่อให้ได้รับชัยชนะในสงครามฝ่ายวิญญาณเราต้องทำลายทฤษฎีทุกอย่างที่เราเชื่อว่าเป็นความจริงและกำจัดความหยิ่งผยองซึ่งพระเจ้าทรงเกลียดชังนั้นทิ้งไป ถ้าเราเชื่อฟังพระเจ้าอย่างสมบูรณ์หลังจากนั้น ป้อมค่ายของผีมารซาตานก็จะทลายลงและพระเจ้าจะทรงนำเราไปสู่ความเจริญรุ่งเรือง สาเหตุที่เราไม่สามารถแยกแยะวิญญาณต่าง ๆ ได้แม้เราอาจคิดว่าเรารู้จักความจริง อธิษฐานมาก และมีความเชื่อก็เพราะว่าเรายังให้ตัวเราเองมาก่อนพระเจ้าโดยไม่ได้ทำลายความคิดและทฤษฎีต่าง ๆ ของเรา

ต่อไป ของประทานแห่งการพูดภาษาต่าง ๆ คือการพูดภาษาอื่นด้วยพระวิญญาณบริสุทธิ์ แต่ละคนจะมีภาษาต่าง ๆ ที่อยู่ภายในของประทานแห่งการพูดภาษาต่าง ๆ หลายคนอธิษฐานเป็นภาษาต่าง ๆ ซึ่งฟังดูเหมือนเป็นภาษาต่าง ๆ ดังนั้นพระคัมภีร์ข้อนี้จึงกล่าวว่า "ภาษาต่าง ๆ" เมื่อเราอธิษฐานเป็นภาษาต่าง ๆ อย่างต่อเนื่องเราก็จะเห็นว่าเราเข้าสู่ระดับที่ลึกซึ้งมากขึ้นเช่นกัน เมื่อภาษาเปลี่ยนไปสิ่งนั้นก็เป็นสัญญาณว่าเราได้เข้าไปสู่ฝ่ายวิญญาณอีกระดับหนึ่ง

ทุกคนที่ได้รับพระวิญญาณบริสุทธิ์ก็สามารถอธิษฐานเป็นภาษาต่าง ๆ ได้ แต่บางครั้งคนหนึ่งอาจไม่สามารถอธิษฐานเป็นภาษาต่าง ๆ ได้แม้หลังจากได้รับพระวิญญาณบริสุทธิ์ ตัวอย่างของบุคคลเช่นนี้ได้แก่คนที่มีลักษณะเงียบขรึมและไม่ชอบการอธิษฐานเสียงดังเมื่อมีคนอื่นอยู่กับเขา

พระเจ้าต้องการให้บุตรของพระองค์ที่ได้รับพระวิญญาณบริสุทธิ์ตื่นตัวและอธิษฐานอยู่เสมอเพื่อว่าเขาจะเต็มล้นด้วยพระวิญญาณ ถ้าเราเต็มล้นด้วยพระวิญญาณเราจะพูดภาษาต่าง ๆ โดยอัตโนมัติ เราอาจได้รับภาษาต่าง ๆ ในการประชุมอธิษฐานหรือเมื่อเราอธิษฐานส่วนตัว

นอกจากนั้น บางครั้งของประทานแห่งการพูดภาษาต่าง ๆ และของประทานแห่งการเผยพระวจนะอาจมาพร้อมกัน ในพระคัมภีร์เราเห็นเหตุการณ์ที่ผู้คนพูดภาษาต่าง ๆ และเผยพระวจนะในเวลาเดียวกัน นี่เป็นกรณีที่พระเจ้าทรงพอพระทัยอย่างยิ่ง (กิจการ 19:6) ไม่ใช่เรื่องง่ายที่จะได้รับของประทานแห่งการเผยพระวจนะ แต่ของประทานแห่งการพูดภาษาต่าง ๆ เป็นประโยชน์อย่างมากต่อชีวิตอธิษฐานประจำวันของเราและเราได้รับของประทานชนิดนี้ได้ไม่ยาก

การพูดภาษาต่าง ๆ เป็นสิ่งที่มีประโยชน์ ประการแรก เราสามารถอธิษฐานได้ดีกว่า สายตาฝ่ายวิญญาณของเราจะเปิดออกเมื่อเราอธิษฐานอย่างมากเป็นภาษาต่าง ๆ สิ่งนี้หมายความว่าเราจะเข้าใจพระคำของพระเจ้าเป็นอย่างดีและเติบโตขึ้นในฝ่ายวิญญาณเพราะเราเต็มล้นด้วยพระวิญญาณ

เมื่อเรารับเอาพระคำของพระเจ้าเข้าไปในการเต็มล้นด้วยพระวิญญาณโดยการพูดภาษาต่าง ๆ สายตาฝ่ายวิญญาณของเราจะเปิดออกอย่างง่ายดายเพื่อให้เข้าใจพระคำ

เราไม่รู้จักอนาคตของเรา เราไม่รู้ด้วยซ้ำว่าจะเกิดอะไรขึ้นในอีกหลายชั่วโมงข้างหน้า แต่วิญญาณที่อยู่ในเรารู้สิ่งนั้น เนื่องจากวิญญาณของเรารู้ถึงอันตรายหรือปัญญาที่อาจเกิดขึ้นซึ่งรอเราอยู่ข้า

งหน้า วิญญาณของเราจึงอธิษฐานต่อพระเจ้า

ในการดลใจของพระวิญญาณบริสุทธิ์ วิญญาณของเราจะอธิษฐานต่อพระเจ้าว่า "อันตรายบางอย่างกำลังรอคอยเราอยู่ข้างหน้าและขออย่าให้อันตรายนั้นเกิดขึ้น" พระเจ้าจะทรงยอมรับเอาคำอธิษฐานนี้ ประทานทางออกให้กับเขา และทำให้เขาเกิดผลอันดีในทุกสิ่ง เราสามารถขับไล่แม้กระทั่งการทดลองและความยากลำบากออกไปถ้าเราอธิษฐานเป็นภาษาต่าง ๆ

เพราะว่าวิญญาณของเราเป็นผู้อธิษฐาน เราจึงอธิษฐานเผื่อสิ่งที่สำคัญที่สุดสำหรับตัวเองโดยธรรมชาติ แน่นอน สิ่งที่สำคัญที่สุดไม่ใช่สิ่งที่อยู่ฝ่ายเนื้อหนังแต่เป็นสิ่งที่อยู่ฝ่ายวิญญาณ ถ้าท่านเป็นคนมีอารมณ์เดือดดาล วิญญาณของเราจะอธิษฐานเพื่อขับไล่อารมณ์นั้นออกไป จากนั้นพระเจ้าก็ทรงสามารถช่วยเราให้กำจัดสิ่งนั้นทิ้งไป วิญญาณของเราอธิษฐานเผื่อสิ่งที่จำเป็นที่สุดสำหรับเราแต่ละคนเช่นกันและเราสามารถได้รับคำตอบอย่างรวดเร็ว

ผีมารซาตานไม่สามารถเข้าใจคำอธิษฐานแห่งวิญญาณนี้ซึ่งเป็นการอธิษฐานในภาษาต่าง ๆ และดังนั้นมารจึงไม่อาจแทรกแซงคำอธิษฐานนี้ได้ เราจะไม่เข้าใจการอธิษฐานในภาษาต่าง ๆ เว้นแต่เราได้รับของประทานแห่งการแปลภาษานั้น ๆ วิญญาณของเราและพระเจ้าเท่านั้นที่เข้าใจคำอธิษฐานดังกล่าว

เมื่อมารซาตานเริ่มรู้จักจิตใจของเรามันก็พยายามที่จะรบกวนเรา ยกตัวอย่าง คนที่ไม่ได้รักษาวันขององค์พระผู้เป็นเจ้าตัดสินใจที่จะเข้าร่วมนมัสการในวันอาทิตย์ที่จะมาถึง จากนั้นมารก็พยายามที่จะทำให้เขามีนัดหมายหรือมีธุระบางอย่างเพื่อทำให้เขาไม่สามารถไปร่วมนมัสการตามที่วางแผนเอาไว้ได้

เมื่อเรามีปัญหาหรืออันตรายอยู่ข้างหน้าเราและเมื่อเราอธิษฐานเป็นภาษาต่าง ๆ มารซาตานไม่สามารถเข้าใจสิ่งนี้ ดังนั้นมันจึงไม่สามารถขัดขวางเราได้ พระเจ้าจะทรงได้ยินคำอธิษฐานของเราและจะประทานทางออกให้กับเรา

เมื่อเราอธิษฐานเป็นภาษาต่าง ๆ เราก็สามารถเข้าไปสู่มิติฝ่ายวิญญาณในระดับที่ลึกซึ้งมากขึ้น เราสามารถอธิษฐานได้ดีกว่าและเต็มล้นด้วยพระวิญญาณมากขึ้น ดังนั้นสิ่งนี้จึงเป็นประโยชน์สำหรับเราที่จะรับเอาฤทธิ์อำนาจ ผู้คนที่สำแดงฤทธิ์อำนาจของพระเจ้าจำเป็นต้องพูดภาษาต่าง ๆ เป็นไปไม่ได้ที่จะเข้าสู่ระดับนั้นโดยไม่พูดภาษาต่าง ๆ เพราะไม่ใช่เรื่องง่ายที่จะนำเอาฤทธิ์อำนาจของพระเจ้าลงมาจากเบื้องบน การพูดภาษาต่าง ๆ เป็นประโยชน์ในหลายแนวทางและพระเจ้าทรงต้องการมอบสิ่งนี้ให้กับทุกคน

...และให้อีกคนหนึ่งแปลภาษานั้น ๆ ได้ สิ่งสารพัดเหล่านี้พระวิญญาณองค์เดียวกันทรงบันดาลและประทานแก่แต่ละคนตามชอบพระทัยพระองค์ (12:10-11)

การแปลภาษาต่าง ๆ คือการแปลภาษาโดยความไพบูลย์และการดลใจของพระวิญญาณบริสุทธิ์ แต่บางคนคิดอย่างผิด ๆ ว่าบางสิ่งบางอย่างเป็นการแปลภาษาต่าง ๆ ทั้งที่ในความเป็นจริงแล้วไม่ใช่ ยกตัวอย่าง ในขณะที่กำลังอธิษฐานเป็นภาษาต่าง ๆ ถ้าผู้คนเริ่มอธิษฐานเป็นภาษามนุษย์ทั่วไป เขาคิดว่าเขาแปลภาษาต่าง ๆ เหล่านั้น

แต่กรณีนี้ไม่ใช่ บางครั้งเราอาจทำเช่นนั้นถ้าเราอธิษฐานเป็นภาษาต่าง ๆ อย่างลึกซึ้ง เมื่อคนหนึ่งเข้าไปสู่ระดับของการอธิษฐานที่ลึกซึ้งมากจนเขาร้องเพลงเป็นภาษาต่าง ๆ เขาสามารถได้รับการดลใจอย่างมากจากพระวิญญาณจนเขาเริ่มที่จะอธิษฐานด้วยภาษาของตนสำหรับสิ่งต่าง ๆ ที่เขาคิดไม่ถึงมาก่อน แต่นี่เป็นการอธิษฐานในส่วนลึกของจิตใจและไม่ใช่การแปลภาษาต่าง ๆ

พระเจ้าไม่ได้มอบของประทานแห่งการแปลภาษาต่าง ๆ ให้อย่างง่าย ๆ พระองค์ทรงมอบของประทานนี้ให้กับคนที่เข้าถึงระดับการชำระให้บริสุทธิ์หรือคนที่จำเป็นต้องได้รับของประทานนี้ด้วยการจัดเตรียมพิเศษของพระเจ้า เพื่อให้ได้รับของประทานขอ

งการเผยพระวจนะหรือการแปลภาษาต่าง ๆ บุคคลต้องมีความสามารถในการควบคุมความคิดของตนเอง

สาเหตุก็เพราะว่าถ้าเขาไม่สามารถควบคุมความคิดของตนเองเขาอาจผสมความคิดของตนเข้ากับสิ่งที่พระเจ้าประทานให้ โดยเฉพาะอย่างยิ่งพระเจ้าไม่ทรงปรารถนาที่จะมอบของประทานดังกล่าวให้กับผู้คนที่ไม่ได้ดำเนินชีวิตในความจริง ถ้าพระองค์ทรงอนุญาต คนเหล่านี้ก็จะรับเอาการทำงานของซาตาน

ในบรรดาของประทานชนิดต่าง ๆ มีของประทานหลายอย่างที่พระเจ้าทรงมอบให้กับทุกคนในขณะที่มีของประทานอีกหลายอย่างที่พระเจ้าทรงมอบให้เฉพาะในยามที่จำเป็นเท่านั้น พระเจ้าทรงมอบถ้อยคำประกอบด้วยสติปัญญา ถ้อยคำอันประกอบด้วยความรู้ ความเชื่อ การสังเกตวิญญาณต่าง ๆ และการพูดภาษาต่าง ๆ ให้กับทุกคนถ้าเขาพร้อม

ยิ่งเราได้รับของประทานแห่งพระวิญญาณบริสุทธิ์มากขึ้นเท่าใด เราก็จะมีฤทธิ์อำนาจและสามารถสื่อสารกับพระเจ้าได้มากยิ่งขึ้นเท่านั้น เราต้องทูลขอตามความจำเป็น แต่ต้องทูลขอด้วยการดลใจของพระวิญญาณบริสุทธิ์ ด้วยเหตุนี้ เราควรเฝ้าปรารถนาที่จะได้รับของประทาน แต่ต้องเฝ้าปรารถนาที่จะรับด้วยความเข้าใจและการอธิษฐานอย่างถูกต้องเพื่อว่าเราจะสามารถทำให้แผ่นดินและความชอบธรรมของพระเจ้าสำเร็จอย่างงดงาม

# เราเป็นพระกายของพระคริสต์

ถึงกายนั้นเป็นกายเดียว ก็ยังมีอวัยวะหลายส่วน และบรรดาอวัยวะต่าง ๆ ของกายเดียวนั้นแม้จะมีหลายส่วนก็ยังเป็นกายเดียวกันฉันใด พระคริสต์ก็ทรงเป็นฉันนั้น เพราะว่าถึงเราจะเป็นพวกยิวหรือพวกต่างชาติ เป็นทาสหรือมิใช่ทาสก็ตาม เราทั้งหลายได้รับบัพติศมาโดยพระวิญญาณองค์เดียวเข้าเป็นกายอันเดียวกัน และเราทั้งหลายได้เต็มล้นอยู่ด้วยพระวิญญาณองค์เดียวนั้น (12:12-13)

ร่างกายมีอวัยวะอยู่หลายส่วน เช่น ตา หู ปาก มือ และเท้า เป็นต้น แม้จะมีอวัยวะหลายส่วนแต่อวัยวะเหล่านั้นเป็นหนึ่งเดียวกัน ในพระคริสต์ก็เช่นเดียวกัน องค์พระผู้เป็นเจ้าทรงเป็นเถาองุ่นและเราเป็นแขนงและเราเป็นหนึ่งเดียวกัน (ยอห์น 15:5)

เพราะเหตุใดจึงมีการบันทึกเรื่องในทำนองนี้เอาไว้ เรื่องนี้กำลังอธิบายถึงผลของพระวิญญาณบริสุทธิ์ทั้งเก้าชนิด เรามีร่างกายเดียว แต่อวัยวะหลายส่วนประกอบกันขึ้นเป็นร่างกายเดียว พระวิญญาณบริสุทธิ์ทรงเป็นหนึ่งเดียว แต่มีผลอยู่เก้าชนิดที่เป็นของประทานแห่งพระวิญญาณบริสุทธิ์ชนิดต่าง ๆ ของประทา

นเหล่านั้นล้วนเป็นหนึ่งเดียวกันด้วยพระวิญญาณบริสุทธิ์องค์เดียวกัน ผลทั้งเก้าชนิดเกิดมาจากพระวิญญาณบริสุทธิ์และเราล้วนเป็นอันหนึ่งอันเดียวกันในพระคริสต์

ชาวยิวเป็นชนชาติแห่งการทรงเลือกของพระเจ้า อย่างไรก็ตามนัยของคำว่า "ยิว" ในปัจจุบันแท้ที่จริงหมายถึงผู้เชื่อ ดังนั้นผู้เชื่อทุกคนจึงมีความหมายเดียวกันกับการเป็นชาวยิวในฐานะผู้ที่ถูกเลือกสรรในความหมายฝ่ายวิญญาณ ชาวกรีกจึงได้แก่คนต่างชาติ คนต่างชาติไม่รู้จักพระเจ้า ดังนั้นในความหมายปัจจุบันคนต่างชาติจึงได้แก่คนที่ไม่เชื่อ

ดังนั้น "จะเป็นพวกยิวหรือพวกต่างชาติ เป็นทาสหรือมิใช่ทาสก็ตาม" จึงหมายถึงทุกคนไม่ว่าจะเป็นคนที่เชื่อหรือคนที่ไม่เชื่อ คนร่ำรวยหรือคนยากจน ไม่ว่าจะเป็นคนที่มีอำนาจและทรัพย์สินในสังคมหรือไม่ก็ตาม แม้กระทั่งคนต่างชาติที่ไม่เชื่อ เมื่อเขาได้ยินพระกิตติคุณและเปิดจิตใจของตนและรับบัพติศมาด้วยพระวิญญาณบริสุทธิ์ คนเหล่านี้ก็เป็นอันหนึ่งอันเดียวกันในพระกายของพระคริสต์ ด้วยเหตุนี้ จึงไม่มีผู้ใดสูงส่งมากกว่าหรือน้อยกว่าคนอื่นในพระคริสต์ เราทุกคนล้วนเป็นบุตรของพระเจ้าและเป็นพี่น้องในพระคริสต์ด้วยกันทั้งสิ้น

เมื่อเราได้รับพระวิญญาณบริสุทธิ์เราก็สามารถเข้าใจพระคำของพระเจ้า ละทิ้งความบาป และดำเนินชีวิตในความชอบธรรม การดื่มจากพระวิญญาณองค์เดียวกันคือการละทิ้งความบาปด้วยการกินเนื้อและดื่มโลหิตขององค์พระผู้เป็นเจ้า

เพราะว่าร่างกายมิได้ประกอบด้วยอวัยวะเดียวแต่ด้วยหลายอวัยวะ ถ้าเท้าจะพูดว่า "เพราะข้าพเจ้ามิได้เป็นมือ ข้าพเจ้าจึงไม่ได้เป็นอวัยวะของร่างกายนั้น" เท้าจะไม่เป็นอวัยวะของร่างกา

ยเพราะเหตุนั้นหรือและถ้าหูจะพูดว่า "เพราะข้าพเจ้ามิได้เป็นตา ข้าพเจ้าจึงมิได้เป็นอวัยวะของร่างกายนั้น" หูจะไม่เป็นอวัยวะของร่างกายเพราะเหตุนั้นหรือถ้าอวัยวะทั้งหมดในร่างกายเป็นตา การได้ยินจะอยู่ที่ไหน ถ้าทั้งร่างกายเป็นหู การดมกลิ่นจะอยู่ที่ไหน (12:14-17)

เรามีอวัยวะหลายส่วนในร่างกาย ถ้าสมมุติว่าเท้าคิดว่า "มือมีโอกาสจับมือทักทายกับมืออื่น ๆ และมือสามารถทำในสิ่งใดก็ได้ที่ตนต้องการ แต่เราไม่สามารถทำเช่นนั้นและเราไม่มีประโยชน์เหมือนกับมือ เหมือนกับว่าเราไม่ใช่อวัยวะที่แท้จริงของกายนี้" จะเกิดอะไรขึ้น ถึงกระนั้นเท้าก็ยังเป็นอันหนึ่งอันเดียวกันกับร่างกาย

สำหรับหูก็เช่นเดียวกัน ถ้าสมมุติว่าหูคิดว่า "ตาสามารถดูภาพยนตร์และดูดอกไม้ที่สวยงามและตาได้รับความรักและการเอาใจใส่จากเจ้าของอย่างมาก แต่เรากลับไม่ได้เป็นเช่นนั้น เราไม่รู้สึกว่าเราเป็นส่วนหนึ่งของกายนี้เช่นกัน" จะเกิดอะไรขึ้น แต่ตาก็เป็นส่วนหนึ่งของร่างกายเช่นกัน

ถ้าทั้งร่างกายเป็นตาทั้งหมดร่างกายก็ไม่สามารถได้ยิน ตาสามารถดูภาพยนตร์แต่ตาไม่ได้ยินเสียงภาพยนตร์นั้น หรือถ้าทั้งร่างกายเป็นหูหมดร่างกายก็ไม่สามารถมองเห็นหรือดมกลิ่นไม่ได้ กายนี้คงไม่มีวันได้สัมผัสกับกลิ่นหอมของดอกไม้

แต่บัดนี้พระเจ้าได้ทรงตั้งอวัยวะทุกส่วนไว้ในร่างกายตามชอบพระทัยของพระองค์ ถ้าอวัยวะทั้งหมดเป็นอวัยวะเดียว ร่างกายจะมีที่ไหน แต่บัดนี้มีหลายอวัยวะแต่ก็ยังเป็นร่างกายเดียวกัน (12:18-20)

พระเจ้าทรงสร้างฟ้าสวรรค์และแผ่นดินโลกและสรรพสิ่งซึ่งอยู่ในที่เหล่านั้นด้วยพระดำรัสของพระองค์ ไม่มีสิ่งใดที่ดำรงอยู่ในเวลานี้วิวัฒนาการมาจากความบังเอิญหรือโชควาสนา พระเจ้าทรงสร้างสิ่งสารพัดด้วยพระปัญญาของพระองค์และอวัยวะทุกส่วนของร่างกายก็ถูกวางในจุดที่เหมาะสมที่สุด ตา จมูก ปาก และหูถูกวางไว้ในตำแหน่งที่เหมาะสมที่สุดด้วยดุลยภาพที่สมบูรณ์แบบ

พระคัมภีร์ตอนนี้กล่าวว่าพระเจ้าทรงตั้งอวัยวะทุกส่วนไว้ตามที่พระองค์ต้องการ เมื่อพระเจ้าทรงสร้างอาดัมพระองค์ทรงสร้างเขาในแนวทางที่ดีที่สุด การที่อาดัมมีสองตา สองหู และหนึ่งปากนั้นนับเป็นสิ่งที่ดีที่สุด

แต่นี่เป็นเพียงความหมายตามตัวอักษร ตอนนี้ขอให้เราเจาะลึกลงไปดูความหมายฝ่ายวิญญาณของสิ่งนี้

พระเยซูทรงตั้งคริสตจักรด้วยการหลั่งพระโลหิตของพระองค์ด้วยเหตุนี้ ศีรษะของคริสตจักรคือพระเยซูคริสต์และพระเจ้าทรงเป็นจอมเจ้านาย พระวิญญาณบริสุทธิ์ทรงกระทำการในพระกายของพระคริสต์เช่นกันเพื่อทำให้แผ่นดินและความชอบธรรมของพระเจ้าสำเร็จผ่านของประทานทั้งเก้าอย่างของพระวิญญาณบริสุทธิ์ เพราะเหตุนี้จึงมีตำแหน่งและหน้าที่หลายอย่างในคริสตจักร

เหมือนที่กล่าวไว้ในบทที่ 12 ข้อ 5 ที่ว่าในคริสตจักรมีตำแหน่งหน้าที่หลายอย่าง เช่น ศิษยาภิบาล ผู้ปกครอง มัคนายิกาอาวุโส และมัคนายก เป็นต้น นอกจากนั้นในคริสตจักรยังมีหน้าที่อื่น ๆ ด้วยเช่นกัน อาทิ เช่น ผู้นำเซลล์ ผู้นำกลุ่มย่อย ศิษยาภิบาลคริสตจักรสาขา อาสาสมัคร ปฏิคม สมาชิกในคณะนักร้อง และครูสอนรวีฯ เป็นต้น

พระกายของพระคริสต์เป็นหนึ่งเดียว แต่พระกายนี้มีอวัยวะหลายส่วนและอวัยวะเหล่านี้ทำให้แผ่นดินและความชอบธรรมของพระเจ้าสำเร็จ อวัยวะหลายส่วนประกอบกันเข้าเป็นร่างกายเดียวฉัน

ใด คริสตจักรซึ่งเป็นพระกายของพระคริสต์ก็ประกอบไปด้วยอวัยวะหลายส่วนด้วยฉันนั้น

หน้าที่ทุกอย่างล้วนมีความสำคัญ ยกตัวอย่าง เราไม่ควรคิดว่าผู้คนที่ทำงานเป็นอาสาสมัครในโรงอาหารไม่สำคัญเพียงเพราะว่าเขาไม่เป็นที่รู้จักของคนอื่นอย่างแท้จริง นาฬิกาจะทำงานอย่างถูกต้องก็ต่อเมื่อส่วนประกอบชิ้นต่าง ๆ ทำงานอย่างถูกต้องเท่านั้น ไม่มีส่วนใดที่ไม่สำคัญไม่ว่าส่วนนั้นจะเล็กหรือใหญ่เพียงใดก็ตาม ในทำนองเดียวกัน เราอาจคิดจากมุมมองของเราเองว่าบุคคลที่มีหน้าที่บางอย่างมีความสำคัญมากกว่าคนอื่น แต่ในมุมมองของพระเจ้า หน้าที่ทุกอย่างล้วนมีความสำคัญ

ในความหมายเดียวกัน ของประทานทั้งเก้าชนิดของพระวิญญาณบริสุทธิ์ล้วนมีความสำคัญต่อแผ่นดินและความชอบธรรมของพระเจ้าทั้งสิ้น ยกตัวอย่าง เราไม่สามารถพูดว่าของประทานแห่งการพูดภาษาต่าง ๆ ไม่สำคัญเพียงเพราะมีหลายคนที่ได้รับของประทานชนิดนี้ การพูดภาษาต่าง ๆ มีความสำคัญมากเพราะเราสามารถอธิษฐานอย่างร้อนรนและเข้าสู่ระดับฝ่ายวิญญาณเพื่อเปิดตาฝ่ายวิญญาณของเราและเพื่อรับเอาฤทธิ์อำนาจของพระเจ้าด้วยของประทานแห่งการพูดภาษาต่าง ๆ

ถ้าเราไม่มีของประทานแห่งถ้อยคำอันประกอบด้วยความรู้ เราก็จะเข้าใจพระคำของพระเจ้าแบบตามตัวอักษรเพียงอย่างเดียว ในที่สุดเราอาจเป็นเหมือนแกลบซึ่งมีเพียงความรู้เรื่องความรอดในแง่ของสติปัญญาและไม่ได้รับความรอด เราไม่ได้รับความรอดถ้าเราไม่มีความเชื่อ ดังนั้นของประทานแห่งความเชื่อจึงมีความสำคัญมาก

ด้วยของประทานแห่งการรักษาโรค เราสามารถปลูกฝังความเชื่อในคนอื่น ด้วยของประทานแห่งการทำการอัศจรรย์ต่าง ๆ เราสามารถช่วยผู้คนที่มีความสงสัยให้เชื่อในพระเจ้าผู้ทรงพระชนม์อ

ยู่ เราสามารถเตรียมตัวสำหรับสิ่งที่อยู่ในอนาคตได้ด้วยของประทานแห่งการเผยพระวจนะเพื่อเราจะสามารถดำเนินชีวิตอยู่ในความจริง เราต้องการของประทานแห่งการสังเกตวิญญาณต่าง ๆ เพราะถ้าไม่มีของประทานชนิดนี้เราอาจถูกล่อลวงและเข้าไปสู่หนทางแห่งความพินาศ

ถ้าเราพูดภาษาต่าง ๆ แต่ไม่มีการแปล เราก็จะไม่รู้ในสิ่งที่เรากำลังอธิษฐาน เราอาจไม่รู้สึกว่าเราต้องการที่จะได้รับของประทานชนิดนี้ด้วยซ้ำไป เราเข้าใจความสำคัญของการพูดภาษาต่าง ๆ ผ่านทางการแปลภาษาต่าง ๆ เพราะเหตุนี้ ผู้คนจึงปรารถนาที่จะได้รับของประทานชนิดนี้ในการบากบั่นในความเชื่อของตน ด้วยเหตุนี้ จึงไม่มีของประทานชนิดใดในของประทานทั้งเก้าชนิดนี้จะไม่สำคัญหรือสำคัญมากกว่าหรือน้อยกว่าของประทานชนิดอื่น

และตาจะว่าแก่มือว่า "ข้าพเจ้าไม่ต้องการเจ้า" ก็ไม่ได้ หรือศีรษะจะว่าแก่เท้าว่า "ข้าพเจ้าไม่ต้องการเจ้า" ก็ไม่ได้ (12:21)

ดวงตาของเราค่อนข้างจะได้รับการเอาใจใส่ดูแลมากกว่าอวัยวะส่วนอื่นของร่างกาย แต่ตาไม่สามารถพูดกับมืออย่างลำพองใจว่า "เราไม่ต้องการคุณ" ถ้าฝุ่นละอองเข้าตา ผู้ที่จะช่วยได้ในสถานการณ์เช่นนี้คือมือ เราสามารถตกแต่งตาของเราให้ดูงดงามด้วยมือเช่นกัน ในทำนองเดียวกัน ถ้าไม่มีตามือก็ไม่สามารถทำสิ่งต่าง ๆ โดยอิสระได้ ตาและมือล้วนมีความสำคัญและทั้งสองส่วนช่วยเหลือซึ่งกันและกัน

นอกจากนั้น ศีรษะก็ไม่สามารถพูดว่าเท้าเป็นสิ่งที่เล็กน้อยเพียงเพราะศีรษะมีความรู้และสติปัญญา ถ้าเท้าไม่เคลื่อนไหวศีรษะก็ต้

องตั้งอยู่นิ่ง ๆ เหมือนกับเสาไฟ เท้าจะไร้ประโยชน์ถ้าปราศจากศีรษะ ดังนั้นทั้งสองส่วนจึงมีความสำคัญ

สำหรับผู้ทำการในคริสตจักรก็เช่นเดียวกัน คนเหล่านี้ควรให้ความร่วมมือกันในตำแหน่งต่าง ๆ ของตนเหมือนเครื่องจักรที่ได้รับการหล่อลื่นเป็นอย่างดี ถ้าเครื่องจักรไม่ได้รับการหล่อลื่นเป็นอย่างดี กล่าวคือ ถ้ามีการเสียดสีกันเนื่องจากการไม่เชื่อฟัง แต่ละคนก็จะเป็นทุกข์และการงานก็จะไม่บรรลุผล เราสามารถทำให้แผ่นดินและความชอบธรรมของพระเจ้าสำเร็จลุล่วงได้ก็ต่อเมื่อเราเชื่อฟังตามลำดับขั้นอย่างสมบูรณ์และทุกส่วนทำงานอย่างราบรื่นเท่านั้น

แต่ยิ่งกว่านี้อวัยวะของร่างกายที่เราเห็นว่าอ่อนแอ เราก็ขาดเสียไม่ได้และอวัยวะของร่างกายที่เราถือว่ามีเกียรติน้อย เราก็ยังทำให้มีเกียรติยิ่งขึ้น และอวัยวะที่ไม่น่าดูนั้นเราก็ทำให้น่าดูยิ่งขึ้น เพราะว่าอวัยวะที่น่าดูแล้วก็ไม่จำเป็นที่จะต้องตกแต่งอีก แต่พระเจ้าได้ทรงให้อวัยวะของร่างกายเสมอภาคกัน ทรงให้อวัยวะที่ต่ำต้อยเป็นที่นับถือมากขึ้น เพื่อไม่ให้มีการแก่งแย่งกันในร่างกาย แต่ให้อวัยวะทุกส่วนมีความห่วงใยซึ่งกันและกัน ถ้าอวัยวะอันหนึ่งเจ็บอวัยวะทั้งหมดก็พลอยเจ็บด้วย ถ้าอวัยวะอันหนึ่งได้รับเกียรติ อวัยวะทั้งหมดก็พลอยชื่นชมยินดีด้วยบัดนี้ฝ่ายท่านทั้งหลายเป็นกายของพระคริสต์ และต่างก็เป็นอวัยวะของพระกายนั้น (12:22-27)

ในบรรดาอวัยวะส่วนต่าง ๆ จมูกอาจมองค่อนข้างจะสะอาดน้อยกว่าอวัยวะส่วนอื่น ที่จริงภายในจมูกไม่ค่อยสะอาดเท่าไหร่ แต่เราจะพูดกับจมูกได้หรือไม่ว่า "คุณมันสกปรกและน่าดูน้อยที่สุด" เราดำรงชีวิตอยู่ได้ด้วยการหา

ยใจผ่านทางจมูก เราสามารถเข้าใจถึงความสำคัญของจมูกเมื่อเรามีอาการคัดจมูกจากบางสิ่งบางอย่าง เช่น การเป็นหวัด

ขนจมูกอาจมองดูไม่สำคัญ แต่ขนเหล่านี้กลั่นกรองฝุ่นละอองที่เข้าไปสู่ร่างกายเพื่อทำให้ร่างกายของเรามีสุขภาพดีขึ้น แม้แต่สิ่งที่เล็กน้อยเช่นนี้ก็ถูกสร้างขึ้นเพื่อให้ทำหน้าที่อันสำคัญดังกล่าว พระเจ้าทรงให้เกียรติอวัยวะที่เห็นว่ามีเกียรติน้อยกว่าเพื่อว่าอวัยวะส่วนนั้นจะไม่ถูกลืม

เพราะเหตุใดพระคัมภีร์ตอนนี้จึงกล่าวเช่นนี้ สำหรับวิญญาณ (ซึ่งเป็นเหมือนเจ้านายของเรา) ทุกสิ่ง–เช่น มือ ตา หู และศีรษะ–ล้วนมีความสำคัญทั้งสิ้น เช่นเดียวกัน ในสายพระเนตรของพระเจ้าหน้าที่ทุกอย่างในคริสตจักรล้วนมีความสำคัญ พระเจ้าทรงใช้หน้าที่ซึ่งดูเหมือนต่ำต้อยเพื่อจุดประสงค์ที่สูงส่ง พระเจ้าทรงช่วยให้เราถือว่าทุกหน้าที่และทุกตำแหน่งในคริสตจักรล้วนมีค่าทั้งสิ้นเพื่อไม่ให้มีความขัดแย้ง

เมื่อมือถูกหยิก ร่างกายทั้งหมดก็เจ็บปวดไปด้วย ถ้ามือข้างหนึ่งหายไป มืออีกข้างหนึ่งจะเป็นสุขกระนั้นหรือ การเสียมือข้างหนึ่งไปเป็นสิ่งที่น่าใจหายมากทีเดียว เป็นเรื่องธรรมชาติที่ทุกคนในคริสตจักรจะรักซึ่งกันและกันเช่นเดียวกับการที่อวัยวะส่วนต่าง ๆ ล้วนติดอยู่กับร่างกายและล้วนมีความจำเป็นซึ่งกันและกัน สำหรับครอบครัว ชุมชน และธุรกิจก็เช่นเดียวกัน

ถ้ากลุ่มเซลล์กลุ่มหนึ่งเกิดการฟื้นฟูและจำนวนสมาชิกของกลุ่มเซลล์นั้นเพิ่มขึ้น กลุ่มเซลล์กลุ่มอื่นจะชื่นชมยินดีร่วมกัน สาเหตุก็เพราะว่าสิ่งนั้นเป็นไปเพื่อประโยชน์ของร่างกายของเขาเองซึ่งได้แก่พระกายของพระคริสต์ ในทางตรงกันข้าม ถ้าคนเหล่านั้นเกิดความอิจฉากันและเกลียดชังกัน สิ่งนี้ก็หมายความว่าร่างกายของเขากำลังเน่าเปื่อยและแตกสลาย เมื่อสิ่งนี้เกิดขึ้นเราควรแก้ไขปัญหานี้อย่างรวดเร็ว

สติปัญญาของเปาโลโดดเด่นมากเพราะสติปัญญานั้นเกิดจากการทำงานของพระวิญญาณบริสุทธิ์ ท่านสร้างความมั่นคงให้กับคริสตจักรเพื่อว่าสมาชิกคริสตจักรจะเข้าใจน้ำพระทัยของพระเจ้าและไม่อิจฉาซึ่งกันและกัน ต่อจากนั้นท่านได้สอนคนเหล่านั้นเกี่ยวกับตำแหน่งต่าง ๆ ในน้ำพระทัยของพระเจ้าเพื่อเขาจะสามารถทำงานตามลำดับขั้น ท่านอธิบายว่าแผ่นดินและความชอบธรรมของพระเจ้าจะสำเร็จลุล่วงได้ก็ต่อเมื่อลำดับขั้นเหล่านั้นได้รับการบำรุงรักษาไว้เท่านั้น

เราไม่สามารถพูดว่า "ถ้าเราทุกคนเป็นเหมือนกันในพระคริสต์ ถ้าเช่นนั้นทำไมเราจึงต้องเชื่อฟังซึ่งกันและกัน" ถ้ามือขวาทำงานเป็นส่วนใหญ่ มือซ้ายก็ไม่ควรอิจฉามือขวา ทั้งสองต้องชื่นชมยินดีร่วมกันและทำงานร่วมกันเพื่อทำให้ทุกฝ่ายเกิดผลอันดีในทุกสิ่ง นี่ลำดับขั้นที่ต้องได้รับการบำรุงรักษาเอาไว้ เพราะเหตุนี้พระเจ้าจึงแต่งตั้งลำดับขั้นต่าง ๆ ไว้ในคริสตจักร ลำดับที่หนึ่งได้แก่อัครทูต ลำดับที่สองได้แก่ผู้เผยพระวจนะ ลำดับที่สามได้แก่ครูอาจารย์ และลำดับต่อไปได้แก่การอัศจรรย์ต่าง ๆ ของประทานแห่งการรักษาโรค และของประทานชนิดอื่น ๆ ต่อไปตามลำดับ

# ลำดับขั้นในคริสตจักร

และพระเจ้าได้ทรงโปรดตั้งบางคนไว้ในคริสตจักร คือหนึ่งอัครสาวก สองผู้พยากรณ์ สามครูบาอาจารย์ แล้วต่อจากนั้นก็มีการอัศจรรย์ ของประทานในการรักษาโรค การช่วยเหลือ การครอบครอง การพูดภาษาต่าง ๆ (12:28)

ลำดับขั้นแบบนี้ไม่ใช่มนุษย์ตั้งขึ้นแต่พระเจ้าทรงเป็นผู้กำหนดเอาไว้ เหมือนดังที่ได้อธิบายไปแล้วว่าอัครทูตคือผู้รับใช้ที่พระเจ้าทรงให้การยอมรับและเป็นผู้อุทิศตนอย่างสิ้นเชิงแด่พระเจ้า ผู้รับใช้ไม่มีความคิดเห็นเป็นของตนเอง แต่เขาเชื่อฟังน้ำพระทัยของพระเจ้าตลอดเวลา

ผู้รับใช้จะเชื่อฟังแม้เขาต้องสละชีวิตของตนเพื่อทำให้หน้าที่ของตนสำเร็จอย่างสมบูรณ์เหมือนดังที่องค์พระผู้เป็นเจ้าได้เสด็จเข้ามาในโลกนี้ในสภาพทาสและสละพระชนม์ชีพของพระองค์เองตามน้ำพระทัยของพระเจ้า ด้วยเหตุนี้ อัครทูตจึงมีคุณสมบัติที่จะเข้าไปสู่นครเยรูซาเล็มใหม่ซึ่งที่ประดิษฐานของพระที่นั่งของพระเจ้า

ลำดับที่สองได้แก่ผู้เผยพระวจนะ ผู้เผยพระวจนะในที่นี้คือผู้คนที่ได้รับการทรงเรียกโดยน้ำพระทัยของพระเจ้า พระเจ้าท

รงพอพระทัยกับผู้รับใช้ที่พระองค์ทรงเรียกมาด้วยพระองค์เอง นอกจากนั้น พระเจ้าทรงพอพระทัยเช่นกันกับผู้คนที่จะเป็นผู้รับใช้ด้วยการตัดสินใจของตนเองเพื่อช่วยดวงวิญญาณที่กำลังพินาศให้รอด

ผู้รับใช้ที่ได้รับการทรงเรียกจากพระเจ้าจะได้รับการฝึกฝนจากพระเจ้า สาเหตุก็เพราะว่าพระองค์ทราบว่าแต่ละบุคคลจะเปลี่ยนแปลงอย่างไรหลังจากที่เขาผ่านการขัดเกลาด้วยความยากลำบาก พระเจ้าจะทรงขัดเกลาผู้เผยพระวจนะและอัครทูตด้วยพระองค์เองเพื่อทำให้คนเหล่านี้เป็นเครื่องมือที่เหมาะสมสำหรับพระองค์

ผู้รับใช้เหล่านี้พยายามที่จะได้รับการชำระให้บริสุทธิ์ในขณะที่ทำงานของพระเจ้าให้สำเร็จลุล่วง ผู้รับใช้เหล่านี้ไม่ใช่เฉพาะศิษยาภิบาลเท่านั้นแต่เป็นสมาชิกฆราวาสด้วยเช่นกัน ผู้เชื่อฆราวาสที่เหมาะสมในสายพระเนตรของพระเจ้าอย่างแท้จริงจะกำจัดความบาปทิ้งไปอย่างหมั่นเพียรเพื่อรับการชำระให้บริสุทธิ์ เปลี่ยนจิตใจของตนให้เป็นดินดีและทำให้แผ่นดินของพระเจ้าสำเร็จ

ยกตัวอย่าง ในขณะที่สมาชิกของกลุ่มพันธกิจกลุ่มหนึ่งในคริสตจักรสนทนากันในเรื่องทั่ว ๆ ไปและมีความสนุกสนานในการประชุมกลุ่มของตน สมาชิกของอีกกลุ่มพันธกิจหนึ่งอาจพยายามทำให้แผ่นดินของพระเจ้าสำเร็จด้วยการประกาศพระกิตติคุณ การดูแลสมาชิกคนอื่น การอดอาหาร และการอธิษฐาน ถ้าคนหนึ่งพยายามที่จะขยายแผ่นดินของพระเจ้าด้วยวิธีนี้ พระเจ้าทรงสามารถแต่งตั้งเขาไว้ในตำแหน่งที่สูงของการเป็นเผยพระวจนะ

ลำดับที่สามได้แก่ครูบาอาจารย์ พระเจ้าทรงแต่งตั้งครูบาอาจารย์ไว้ในตำแหน่งที่สูง ในคริสตจักรต้องมีการสั่งสอนเพราะความเชื่อเกิดจากการได้ยินพระคำ สมาชิกคริสตจักรจะสามารถได้ยิน เข้าใจความจริง และเข้าไปสู่หนทางแห่งชีวิตได้ก็ต่อเมื่อมีครูบาอา

จารย์เท่านั้น ครูบาอาจารย์ที่แท้จริงต้องสอนอย่างสุดฝีมือของตนแม้จะเป็นการสอนบุคคลเพียงคนเดียวก็ตาม

ลำดับที่สี่ได้แก่การอัศจรรย์ต่าง ๆ เราสามารถสำแดงถึงพระเจ้าผู้ทรงพระชนม์อยู่ได้โดยผ่านการอัศจรรย์ แม้เราจะสอนพระคำของพระเจ้าอย่างขยันหมั่นเพียร แต่สิ่งนี้จะไม่เป็นประโยชน์อย่างแท้จริงถ้าเราไม่ได้สำแดงถึงหลักฐานของพระเจ้าผู้ทรงพระชนม์อยู่ ผู้คนจำนวนมากจะพยายามเก็บรักษาพระคำที่ตนได้ยินไว้ในความคิดของเขาและประพฤติตามพระคำนั้นได้ก็ต่อเมื่อเขาเห็นการอัศจรรย์ที่เกิดขึ้นหลังจากการสอน

ลำดับต่อไปได้แก่ของประทานแห่งการรักษาโรค การได้รับของประทานแห่งการรักษาโรคจะง่ายกว่าการได้รับของประทานแห่งการทำการอัศจรรย์ต่าง ๆ เราถวายเกียรติแด่พระเจ้าและทำให้ความเชื่อของคนอื่นเติบโตขึ้นด้วยการรักษาโรคของเขา

การช่วยเหลือซึ่งกันและกันก็เป็นสิ่งสำคัญเช่นกัน เราสามารถช่วยเหลือคนอื่นด้วยการอธิษฐานและคำแนะนำ เราสามารถหนุนใจและเล้าโลมคนอื่นหรือช่วยเหลือเขาในด้านการเงิน เราสามารถรับใช้คนอื่นและเสียสละตัวเราเองเพื่อส่งกลิ่นหอมของพระคริสต์ออกไปในการทำให้แผ่นดินและความชอบธรรมของพระเจ้าสำเร็จ

ลำดับต่อไปได้แก่การครอบครอง อันดับแรกเราต้องครอบครองจิตใจของเราก่อน เราสามารถควบคุมจิตใจของเราถ้าเรากำจัดความชั่วและความอธรรมทิ้งไป รับการชำระให้บริสุทธิ์ และเกิดผลของพระวิญญาณบริสุทธิ์ทั้งเก้าชนิด บุคคลเช่นนี้จะยอมรับและโอบอุ้มผู้คนจำนวนมากเอาไว้ด้วยความเอื้อเฟื้อเผื่อแผ่ เขาไม่พยายามที่จะควบคุมคนอื่นด้วยกำลังหรือด้วยคำพูดที่รุนแรง แต่ด้วยการเชื่อฟังและการปรนนิบัติรับใช้

นอกจากนั้นยังมีการพูดภาษาต่าง ๆ ด้วยเช่นกัน เราเข้าสู่ระดับฝ่ายวิญญาณที่ลึกซึ้งมากขึ้นด้วยการพู

ดภาษาต่าง ๆ เราสามารถเต็มล้นด้วยพระวิญญาณ การทดลองและความยากลำบากต่าง ๆ จะหนีไปจากเรา และเราจะได้รับคำตอบรวดเร็วยิ่งขึ้นด้วยการพูดภาษาต่าง ๆ ดังนั้นการพูดภาษาต่าง ๆ จึงเป็นสิ่งที่มีคุณค่าเช่นกัน

ทุกคนเป็นอัครสาวกหรือ ทุกคนเป็นผู้พยากรณ์หรือ ทุกคนเป็นครูบาอาจารย์หรือ ทุกคนกระทำการอัศจรรย์หรือ ทุกคนได้รับของประทานให้รักษาโรคหรือ ทุกคนพูดภาษาต่าง ๆ หรือ ทุกคนแปลได้หรือ แต่ท่านทั้งหลายจงกระตือรือร้นอย่างจริงจังบรรดาของประทานอันดีที่สุดนั้น และข้าพเจ้ายังคงแสดงทางที่ยอดเยี่ยมกว่าแก่ท่านทั้งหลาย (12:29-31)

ไม่ใช่ทุกคนสามารถสำแดงฤทธิ์อำนาจหรือสอนได้ แต่ละคนต้องทำหน้าที่ของตนให้สำเร็จ แต่เราควรอธิษฐานเพื่อให้ได้รับของประทานที่ยิ่งใหญ่กว่าและถวายเกียรติกับพระเจ้าได้มากยิ่งขึ้น ถ้าเรามีของประทานแห่งการรักษาโรค เราควรอธิษฐานหนักขึ้นเพื่อเราจะสำแดงการทำการอัศจรรย์ต่าง ๆ และพยายามที่จะเป็นครูบาอาจารย์ ผู้เผยพระวจนะ และอัครทูต สำหรับหน้าที่อย่างอื่นในคริสตจักรก็เช่นเดียวกัน เราต้องถือว่าหน้าที่อันเล็กน้อยนั้นมีคุณค่าอย่างมากและเฝ้าปรารถนาที่จะรับเอาและยอมรับหน้าที่เหล่านั้น

# บทที่ 13

# ความรักฝ่ายวิญญาณ

ความรักฝ่ายวิญญาณและความรักฝ่ายเนื้อหนัง
แม้ด้วยฤทธิ์อำนาจและความเชื่ออันยิ่งใหญ่
ความรักฝ่ายวิญญาณ
สิ่งที่เราต้องการชั่วนิรันดร์ในสวรรค์คือความรัก

# ความรักฝ่ายวิญญาณและความรักฝ่ายเนื้อหนัง

แม้ข้าพเจ้าพูดภาษาของมนุษย์ก็ดี และภาษาของทูตสวรรค์ก็ดี แต่ไม่มีความรัก ข้าพเจ้าเป็นเหมือนฆ้องหรือฉาบที่กำลังส่งเสียง (13:1)

ข้อสุดท้ายของบทที่ 12 กล่าวว่า "แต่ท่านทั้งหลายจงกระตือรือร้นอย่างจริงจังบรรดาของประทานอันดีที่สุดนั้น และข้าพเจ้ายังคงแสดงทางที่ยอดเยี่ยมกว่าแก่ท่านทั้งหลาย" ของประทานที่ดีที่สุดนั้นในที่นี้คือความรัก พระเยซูทรงทำให้ธรรมบัญญัติสำเร็จด้วยความรัก พระเจ้าทรงเป็นจุดสุดยอดแห่งความรักในพระองค์เองเช่นกัน เหตุผลที่เราพยายามที่จะทำให้แผ่นดินและความชอบธรรมของพระเจ้าสำเร็จก็เพื่อทำให้ "ความรัก" นี้สมบูรณ์

อะไรคือความรักที่แท้จริงซึ่งพระเจ้าทรงตรัสไว้ในที่นี้ โดยทั่วไปความรักสามารถจำแนกออกเป็นความรักฝ่ายวิญญาณและความรักฝ่ายเนื้อหนัง ความรักฝ่ายวิญญาณเป็นมาจากพระเจ้า ความรักนี้ไม่เคยเปลี่ยนแปลงและเป็นการเสียสละตนเองอย่างสิ้นเชิงในทุกสิ่ง ในทางตรงกันข้าม ความรักฝ่ายเนื้อหนังมุ่งหาประโยชน์และข้อได้เปรียบให้กับตนเองเป็นหลัก ความรักนี้เปลี่ยนแปลงอย่างง่ายดายเมื่อวันเวลาผ่านไป

ในโลกนี้มีความรักระหว่างพ่อแม่กับลูก ระหว่างสามีกับภรรยา ในหมู่พี่น้องชายหญิง และในหมู่เพื่อนบ้านและเพื่อนฝูง ความลึกซึ้งของความรักในแต่ละสถานการณ์จะแตกต่างกันออกไป

ผู้คนพูดว่าความรักที่ยิ่งใหญ่ที่สุดเหนือความรักอื่นใดคือความรักของบิดามารดา ปกติพ่อต้องการที่จะจัดเตรียมไว้ให้กับลูก ๆ ของตนก่อนที่จะจัดเตรียมเพื่อตนเอง

อย่างไรก็ตาม สิ่งที่ซ่อนอยู่ในความรักของพ่อแม่นี้คือความต้องการที่จะมุ่งหาประโยชน์ของตนเอง พ่อแม่ต้องการทำให้ลูก ๆ ของตนทำในสิ่งที่ตนต้องการให้เขาทำ เมื่อลูก ๆ ไม่ทำตามความต้องการของตนพ่อแม่จะรู้สึกผิดหวัง

ถ้าลูก ๆ ไม่เคารพพ่อแม่ของตนและสร้างปัญหาให้กับท่านเหล่านั้น พ่อแม่ก็อาจเปลี่ยนท่าทีของตนที่มีต่อลูก นี่คือความรักฝ่ายเนื้อหนังที่ "เห็นแก่ประโยชน์ส่วนตน" พ่อแม่อาจพูดว่าเขาพร้อมที่จะเสียสละแม้กระทั่งชีวิตของตนเพื่อลูก แต่ถ้าเขามีความรักแบบนั้นกับลูก ๆ ของตนเพียงอย่างเดียวสิ่งนี้ถือเป็นความรักที่เห็นแก่ประโยชน์ส่วนตนเช่นกัน ความรักฝ่ายวิญญาณจะเกิดขึ้นได้ก็ต่อเมื่อเขาสามารถรักไม่เพียงลูก ๆ ของตนเท่านั้นแต่รักเด็กคนอื่นด้วยเช่นกัน

ขอให้เราพูดถึงความรักระหว่างสามีกับภรรยา สามีภรรยาหลายคู่มีความรักอย่างเสียสละจนทำให้คนอื่นประทับใจ แต่ไม่ใช่เรื่องง่ายที่จะพบเห็นความรักเช่นนั้น เมื่อทั้งสองคนกำลังจีบกัน คนหนึ่งอาจพูดว่าเขา/เธอไม่สามารถมีชีวิตอยู่ได้ถ้าไม่มีเธอ/เขา แต่หลังจากแต่งงาน ถ้าความสัมพันธ์ไม่เอื้อประโยชน์ให้กับเขาอีกต่อไป คนเหล่านั้นอาจพูดถึงการหย่าร้างได้ง่าย ๆ เขาเคยพูดว่าเขาจะรักซึ่งกันและกันตลอดไป แต่เมื่อวันเวลาผ่านไปค้นพบว่าสิ่งนั้นไม่ใช่ความจริง

หลายครั้งความรักระหว่างพี่น้องชายหญิงก็กลายเป็นความตึงเครียดและเปลี่ยนแปลงไปเนื่องจากเงิน ยกตัวอย่าง ถ้าน้องชายมีค

วามต้องการทางด้านการเงินอยู่เสมอและขอความช่วยเหลือจากพีชายของตน ความสัมพันธ์ของเขาอาจเลวร้ายลง พีชายอาจภาวนาว่าเขาไม่อยากให้น้องชายของเขามาพบเขาอีกเลย เขาอาจสังห้ามไม่ให้น้องชายของตนมาพบเขาอีกเลยก็ได้ ความรักของเขาเปลียนไปเพราะนันเป็นความรักฝ่ายเนือหนังทีเห็นแก่ประโยชน์ส่วนตน

แต่ความรักของพระเจ้าแตกต่างกัน ความรักของพระเจ้าเป็นความรักทีเสียสละอย่างสินเชิงซึงไม่มีวันเปลียนแปลงและสะอาดบริสุทธิ์ สูงส่ง และแท้จริงในฝ่ายวิญญาณ นีเป็นความรักทีนำเราไปสู่ชีวิต นิรันดร์และความรอดด้วยเช่นกัน

ข้อ 1 กล่าวว่า "แม้ข้าพเจ้าพูดภาษาของมนุษย์ก็ดีและภาษาของทูตสวรรค์ก็ดี" คำว่า "ภาษา" ในข้อนีแตกต่างจากของประทานแห่งการพูดภาษาต่าง ๆ ตามทีบันทึกไว้ใน 1 โครินธ์บทที 12 ในโลกนีมีภาษาอยู่อย่างมากมายและโดยภาพรวมภาษาต่าง ๆ ทีกล่าวถึงในข้อเหล่านีหมายถึง "ภาษาของมนุษย์" ภาษาเหล่านีเป็นภาษาของมนุษย์และไม่ใช่เสียงของสัตว์หรือเสียงนกเสียงกา

เมือได้ยินคำว่า "ทูตสวรรค์" เราคิดถึงบางสิงทีบริสุทธิ์ ไร้ตำหนิและสะอาดซึงไม่มีความชัวร้าย เมือผู้คนพูดนุ่มนวลและไพเราะเราจะบอกว่าเขาพูดเหมือนทูตสวรรค์ ถ้อยคำทีออกมาจากปากของทูตสวรรค์คงต้องไพเราะมากทีเดียว

แม้คนหนึงจะพูดได้หลายภาษาและสือสารด้วยถ้อยคำทีไพเราะเหมือนทูตสวรรค์ แต่ถ้าเขาไม่มีความรัก คำพูดของเขาก็ไม่แตกต่างอะไรไปจากเสียงฆ้องหรือเสียงฉาบทีส่งเสียงถ้าเราตีแท่งทองแดง เราอาจได้ยินเสียงดังโครมครามทีเกิดจากการตีดังกล่าว แม้แต่ฉาบก็สามารถส่งเสียงดัง แม้คนหนึงจะพูดด้วยถ้อยคำของทูตสวรรค์ แต่คำพูดนันจะไร้ประโยชน์ถ้าเขาไม่มีความรักฝ่ายวิญญาณ

# แม้ด้วยฤทธิ์อำนาจและความเชื่ออันยิ่งใหญ่

แม้ข้าพเจ้ามีของประทานแห่งการพยากรณ์ และเข้าใจในความลึกลับทั้งปวงและมีความรู้ทั้งสิ้น และแม้ข้าพเจ้ามีความเชื่อทั้งหมดพอจะยกภูเขาไปได้ แต่ไม่มีความรัก ข้าพเจ้าก็ไม่มีค่าอะไรเลย (13:2)

ด้วยของประทานแห่งการพยากรณ์ (เผยพระวจนะ) ท่านสามารถรู้ถึงอนาคตอย่างชัดเจน ถ้าท่านรู้เกี่ยวกับอนาคตถือเป็นสิ่งที่มีประโยชน์มากทีเดียว "ความลึกลับทั้งปวง" หมายถึงหนทางแห่งการเขนซึ่งถูกซ่อนไว้ตั้งแต่ก่อนปฐมกาล

"ความรู้ทั้งสิ้น" ในข้อนี้หมายถึงความรู้เรื่องพระคำของพระเจ้าซึ่งเป็นความจริงและไม่ใช่ความรู้ของโลกนี้ แม้เราจะรู้จักความลึกลับทั้งปวงและมีความรู้ทั้งสิ้น แต่สิ่งนั้นจะไร้ประโยชน์ถ้าเราไม่มีความรัก การรู้อยู่ในสมองเพียงอย่างเดียวไม่ใช่ความเชื่อที่แท้จริง ความเชื่อเช่นนี้ไม่สามารถนำเราไปสู่หนทางแห่งชีวิตนิรันดร์ได้

เราต้องไม่เพียงแต่รู้ "ความลึกลับทั้งปวง" และมีความรู้ทั้งสิ้นเท่านั้น แต่เราต้องปลูกฝังสิ่งเหล่านั้นไว้ในจิตใจของเราด้วยเช่นกัน ด้วยวิธีนี้ถ้าเรากำจัดควา

มเท็จทิ้งไปด้วยการดำเนินชีวิตอยู่ในพระคำของพระเจ้า เราก็สามารถมีความรักฝ่ายวิญญาณ

แม้เราจะมีความเชื่ออย่างมากจนสามารถเคลื่อนภูเขาไปได้ก็ตาม ความเชื่อนั้นก็ไม่มีประโยชน์ถ้าเราไม่มีความรัก ความเชื่อและความรักเป็นสองสิ่งที่แตกต่างกัน การมีความเชื่อมากไม่ได้หมายความว่าเรามีความรักเสมอไป แน่นอน ทั้งสองอย่างเชื่อมโยงกัน ถ้าเรามีความเชื่อเราก็พยายามที่จะรัก ดังนั้นความรักจะจำเริญขึ้นในความเชื่อนั้น แต่การมีความเชื่อไม่ได้หมายถึงการมีความรักมาก

ยกตัวอย่าง คนหนึ่งอาจเชื่อว่าโมเสสแยกทะเลแดงออกจากกันและคนอิสราเอลเดินขบวนรอบเมืองเยรีโคและกำแพงเมืองก็พังทลายและเชื่อว่าพระเยซูทรงทำให้ลาซารัสที่ตายไปแล้วเป็นขึ้นมาใหม่ แต่การเชื่อในข้อเท็จจริงนี้ไม่ได้หมายความว่าผู้เชื่อคนนั้นมีความรักด้วยเช่นกัน

ศิษยาภิบาลบางคนแสดงท่าทีของการเป็นคนอารมณ์ร้อนในเรื่องเล็ก ๆ น้อย ๆ และแสดงความรู้สึกและพฤติกรรมที่ไม่แตกต่างอะไรไปจากคนที่ไม่เชื่อ นอกจากนั้นยังมีผู้นำคริสตจักรบางคนที่มีความเชื่อแต่ไม่มีความรัก ถ้าเช่นนั้นเราจะพูดได้อย่างไรว่าคนเหล่านี้เป็นมนุษย์ฝ่ายวิญญาณและเขากำลังเดินอยู่ในหนทางแห่งชีวิตนิรันดร์และมีชีวิตอยู่ในเขา

เพราะเหตุนี้ แม้บางคนเคยรักษาผู้ป่วยให้หายสำแดงฤทธิ์อำนาจของพระเจ้า และขับผีออกในพระนามของพระเยซู แต่องค์พระผู้เป็นเจ้าจะตรัสกับเขาว่า “เราไม่เคยรู้จักเจ้าเลย เจ้าผู้กระทำความชั่วช้าจงไปเสียให้พ้นจากเรา” (มัทธิว 7:22-23) แม้เราจะร้องทูลว่า “พระองค์เจ้าข้า พระองค์เจ้าข้า” แต่เราไม่สามารถเข้าสู่แผ่นดินสวรรค์ถ้าเราไม่ได้ดำเนินชีวิตด้วยพระคำของพระเจ้า (ข้อ 21)

ถ้าเราไม่มีความรัก สิ่งนี้ก็หมายความว่าเราไม่ได้ดำเนินชีวิตอยู่ในพระคำของพระเจ้าแม้เราจะเข้าร่วมนมัสการในคริสตจักรก็ตาม และพระคัมภีร์ตอนนี้กล่าวว่าแม้เราจะมีความรู้ทั้งสิ้นและมีความเชื่อมากจนสามารถเคลื่อนภูเขาไปได้ เราก็ไม่มีค่าใดเลยถ้าเราไม่มีความรัก

แม้ข้าพเจ้ามอบของสารพัดเพื่อเลี้ยงคนยากจน และแม้ข้าพเจ้ายอมให้เอาตัวข้าพเจ้าไปเผาไฟเสีย แต่ไม่มีความรักจะหาเป็นประโยชน์แก่ข้าพเจ้าไม่' (13:3)

การให้ความช่วยเหลือคนยากจนโดยไม่มีความรักเป็นการกระทำของคนหน้าซื่อใจคด เขาทำสิ่งนี้เพียงเพื่ออยากให้คนอื่นเห็นการกระทำของตนเท่านั้น พระเจ้าไม่ทรงพอพระทัยกับการให้ความช่วยเหลือประเภทนี้ เราไม่สามารถได้รับพระพรไม่ว่าในโลกนี้หรือในแผ่นดินสวรรค์จากกระทำดังกล่าว

หลายครั้งรายชื่อของบุคคลหรือของบริษัทที่ทำการบริจาคจะถูกนำไปตีพิมพ์ลงในหนังสือพิมพ์ แต่ถ้ารายชื่อของเขาไม่เป็นที่รู้จักต่อหน้าสาธารณชน คนเหล่านั้นคงไม่บริจาคในจำนวนเดียวกัน

มัทธิว 6:2-4 กล่าวว่า "เหตุฉะนั้น เมื่อท่านทำทาน อย่าเป่าแตรข้างหน้าท่านเหมือนคนหน้าซื่อใจคดกระทำในธรรมศาลาและตามถนน เพื่อจะได้รับการสรรเสริญจากมนุษย์ เราบอกความจริงแก่ท่านว่า เขาได้รับบำเหน็จของเขาแล้ว ฝ่ายท่านทั้งหลายเมื่อทำทาน อย่าให้มือซ้ายรู้การซึ่งมือขวากระทำนั้น เพื่อทานของท่านจะเป็นการลับ และพระบิดาของท่านผู้ทอดพระเนตรเห็นในที่ลี้ลับ พระองค์เองจะทรงโปรดประทานบำเหน็จแก่ท่านอย่างเปิดเผย" ถ้าเราช่วยเหลือคนยากจนเพื่อทำให้ชื่อของเราเป็นที่รู้จัก เราก็ได้รับคำยกย่องชมเชยและรางวัลของเราแล้ว ดัง

ความรักฝ่ายวิญญาณ

นั่นเราจึงไม่มีรางวัลใดจากพระเจ้าในแผ่นดินสวรรค์

พระคัมภีร์กล่าวต่อไปว่า "และแม้ข้าพเจ้ายอมให้เอาตัวข้าพเจ้าไปเผาไฟเสีย แต่ไม่มีความรัก จะหาเป็นประโยชน์แก่ข้าพเจ้าไม่" การ "ยอมให้เอาตัวของเราไปเผาไฟเสีย" หมายถึงการถวายตัวเราเองให้เป็นเครื่องบูชาอย่างสมบูรณ์ ถ้าเราสามารถถวายตัวเราเองให้เป็นเครื่องบูชาอย่างสมบูรณ์เพื่อคนอื่น เราจะกระทำเช่นนั้นโดยไม่มีความรักได้อย่างไร

บางทีท่านอาจเคยเห็นคนบางคนช่วยเหลือคนอื่นด้วยกำลัง เวลา และทรัพย์สินเงินทองของตน แต่ถ้าคนเหล่านั้นไม่ได้รับการยกย่องชมเชยจากคนอื่นสำหรับการกระทำของตนเขาจะรู้สึกผิดหวัง ขุ่นเคืองใจ และบ่นเกี่ยวกับเรื่องนั้น ถึงแม้ว่าเขาอาจจะไม่บ่นและขุ่นเคืองใจ แต่ความปรารถนาอันแรงกล้าของเขาอาจเยือกเย็นลง ถ้ามีคนชี้ให้ถึงความผิดพลาดในสิ่งที่เขาได้กระทำเพื่อคนอื่น เขาอาจหมดกำลังและหมดความอดทน เขาอาจวิพากษ์วิจารณ์ผู้คนที่ชี้ถึงความผิดพลาดของเขาด้วยซ้ำไป

สิ่งนี้บอกให้เรารู้ว่าเขาทำบางสิ่งบางอย่างเพื่อให้เป็นที่รู้จักและรับคำยกย่องสรรเสริญจากคนอื่น นี่เป็นการเสียสละโดยปราศจากความรัก ดังนั้นสิ่งนี้จึงไม่เป็นประโยชน์อะไรแก่เขา

# ความรักฝ่ายวิญญาณ

ความรักนั้นก็อดทนนานและกระทำคุณให้ (13:4)

สิ่งที่อยู่ตรงกันข้ามกับความรักฝ่ายวิญญาณคือความชั่วร้าย ด้วยเหตุนี้ เราจึงอยู่ในฐานะของการกำจัดความชั่วร้ายทิ้งไปเมื่อเรามีความรักฝ่ายวิญญาณ ตอนนี้ขอให้เราพูดถึงความรักฝ่ายวิญญาณในรายละเอียด

ประการแรก ความรักนี้อดทนนาน เราต้องอดทนในเรื่องอะไรบ้าง เราต้องอดทนกับความยากลำบากทุกชนิดที่เราอาจพบเมื่อเราพยายามที่จะรัก จากนั้นเราต้องอดทนกับตัวเราเอง

เมื่อเราพยายามที่จะรักคนบางคน บุคคลนั้นอาจขว้างก้อนหินใส่เรา บางคนอาจใส่ร้ายเราหรือเกลียดชังเราโดยไม่มีเหตุผล การรักผู้คนประเภทนี้ด้วยความอดกลั้นและความอดทนนานคือความรักฝ่ายวิญญาณ ความอดทนในความรักฝ่ายวิญญาณคือการอดทนกับความยากลำบากทุกชนิดที่เราพบเมื่อเราพยายามที่จะเชื่อฟังพระคำของพระเจ้าและรักคนอื่น

แต่ความอดทนในความรักฝ่ายวิญญาณนี้แตกต่างจากความ

อดทนในบรรดาผลของพระวิญญาณบริสุทธิ์ในกาลาเทีย 5:22 ทั้งเก้าอย่าง ความอดทนที่เป็นผลของพระวิญญาณบริสุทธิ์คือการอดกลั้นในทุกสิ่งเพื่อทำให้แผ่นดินและความชอบธรรมของพระเจ้าสำเร็จ สิ่งนี้เป็นการอดทนนานและการไม่เมื่อยล้าเกี่ยวกับสิ่งสารพัดเพื่อเห็นแก่ความจริง แต่ความอดทนในความรักฝ่ายวิญญาณเป็นแนวคิดที่แคบกว่า ความอดทนนี้เป็นการรักคนอื่นในระดับปัจเจกบุคคล

พระคัมภีร์ข้อนี้กล่าวเช่นกันว่าความรักนั้นกระทำคุณให้ สิ่งนี้เป็นความสามารถที่จะยอมรับและโอบอุ้มทุกคนเอาไว้เพื่อว่าผู้คนจำนวนมากจะสามารถรวมตัวอยู่รอบข้างเรา การกระทำคุณให้นี้คือการมีจิตใจที่สามารถยอมรับและโอบอุ้มทุกคนเอาไว้ สิ่งนี้เป็นเหมือนก้อนสำลีซึ่งไม่มีเสียงดังเมื่อมีวัตถุแข็งมากระทบกับสำลีก้อนนี้ ถ้าเรามีความกรุณาปรานีเช่นนี้ผู้คนจำนวนก็ปรารถนาที่จะมาหาเราและพักพิงอยู่ในเราเหมือนฝูงนกที่พักพิงอยู่ในร่มเงาของต้นไม้ใหญ่

ความกรุณาปรานีนี้ไม่ได้หมายถึงการยอมรับด้วยวิธีการที่จำยอม อ่อนแอ หรือละมุนละม่อมอยู่ตลอดเวลา ความกรุณาปรานีที่พระเจ้าทรงยอมรับคือความรักฝ่ายวิญญาณที่ไม่มีความชั่วร้าย ดังนั้นเราจึงทนได้แม้กระทั่งกับคนชั่วร้ายโดยไม่ยืนหยัดต่อสู้กับเขา แต่การกระทำคุณให้นี้ไม่ใช่เป็นเพียงการรักแบบจำยอมและละมุนละม่อมอยู่ตลอดเวลา แต่สิ่งนี้ทำให้เราอยู่ฐานะที่สามารถบริหารจัดการ ชี้แนะ ปรับปรุงแก้ไข และชี้นำคนเหล่านั้นด้วยเช่นกัน

ด้วยคำพูดและการกระทำที่เหมาะสม คนเช่นนี้จะเข้าใจความอ่อนแอของผู้อื่นและยอมรับเขาและได้ใจของผู้คนจำนวนมาก คนเหล่านี้จะไม่เป็นหินสะดุดในสถานการณ์ใดก็ตาม แต่เขาจะได้รับความไว้วางใจ ความรัก และการยอมรับจากคนอื่น เหมือนที่กล่าวไว้ในมัทธิว 5:5 ว่า "บุคคลผู้ใดมีใจอ่อนโยน

ผู้นั้นเป็นสุข เพราะว่าเขาจะได้รับแผ่นดินโลกเป็นมรดก” และสดุดี 37:11 ว่า “แต่คนใจอ่อนสุภาพจะได้แผ่นดินตกไปเป็นมรดก และตัวเขาจะปีติยินดีในสันติภาพอุดมสมบูรณ์” คนที่มีใจอ่อนโยนเท่านั้นที่จะได้รับแผ่นดินโลกเป็นมรดก คำว่า “แผ่นดินโลก” ในที่นี้หมายถึงแผ่นดินโลกในแง่วิญญาณจิต ซึ่งได้แก่ ที่อยู่อาศัยในแผ่นดินสวรรค์ ดังนั้น การได้รับแผ่นดินโลกเป็นมรดกจึงหมายความว่าเราจะได้ชื่นชมกับสิทธิอำนาจอันยิ่งใหญ่ในแผ่นดินสวรรค์นั่นเอง

คนที่มีใจอ่อนโยนและคนที่ใจอ่อนสุภาพจะได้รับการเสริมกำลังเพื่อให้เขาสามารถหยิบยื่นพระคุณไปสู่ผู้คนจำนวนมากด้วยพระทัยของพระเจ้า ยิ่งเราสำแดงความกรุณาปรานีมากขึ้นเพียงใด ผู้คนที่เข้ามาอยู่ใกล้ชิดกับเราก็จะมีจำนวนมากขึ้นเท่านั้นและเราจะสามารถชี้นำดวงวิญญาณไปสู่แผ่นดินสวรรค์ในจำนวนมากยิ่งขึ้นเช่นกัน ด้วยเหตุนี้ คนที่มีใจกรุณาปรานีจะได้ชื่นชมกับสิทธิอำนาจอันยิ่งใหญ่ในสวรรค์และมรดกอันเป็นที่อยู่อาศัยของเขาในแผ่นดินสวรรค์ก็จะมีขนาดใหญ่และกว้างขวางมากขึ้นเช่นกัน

## ความรักไม่อิจฉา (13:4)

ความอิจฉาในข้อนี้เกิดขึ้นเมื่อผู้คนเพาะบ่มความขมขื่นหรือความระแวงสงสัยต่อความโชคดีของอีกคนหนึ่งและทำสิ่งที่ชั่วร้ายกับคนนั้น ถ้าเรามีความอิจฉาเราจะมีความรู้สึกไม่สบายใจเมื่อคนอื่นได้ดีกว่าเรา เราอาจเกลียดชังเขาหรือต้องการที่จะยึดเอาสิ่งที่เขามีมาเป็นของเราเช่นกัน

เราอาจท้อใจเพราะคนเหล่านั้นเป็นที่ยอมรับและเป็นที่รักของคนอื่นในขณะที่เราไม่ได้เป็นเช่นนั้น เราอาจคิดว่าความรู้สึกท้อใจไม่ใช่การอิจฉาอย่างแท้จริง แต่เรามีความรู้สึกเช่นนั้นเพราะเรามีตัวตนของเราที่ต้องการเป็นที่รักและเป็นที่ยอมรับจากคนอื่น ถ้าควา

มรู้สึกนี้ชั่วร้ายมากขึ้นสิ่งนี้ก็จะออกมาเป็นการกระทำและคำพูด

หลายครั้งความอิจฉาปรากฏอยู่ในความรักระหว่างผู้หญิงกับผู้ชาย ความอิจฉาเกิดขึ้นเพราะคนเหล่านี้ต้องการเป็นที่รักจากเพื่อนชายหรือเพื่อนหญิงของตน ผู้คนอาจรู้สึกอิจฉาเมื่อคนอื่นร่ำรวยกว่า มีการศึกษามากกว่า หรือมีความสามารถมากกว่าเขา

ในปฐมกาลบทที่ 4 เราอ่านพบเรื่องราวเกี่ยวกับการถวายเครื่องบูชาของคาอินและอาเบล คาอินถวายเครื่องบูชาฝ่ายเนื้อหนังในขณะที่อาเบลถวายเครื่องบูชาด้วยเลือดซึ่งเป็นเครื่องบูชาฝ่ายวิญญาณ เมื่อพระเจ้าทรงยอมรับเฉพาะเครื่องบูชาของอาเบล คาอินก็เกิดความอิจฉาและฆ่าอาเบลน้องชายของตนในที่สุด ความอิจฉาพัฒนาไปสู่การฆ่าคน

ปฐมกาล 30:1 กล่าวว่า “เมื่อนางราเชลเห็นว่าตนไม่มีบุตรกับยาโคบ ราเชลก็อิจฉาพี่สาวและพูดกับยาโคบว่า ‘ขอให้ข้าพเจ้ามีบุตรด้วย หาไม่ข้าพเจ้าจะตาย’” เมื่อนางราเชลพูดออกมาด้วยจิตใจที่อิจฉา คำพูดของเธอก็ทำให้ยาโคบทุกข์ใจ ในที่สุด นางราเชลก็เสียชีวิตในขณะที่ให้กำเนิดเบนยามินตามที่เธอพูดเอาไว้

เราต้องไม่อิจฉาซึ่งกันและกันแต่เราต้องชื่นชมยินดีร่วมกันในพระคริสต์ด้วยการหนุนใจและรักซึ่งกันและกัน สำหรับเรื่องนี้เราต้องรู้อย่างถ่องแท้ว่าความรัก ชื่อเสียง ทรัพย์สินเงินทอง ความรู้ และอำนาจฝ่ายเนื้อหนังที่ก่อให้เกิดความอิจฉานั้นไร้ความหมายเพียงใด นอกจากนั้น เราต้องมีความเชื่ออย่างมั่นใจว่าความเป็นพลเมืองของเรานั้นอยู่ในแผ่นดินสวรรค์

จากนั้นเราก็สามารถมีสามัคคีธรรมกับพี่น้องชายหญิงในพระคริสต์ที่ใกล้ชิดสนิทสนมมากกว่าคนในครอบครัวของเรา สาเหตุก็เพราะว่าเราเชื่อว่าเราเป็นพี่น้องกันซึ่งจะมีชีวิตอยู่ร่วมกันในแผ่นดินสวรรค์ตลอดไปด้วยการรับใช้พระเจ้าองค์เดียวกันซึ่งเป็นพระบิ

ดาของเรา เมื่อเรามีความเชื่อที่มั่นคงเช่นนี้และสร้างความรักที่แท้จริงไว้บนความเชื่อนี้ เราก็จะรักเพื่อนบ้านเหมือนรักตนเอง จากนั้นเราก็สามารถชื่นชมยินดีเมื่อคนอื่นมั่งคั่งร่ำรวยราวกับว่าตัวเองเป็นคนที่มั่งคั่งร่ำรวย

### ...ความรักไม่อวดตัว ไม่หยิ่งผยอง (13:4)

การอวดตัวคือการเปิดเผยและการอวดอ้างตนเอง เมื่อผู้คนมีสิ่งที่ดีกว่าคนอื่นเขาก็ต้องการที่จะอวดอ้างถึงสิ่งนั้น สาเหตุก็เพราะว่าเขาอยากได้รับการยกย่องและเป็นที่รู้จัก บางคนอวดอ้างถึงความมั่งคั่งร่ำรวย การศึกษา ตำแหน่ง หรือรูปร่างหน้าตาของตนเอง

ถ้าเราโอ้อวด สิ่งนี้ก็หมายความว่าเราอยู่ห่างไกลจากความรักมาก นอกจากนั้นแม้เราโอ้อวดเราก็จะไม่ได้รับความนับถือหรือความรักที่ออกมาจากใจของคนอื่น ตรงกันข้าม สิ่งนั้นรังแต่จะทำให้คนอื่นดูหมิ่นเหยียดหยามเราและบางทีคนเหล่านั้นอาจอิจฉาเราด้วยซ้ำไป

แต่ 1 โครินธ์ 1:31 กล่าวว่า "เพื่อให้เป็นไปตามที่เขียนว่า 'ให้ผู้โอ้อวด อวดองค์พระผู้เป็นเจ้า'" ดังนั้นสามารถอวดองค์พระผู้เป็นเจ้า การอวดองค์พระผู้เป็นเจ้าคือการบอกว่าเรามาเชื่อในพระเจ้าและได้รับความรักของพระองค์ได้อย่างไรและเราได้รับคำตอบและพระพรจากพระเจ้าได้อย่างไร

การโอ้อวดในองค์พระผู้เป็นเจ้าคือการถวายเกียรติแด่พระเจ้าและการแบ่งปันพระคุณให้กับพี่น้องชายหญิงในความเชื่อด้วยการปลูกฝังความเชื่อไว้ในเขา ดังนั้นเราจึงสำสมรางวัลของเราเอาไว้ในสวรรค์และความปรารถนาแห่งจิตใจของเราจะได้รับการตอบสนองรวดเร็วยิ่งขึ้น แต่เราควรระมัดระวังเช่นกันเมื่อเราโอ้อวดในองค์พระผู้เป็นเจ้า มีบางกรณีที่ผู้คนคิดว่าตนเองถวายเกียรติแด่พระเจ้า แต่ในความเป็นจริง คนเหล่านี้กำลังอวดอ้างตนเอง

การโอ้อวดของโลกนี้ไม่สามารถให้ชีวิตนิรันดร์หรือการชำระให้บริสุทธิ์แก่เราได้ ตรงกันข้าม สิ่งนี้รังแต่จะเพิ่มความโลภที่ไร้ความหมายให้กับเราซึ่งจะนำเราไปสู่หนทางแห่งความพินาศ เมื่อเราตระหนักถึงจุดนี้และเติมจิตใจของเราให้เต็มไปด้วยความหวังแห่งแผ่นดินสวรรค์ เราก็มีกำลังที่จะกำจัดความทะนงในลาภยศออกไปจากชีวิตของเรา เมื่อเรากำจัดการโอ้อวดทุกชนิดออกไปจากจิตใจของเรา เราก็จะรักองค์พระผู้เป็นเจ้าและอวดถึงการที่พระองค์ทรงประทานชีวิตนิรันดร์และแผ่นดินสวรรค์ให้กับเราอย่างร้อนรน

ความหยิ่งผยองคือการดูถูกคนอื่นโดยคิดว่าคนเหล่านั้นต่ำต้อยกว่าเราและคิดว่าเราดีกว่าคนอื่นในทุกด้าน คนที่หยิ่งผยองจะรู้สึกว่าไม่มีใครสูงส่งกว่าเขา เขาถือว่าตนเองเป็นคนที่สูงส่งที่สุดและดีที่สุด ดังนั้นเขาจึงดูถูกคนอื่นและพยายามสอนคนอื่นอยู่เสมอ เขาจะดูถูกแม้กระทั่งผู้คนที่เคยชี้นำและสั่งสอนเขาและคนที่อยู่ในลำดับขั้นที่สูงกว่าเขา เขาจะไม่ให้ความสนใจกับคำแนะนำของผู้อาวุโสหรือผู้นำของตน แต่กลับพยายามที่จะสั่งสอนคนเหล่านั้น คนเช่นนี้มักชอบโต้แย้งและทะเลาะเบาะแว้งกับคนอื่นง่าย ๆ

นี่เป็นความหยิ่งผยองฝ่ายเนื้อหนัง แต่มีความหยิ่งผยองอีกแบบหนึ่ง เมื่อคนหนึ่งเป็นคริสเตียนมาเป็นเวลานานเขาอาจคิดว่าตนบรรลุโสดาบรรณแล้วและเขาอาจเป็นฝ่ายถูก เขาตัดสินและกล่าวประณามคนอื่นด้วยถ้อยคำที่เขารู้ แต่เขาคิดว่าเขาเพียงแค่วินิจฉัยด้วยความจริง จิตใจที่ถูกยกชูขึ้นแบบนี้คือความหยิ่งผยองฝ่ายวิญญาณ

พระเจ้าตรัสว่าผู้คนที่หยิ่งผยองเหล่านี้คือคนโง่เขลา เราถูกสร้างขึ้นตามพระฉายาของพระเจ้าและเราเท่าเทียมกันในฐานะบุตรของพระเจ้า ไม่มีใครสามารถดูถูกคนอื่นได้โดยพูดว่าตนเท่านั้นที่เป็นฝ่ายถูก

ยิ่งเราปลูกฝังความรักฝ่ายวิญญาณไว้ในเรามากขึ้นเท่าใด เรา

าก็จะเป็นเหมือนองค์พระผู้เป็นเจ้าผู้ทรงถ่อมพระทัยมากขึ้นเท่านั้น องค์พระผู้เป็นเจ้าทรงถ่อมพระองค์ลงจนกระทั่งความตายบนกางเขน พระองค์ทรงล้างเท้าของพวกสาวกของพระองค์เพื่อสำแดงให้เราเห็นถึงแบบอย่างของความถ่อมใจและการรับใช้ เราต้องทำตามแบบอย่างของพระองค์ ไม่ว่าเขาจะยากจนไร้การศึกษา หรืออ่อนแอเพียงใดก็ตามเราต้องถือว่าคนอื่นดีกว่าเราจากส่วนลึกแห่งจิตใจของเราและถ่อมตัวลง

[ความรัก] ไม่ทำสิ่งที่ไม่บังควร ไม่คิดเห็นแก่ตนเองฝ่ายเดียว (13:5)

การทำสิ่งที่ไม่บังควรคือการเป็นคนหยาบคายและไม่มีมรรยาท ไม่น่าเชื่อว่าหลายคนทำให้คนอื่นรู้สึกอึดอัดใจกับคำพูดและการกระทำที่ไม่สุภาพของตนโดยไม่รู้ตัว

อันดับแรก ผมขอพูดกับท่านเกี่ยวกับความสุภาพต่อพระพักตร์พระเจ้า สิ่งนี้เกี่ยวข้องกับการนมัสการ การอธิษฐาน การร้องเพลงสรรเสริญ สถานนมัสการ และสิ่งของที่บริสุทธิ์ศักดิ์สิทธิ์ในสถานนมัสการ ยกตัวอย่าง บางคนมานมัสการสายหรือนอนหลับในช่วงการเทศนา การไม่นมัสการพระเจ้าด้วยจิตวิญญาณและความจริงเป็นสิ่งที่หยาบคาย การฝันกลางวันและการพูดคุยกับคนที่นั่งถัดกับเราในช่วงการนมัสการคือสิ่งที่หยาบคาย นอกจากนั้นการเข้าร่วมนมัสการในสภาพที่มึนเมาด้วยการสวมร้องเท้าแตะหรือรองเท้ายางหรือการที่ผู้ชายสวมหมวกคริสตจักรถือเป็นสิ่งที่หยาบคายเช่นกัน

ในการประชุมอธิษฐาน ถ้าเรามาสายโดยไม่มีเหตุผลพิเศษ ลุกขึ้นยืนและเดินไปมาในขณะที่มีการอธิษฐาน หรือถ้าเราอธิษฐานด้วยความคิดล่องลอยหรือด้วยการพูดซ้ำซากที่ไร้ความหมาย การ

กระทำเหล่านี้ถือเป็นการทำสิ่งที่ไม่บังควรทั้งสิ้น การเขย่าตัวของคนที่กำลังอธิษฐานเพื่อทำให้เขาหยุดอธิษฐานหรือการหยุดอธิษฐานทันทีเมื่อได้ยินคนอื่นเรียกเราถือเป็นสิ่งที่หยาบคาย

เราต้องไม่โกรธหรือทะเลาะเบาะแว้งกันในคริสตจักร เราต้องไม่พูดถึงธุรกิจหรือความสนุกสนานฝ่ายโลกในคริสตจักร เราต้องใช้สิ่งของที่บริสุทธิ์ศักดิ์สิทธิ์ของคริสตจักรไปในทางที่ผิดหรืออย่างสูญเปล่า

ตอนนี้ขอให้เราพูดถึงการทำสิ่งที่ไม่บังควรในหมู่ผู้คน ปกติเมื่อเราแสวงหาประโยชน์ส่วนตัวของเราโดยไม่ให้เกียรติคนอื่น เราก็มีโอกาสที่จะทำสิ่งที่ไม่บังควร การโทรศัพท์หาคนอื่นในเวลาดึกดื่นหรือการรั้งตัวคนอื่นเอาไว้ด้วยการสนทนาอันยาวนานถือเป็นสิ่งที่หยาบคาย

การผิดเวลานัดหมายหรือการมาสายหรือการไปเยี่ยมคนอื่นโดยไม่แจ้งให้เขาทราบล่วงหน้าถือเป็นสิ่งที่ไม่สุภาพ แม้ท่านจะเป็นศิษยาภิบาลหรือผู้นำในคริสตจักร การสั่งสมาชิกคริสตจักของท่านเป็นสิ่งที่ไม่ถูกต้อง โดยเฉพาะอย่างยิ่งเรามีโอกาสที่จะทำสิ่งซึ่งไม่บังควรกับผู้คนที่ใกล้ชิดกับเรา ดังนั้นเราต้องระมัดระวัง การให้เกียรติคนอื่นในทุกกรณีและการจัดการกับความประพฤติของเราอย่างใกล้ชิดคือความรักฝ่ายวิญญาณ

ความรักฝ่ายวิญญาณจะเห็นแก่ประโยชน์ของคนอื่นมากกว่าประโยชน์ของตนเอง ยกตัวอย่าง เมื่อบางคนต้องการที่จะยืนกรานในที่ประชุมว่าความเห็นของเขาถูกต้อง เขาก็พยายามที่จะโน้มน้าวคนอื่น แต่บางคนอาจไม่ได้ยืนกรานอยู่กับความเห็นของตนอย่างเหนียวแน่น แต่เขาก็ไม่ชอบความเห็นของคนอื่นเช่นกัน

แต่บางคนจะให้ความสนใจกับความเห็นของคนอื่นและแม้ว่าเขาจะมีความคิดที่ดี แต่เขาก็พยายามที่จะทำตามแนวคิดของคน

อื่น ถ้าเรารักคนอื่นเราก็จะให้เกียรติเขาและถือว่าเขามีค่ามากกว่าเรา เราจะประพฤติตนในแนวทางที่ไม่เห็นแก่ประโยชน์ ผลกำไรหรือข้อได้เปรียบของเราเอง

พระเยซูทรงพบกับความยากลำบากในการกินอยู่หรือหลับนอน พระองค์ทรงมีชีวิตอยู่เพื่อผู้คนที่หลงเจินไปเหมือนแกะหลงหาย เนื่องจากความรักของพระองค์ที่มีต่อดวงวิญญาณซึ่งเต็มล้นอยู่ในพระทัยของพระองค์พระเยซูจึงทรงสละสิ่งสารพัดที่พระองค์น่าจะได้ชื่นชมเพื่อเห็นแก่คนเหล่านั้น

ในฐานะบุตรของพระเจ้าเราไม่ควรแซงหน้าคนอื่นเพราะเราอยากได้สิ่งที่ดีกว่าหรืออร่อยกว่า เราควรให้คริสตจักร ดวงวิญญาณเพื่อนบ้านของเรา และคนในครอบครัวของเรามาก่อนเรา

แต่การ "ไม่คิดเห็นแก่ตนเองฝ่ายเดียว" ในที่นี้ไม่ได้หมายความว่าเราต้องไม่ทูลขออาหารประจำวันหรือเราต้องไม่พยายามอย่างสุดกำลังของเราในการอธิษฐานและการทำงานเพื่อแผ่นดินของพระเจ้า เรามีความจำเป็นของชีวิต เราไม่คิดเห็นแก่ตนเองฝ่ายเดียวเมื่อเราเห็นว่าสิ่งนั้นจะก่อให้เกิดความเสียหายหรือความเสียเปรียบให้กับคนอื่น

เพื่อไม่ให้เห็นแก่ประโยชน์ของเราเองในทุก ๆ สิ่งเราต้องพึ่งพิงพระวิญญาณบริสุทธิ์ ถ้าเราทำตามการทรงนำของพระวิญญาณบริสุทธิ์ตลอดเวลาเราก็จะทำทุกสิ่งเพื่อถวายเกียรติแด่พระเจ้า ถ้าเรากำจัดความชั่วร้ายของเราทิ้งไปและปลูกฝังความรักที่แท้จริงไว้ในเรา เราก็จะมีสติปัญญาแห่งความดีในแต่ละสถานการณ์และเราจะสามารถหยั่งรู้น้ำพระทัยของพระเจ้าและทำตามน้ำพระทัยนั้น

## [ความรัก] ไม่ฉุนเฉียว ไม่ช่างจดจำความผิด (13:5)

บางคนฉุนเฉียวง่ายเมื่อคนอื่นทำร้ายเขาหรือเมื่อสิ่งต่าง ๆ ไม่ได้เป็นไปตามที่เขาต้องการ ถ้าเราเป็นคนฉุนเฉียวสิ่งนี้ก็ไ

ม่ใช่ความรัก ความฉุนเฉียวไม่เป็นประโยชน์อะไรเลย การฉุนเฉียวไม่ได้ถูกจำกัดอยู่กับการโกรธ การใช้คำพูดหยาบคายหรือการใช้ความรุนแรงเท่านั้น

ถ้าหน้าตาของเราเขม็งเกรียวหรือหงิกงอ หรือถ้าใบหน้าของเราเปลี่ยนสี หรือถ้าน้ำเสียงของการพูดของเราขาดตอน สิ่งนี้ก็หมายความว่าเราฉุนเฉียว สิ่งนี้แสดงให้เราเห็นว่าความรู้สึกอึดอัดที่อยู่ภายในจิตใจได้ปรากฏออกมา แต่เราไม่ควรตัดสินคนอื่นเพียงเพราะเราเห็นรูปร่างหน้าตาภายนอกของเขา มีหลายกรณีที่ผู้คนอาจดูเหมือนโกรธแต่เขาไม่ได้โกรธ

เพื่อป้องกันไม่ให้เกิดความฉุนเฉียว เราไม่ควรแค่เก็บระงับอารมณ์ของเราไว้ข้างในเท่านั้น แต่เราต้องกำจัดความรู้สึกขุ่นเคืองเช่นนั้นทิ้งไป แน่นอน เราไม่สามารถกำจัดความรู้สึกขุ่นเคืองทุกอย่างทิ้งไปได้ทั้งหมดและแทนที่ความรู้สึกเหล่านั้นด้วยความดีและความรักได้ภายในวันเดียว เราต้องพยายามทุกวัน

เมื่อมีสถานการณ์ที่อาจนำไปสู่การทำให้เกิดความฉุนเฉียว เราต้องพยายามควบคุมตนเอง เราต้องใช้เวลาสักครู่หนึ่งและสูดลมหายใจลึก ๆ และคิดว่า “สิ่งนี้จะเป็นประโยชน์อะไรถ้าผมยอมให้ตนเองรู้สึกฉุนเฉียว” จากนั้นเมื่อเราตรวจสอบจิตใจของเรา เราจะไม่ทำสิ่งใดที่อาจทำให้เราเสียใจกับการกระทำของเราหรือรู้สึกอับอายตนเองในภายหลัง เมื่อเราเรียนรู้ที่จะเป็นคนอดทนด้วยวิธีนี้ ในไม่ช้าเราก็จะสามารถกำจัดความโกรธและอารมณ์ฉุนเฉียวออกไปจากจิตใจของเราเพื่อเราจะมีจิตใจที่สงบสุขในทุกสถานการณ์

สุภาษิต 12:16 กล่าวว่า “จะรู้ความโกรธของคนโง่ได้ทันที แต่คนที่หยั่งรู้ย่อมปิดบังความอับอาย” สุภาษิต 19:11 กล่าวว่า “สามัญสำนึกที่ดีกระทำให้คนโกรธช้า และที่มองข้ามการละเมิดไปเสียก็เป็นสง่าราศีแก่เขา” ขอให้เราช้าในการโกรธและกำจัดความโกรธทิ้งไปอย่างรวดเร็วเพื่อเราจะสามารถดำเนินชีวิตของคนที่มีสติปัญ

ญา

พระคัมภีร์กล่าวว่าความรักไม่ช่างจดจำความผิด พระคัมภีร์ฉบับคิงเจมส์แปลข้อความนี้ว่า "การไม่คิดถึงความชั่ว" ความชั่วเป็นสิ่งที่ไม่ดีและไม่ถูกต้อง ถ้าเรามีความชั่วเราก็จะต้องการให้คนอื่นเป็นทุกข์ ถ้าเรามีความรักเราก็จะไม่มีความคิดเช่นนั้น

พ่อแม่รักลูกของตนและเขาต้องการให้ลูกของตนอยู่ดีมีสุขเสมอ เราต้องการให้คนอื่นเป็นทุกข์และเราพยายามที่จะมองหาความผิดหรือจุดอ่อนของเขาเพื่อแพร่งพรายสิ่งเหล่านี้ออกไปด้วยการนินทาเพราะเราไม่รักเขา

การตัดสินและการกล่าวโทษคนอื่นเป็นสิ่งที่ชั่วร้ายเช่นกัน แม้กระทั่งในหมู่ผู้เชื่อเองก็มีบางคนที่ชอบตัดสินคนอื่นด้วยมาตรฐานของตนโดยไม่พิจารณาดูสถานการณ์ของตนเอง สาเหตุก็เพราะว่าเขาไม่มีความรักเช่นกัน นอกจากนี้ ถ้าเรามีความคิดที่ขัดแย้งกับน้ำพระทัยของพระเจ้า สิ่งนี้ก็หมายความว่าเรามีความคิดที่ชั่วร้ายนั่นเอง

พระเจ้าเป็นความรัก ข้อสรุปแห่งพระบัญญัติของพระเจ้าคือความรัก 1 ยอห์น 3:23 กล่าวว่า "และนี่เป็นพระบัญญัติของพระองค์ คือให้เราทั้งหลายเชื่อในพระนามของพระเยซูคริสต์พระบุตรของพระองค์ และให้เรารักซึ่งกันและกัน ตามที่พระองค์ได้ทรงบัญญัติไว้แก่เราแล้ว" โรม 13:10 กล่าวว่า "ความรักไม่ทำอันตรายเพื่อนบ้านเลย เหตุฉะนั้นความรักจึงเป็นที่ให้พระราชบัญญัติสำเร็จแล้ว"

ท้ายที่สุด การไม่รักคือความชั่วร้าย การไม่รักคือความบาปและเป็นความชั่วร้าย เพื่อตรวจสอบดูว่าเรากำลังคิดสิ่งที่ชั่วร้ายหรือไม่ เราควรตรวจสอบดูว่าเรามีความอยู่ในเรามากน้อยเพียงใด ยิ่งเรารักพระเจ้าและดวงวิญญาณมากขึ้นเท่าใด เราก็จะเลิกคิดในสิ่งที่ชั่วร้ายมากขึ้นเท่านั้น

เพื่อกำจัดสิ่งที่ชั่วร้ายทิ้งไปเราต้องไม่คิด ไม่ดู

หรือไม่ฟังในสิ่งที่ชั่วร้าย แม้เราจะดูหรือฟังในสิ่งที่ชั่วร้ายเราต้องไม่จดจำสิ่งเหล่านั้นเอาไว้หรือไม่พยายามที่จะคิดถึงสิ่งเหล่านั้น เราต้องกำจัดแม้กระทั่งความคิดชั่ววูบทิ้งไป

เพื่อกำจัดความชั่วร้ายทิ้งไปและรักษาตัวเองให้บริสุทธิ์เราต้องจดจำพระคำและการอธิษฐานให้กับวิญญาณจิตของเรา เราสามารถขับไล่ความคิดชั่วร้ายทิ้งไปและมีความคิดที่ดีงามเมื่อเราใคร่ครวญพระคำทั้งกลางวันและกลางคืน เราสามารถค้นพบความชั่วที่ซุกซ่อนอยู่ภายในเราเมื่อเราใคร่ครวญพระคำอย่างลึกซึ้งในการอธิษฐาน ด้วยการอธิษฐานอย่างร้อนรนในความไพบูลย์ของพระวิญญาณบริสุทธิ์เราก็สามารถควบคุมความชั่วร้ายของเราและกำจัดสิ่งนั้นทิ้งไป

ขอให้เราทำความดีอยู่ตลอดเวลาเหมือนที่กล่าวไว้ใน 1 เธสะโลนิกา 5:15 ว่า "ระวังให้ดีอย่าให้คนใดทำชั่วตอบแทนการชั่วต่อคนอื่น แต่จงหาทางทำดีเสมอต่อพวกท่านเองและต่อคนทั้งปวงด้วย"

[ความรัก] ไม่ชื่นชมยินดีในความชั่วช้า แต่ชื่นชมยินดีในความจริง ไม่แคะไค้คุ้ยเขี่ยความผิดของเขา และเชื่อในส่วนดีของเขาอยู่เสมอ และมีความหวังอยู่เสมอ และเพียรทนเอาทุกอย่าง (13:6-7)

การไม่ชื่นชมยินดีในความชั่วช้าคล้ายคลึงกับการไม่คิดในสิ่งที่ร้าย แต่จะแตกต่างกันบ้างเล็กน้อย การไม่คิดในสิ่งที่ชั่วร้ายคือการไม่มีความชั่วร้ายรูปแบบใดเลยอยู่ในจิตใจ การไม่ชื่นชมยินดีในความชั่วช้าคือการไม่ชื่นชมยินดีหรือการไม่มีส่วนร่วมในการกระทำที่ไม่ยำเกรงพระเจ้าทุกชนิด

ยกตัวอย่าง เมื่อท่านอิจฉาเพื่อนของท่านที่ประสบความ

สำเร็จและถ้าท่านมีความคิดชั่วๆบว่าท่านอยากให้เขาล้มเหลว สิ่งนี้ก็เผยให้เห็นว่าท่านความชั่วร้ายอยู่ในจิตใจของท่าน วันหนึ่งบริษัทของเขาล้มละลาย ตอนนี้ถ้าท่านชื่นชมยินดีกับสถานการณ์ที่เกิดขึ้นโดยคิดว่าการที่เขาล้มละลายนั้นเป็นสิ่งที่ดีสำหรับเขา นี่คือการชื่นชมยินดีในความชั่วช้า ยิ่งกว่านั้น ถ้าท่านชื่นชมยินดีกับผลกำไรที่เกิดขึ้นจากวิธีการที่ชั่วร้าย หรือถ้าท่านใช้กำลังบีบบังคับเอาบางสิ่งบางอย่างจากคนอื่นหรือหลอกลวงเอาเงินของเขา นี่เป็นการชื่นชมยินดีในความชั่วช้า

การละเมิดกฎหมายและธรรมบัญญัติ การสร้างความเสียหายให้กับคนอื่น และทุกสิ่งที่ขัดขวางกับพระคำของพระเจ้าคือความชั่วช้าต่อพระพักตร์ขององค์พระผู้เป็นเจ้า ความชั่วช้ากลายเป็นความจริงเมื่อความชั่วในจิตใจปรากฏออกมาให้เห็น ในท่ามกลางความบาปชนิดต่าง ๆ สิ่งนี้ถือเป็นการงานของเนื้อหนังโดยเฉพาะ

1 โครินธ์ 6:9-10 กล่าวว่า “ท่านไม่รู้หรือว่าคนอธรรมจะไม่ได้รับอาณาจักรของพระเจ้าเป็นมรดก อย่าหลงเลย คนล่วงประเวณี คนถือรูปเคารพ คนผิดผัวเมียเขา คนนิสัยเหมือนผู้หญิงหรือคนที่เป็นกะเทยคนขโมย คนโลภ คนขี้เมา คนปากร้าย คนฉ้อโกง จะไม่ได้รับอาณาจักรของพระเจ้าเป็นมรดก” ข้อนี้กล่าวว่าผู้คนที่ทำตามการงานของเนื้อหนังจะไม่ได้รับความรอด ด้วยเหตุนี้ เมื่อเห็นสิ่งที่ชั่วร้ายเราไม่ควรชื่นชมยินดีหรือมีส่วนร่วมกับสิ่งนั้น แต่เราควรร้องไห้และอธิษฐานเผื่อเรื่องนั้น

อันดับแรก การชื่นชมยินดีในความจริงคือการชื่นชมกับพระกิตติคุณ พระกิตติคุณคือข่าวดีที่บอกว่าเราสามารถไปสู่แผ่นดินสวรรค์โดยทางพระเยซูคริสต์ เราได้รับความรอดด้วยการได้ยินถึงพระกิตติคุณและการต้อนรับเอาพระเยซูคริสต์ เรามีชีวิตนิรันดร์ด้วยการชื่นชมยินดีในความจริงซึ่งได้แก่พระกิตติคุณ ตอนนี้เราสามา

รถไปสู่แผ่นดินสวรรค์ด้วยการลบล้างความผิดบาปของเราผ่านทางพระโลหิตประเสริฐขององค์พระผู้เป็นเจ้า เราได้รับชีวิตอันมีค่าด้วยการรู้จักจุดประสงค์ทีแท้จริงของชีวิต

ผู้คนทีชืนชมยินดีกับพระกิตติคุณจะเผยแพร่พระกิตติคุณกับคนอืนอย่างขยันหมั่นเพียร คนเหล่านีชืนชมยินดีเมือเขาเห็นผู้คนจำนวนมากต้อนรับเอาองค์พระผู้เป็นเจ้าและได้รับความรอดและเมือแผ่นดินของพระเจ้าถูกขยายออกไป

นอกจากนั้น การชืนชมยินดีในความจริงคือการชืนชมยินดีเมือเราเห็นและได้ยินเกียวกับความดี ความรัก ความชอบธรรม และความจริง เราชืนชมยินดีเมือเราได้ยินถึงพระคำ อ่านพระคัมภีร์ และประพฤติตามความจริง พระคำของพระเจ้าบอกให้เรารับใช้ เข้าใจ และยกโทษคนอืนและเราเชือฟังพระคำนั้นด้วยความเต็มใจ เราต้องชืนชมยินดีกับความจริงด้วยการหิวและกระหายหาความจริงเพือดำเนินชีวิตทีมีคุณค่า

เราสามารถทนกับทุกสิงทุกอย่างได้ถ้าเรามีความรัก เราต้องมีความรักฝ่ายวิญญาณเพือจะชืนชมยินดีกับความจริงและเชือและทนกับทุกสิง เราสามารถเข้าใจความรักของพระเจ้าและประพฤติตามความรักนันเมือเราเชือในความจริงอย่างสมบูรณ์

เราต้องมีความหวังและทนต่อทุกสิงเพือเราจะสามารถมีความรักฝ่ายวิญญาณทีสมบูรณ์แบบ ขอให้เราตรวจสอบดูว่าเรามีความรักประเภทนีจริงหรือไม่ ขอให้เรารักพระเจ้าและรักเพือนบ้านของเราเพือเราจะสามารถมีสันติสุขและพระพรของพระเจ้า

# สิ่งที่เราต้องการชั่วนิรันดร์ในสวรรค์คือความรัก

ความรักไม่มีวันสูญสิ้น แม้คำพยากรณ์ก็จะเสื่อมสูญไป แม้การพูดภาษาต่าง ๆ นั้นก็จะมีเวลาเลิกไป แม้ความรู้ก็จะเสื่อมสูญไป (13:8)

ความรักเกิดมาจากความจริง ทุกสิ่งทุกอย่างที่เกี่ยวข้องกับความรักถูกบรรจุไว้ในหนังสือ 66 เล่มของพระคัมภีร์ ถ้าเราดำเนินชีวิตอยู่ในความจริงอย่างสมบูรณ์ความรักของเราก็จะสมบูรณ์แบบด้วยเช่นกัน เพราะเหตุนี้ องค์พระผู้เป็นเจ้าจึงตรัสว่าพระองค์ได้ทรงทำให้พระบัญญัติสำเร็จด้วยความรัก

ถ้าเราดำเนินชีวิตอยู่ในพระคำและมีจิตใจแห่งความจริงอย่างสมบูรณ์ สิ่งนี้ก็หมายความว่าเราเป็นเหมือนพระเจ้า นั่นหมายความว่าเราได้บรรลุถึงการชำระให้บริสุทธิ์และความรักฝ่ายวิญญาณที่สมบูรณ์แบบแล้ว ความจริงไม่เคยเปลี่ยนแปลง เช่นเดียวกัน ความรักก็ไม่เคยเปลี่ยนแปลงและไม่เคยสูญสิ้น

เมื่อเราเข้าไปสู่แผ่นดินสวรรค์เราจะไม่ต้องการการเผยพระวจนะ ภาษาต่าง ๆ หรือความรู้ เราจะมีเพียงภาษาเดียวเท่านั้นซึ่งได้แก่ภาษาสวรรค์ ดังนั้นเราจะไม่ต้องการภาษาอื่นใดอีก ความรักเท่านั้นที่ไม่เคยเปลี่ยนแปลง

เพราะที่เรารู้นั้นก็รู้แต่ส่วนหนึ่ง และที่เราพยากรณ์นั้น

ความรักฝ่ายวิญญาณ 163

ก็พยากรณ์แต่ส่วนหนึ่ง แต่เมื่อความสมบูรณ์มาถึงแล้ว ความบกพร่องนั้นก็จะสูญไป เมื่อข้าพเจ้ายังเป็นเด็ก ข้าพเจ้าพูดอย่างเด็ก คิดอย่างเด็ก ใคร่ครวญหาเหตุผลอย่างเด็ก แต่เมื่อข้าพเจ้าเป็นผู้ใหญ่ ข้าพเจ้าก็เลิกอาการเด็กเสีย (13:9-11)

แม้เราจะรู้ข้อมูลข่าวสารมากมายเกี่ยวกับพระเจ้า ความจริงและการเผยพระวจนะ เราก็ยังคงไม่สามารถเข้าใจพระทัยและน้ำพระทัยของพระเจ้าอย่างสมบูรณ์ได้ เราจะรู้เกี่ยวกับอนาคตได้ก็ต่อเมื่อพระเจ้าทรงอนุญาตให้เรารู้ในการดลใจของพระวิญญาณบริสุทธิ์เท่านั้น เพราะเหตุนี้ เราจึงรู้และเผยพระวจนะเพียงบางส่วนเท่านั้น

ข้อ 10 กล่าวว่า "...แต่เมื่อความสมบูรณ์มาถึงแล้ว ความบกพร่องนั้นก็จะสูญไป" เมื่อเราเข้าไปสู่แผ่นดินสวรรค์สิ่งที่เรารู้เพียงบางส่วนจะหมดสิ้นไป ผมขอยกตัวอย่างเพื่ออธิบายถึงเรื่องนี้

เมื่อเราเป็นเด็กเราก็พูดเหมือนเด็ก แต่เมื่อเราเติบโตเป็นผู้ใหญ่ วิธีการพูดของเราก็เปลี่ยนไป ถ้าเรายังพูดเหมือนเด็กหลังจากที่เราเติบโตเป็นผู้ใหญ่ ผู้คนคงคิดว่าเราเป็นคนที่ด้อยปัญญาและเป็นเหมือนเด็ก

ในทำนองเดียวกัน การเผยพระวจนะ การพูดภาษาต่าง ๆ และการมีความรู้ทั้งสิ้นในโลกนี้ก็เหมือนกับการเป็นเด็กเมื่อเทียบกับช่วงเวลาที่เราจะอยู่ในสวรรค์ ในสวรรค์เราจะรู้จักพระทัยและน้ำพระทัยของพระเจ้าอย่างสมบูรณ์ ด้วยเหตุนี้ เราจึงไม่ต้องการการเผยพระวจนะหรือการพูดภาษาต่าง ๆ อีกต่อไป

เพราะว่าบัดนี้เราเห็นสลัว ๆ เหมือนดูในกระจก แต่เวลานั้นจะได้เห็นหน้ากันชัดเจน เดี๋ยวนี้ข้าพเจ้ารู้แต่ส่วนหนึ่ง แต่เวลานั้นข้าพเจ้าจะรู้แจ้งเหมือนได้รู้จักข้าพเจ้าแล้วด้วย (13:12)

แม้เรารู้จักความจริงอย่างมากมายและเข้าสู่ระดับฝ่ายวิญญาณที่ลึกซึ้งมากขึ้น แต่แท้ที่จริงแล้วเรารู้มากมายแค่ไหน

มีภาษิตอยู่คำหนึ่งมีกล่าวว่า "การมองเห็นคือการเชื่อ" การมองเห็นบางสิ่งบางอย่างเพียงครั้งเดียวก็ดีกว่าการได้ยินถึงสิ่งนั้นเป็น 100 ครั้ง

ดังนั้นแม้เราจะรู้พระคัมภีร์ รู้จักความจริง และรู้จักพระเจ้าเป็นอย่างดีในโลกนี้ แต่เมื่อเราพบกับพระเจ้าในสวรรค์เราก็จะตระหนักว่าทุกสิ่งที่เรารู้บนโลกนี้เป็นเหมือนการมองดูในกระจกเท่านั้น กระจกในสมัยของเปาโลทำมาจากหินหรือทองแดง ดังนั้นภาพที่สะท้อนออกมาในกระจกจึงเป็นสิ่งที่สลัว กระจกในสมัยนั้นแตกต่างจากกระจกในสมัยปัจจุบัน

แม้เราจะเผยพระวจนะและมีความรู้ทั้งสิ้นและพูดภาษาต่าง ๆ แต่เราไม่สามารถเปรียบเทียบสิ่งเหล่านี้กับความรู้ในสิ่งต่าง ๆ ที่เราจะได้รับหลังจากเราเข้าสู่สวรรค์ เพราะเหตุนี้สิ่งที่เรารู้ในปัจจุบันจึงเป็นเหมือนการดูในกระจก ดังนั้นความรู้ทั้งสิ้น การเผยพระวจนะ และการพูดภาษาต่าง ๆ บนโลกนี้จะสูญสิ้นไปเพราะสิ่งที่สมบูรณ์แบบกำลังจะมาถึง

นอกจากนั้น แม้เรารู้จักความจริงอย่างมากมาย แต่เราก็รู้ได้เพียงบางส่วนเท่านั้น แต่ถ้าเราพบกับองค์พระผู้เป็นเจ้าเราก็สามารถรู้จักพระองค์อย่างชัดเจนเหมือนที่พระองค์ทรงรู้จักเราอย่างชัดเจน

เราเชื่อในเรื่องสวรรค์ เราเชื่อว่าองค์พระผู้เป็นเจ้าทรงคืนพระชนม์และพระองค์จะเสด็จกลับมารับเรา ผู้คนที่มีชีวิตจะเปลี่ยนเป็นร่างกายฝ่ายวิญญาณและจะถูกรับขึ้นไปในฟ้าอากาศ ถึงแม้เราจะเชื่อในเรื่องนี้อย่างสมบูรณ์ แต่สถานการณ์จะแตกต่างออกไปเมื่อเราอยู่เคียงข้างกับองค์พระผู้เป็นเจ้าอย่างแท้จริง เมื่อถึงเวลานั้นเราจะรู้จักพระองค์อย่างชัดเจนเหมือนที่พระองค์ทรงรู้จักเราอย่างชัดเจน

ดังนั้นยังตั้งอยู่สามสิ่ง คือความเชื่อ ความหวังใจ ความรัก แต่ความรักใหญ่ที่สุด (13:13)

ข้อนี้กล่าวว่า "ดังนั้นยังตั้งอยู่สามสิ่ง คือความเชื่อ ความหวังใจ และความรัก" อันดับแรกเราต้องมีความเชื่อเพราะเราได้รับความรอดด้วยความเชื่อ ถ้าเรามีความเชื่อเราก็สามารถมีความหวังในเรื่

องแผ่นดินสวรรค์ เราสามารถเอาชนะการทดลองและความยากลำบากด้วยความเชื่อ เราสามารถชื่นบานและขอบพระคุณในทุกสถานการณ์เพราะเราได้รับคำตอบต่อคำอธิษฐานของเราและมีความหวังสำหรับแผ่นดินสวรรค์ เรากำจัดความบาปและความอธรรมทิ้งไปเพราะเรามีความเชื่อและความหวัง เราทำหน้าที่ของเราจนสำเร็จลุล่วงด้วยการอธิษฐานอย่างร้อนรนเพื่อดำเนินชีวิตในความจริงด้วยความเชื่อ

    ผู้คนที่มีความเชื่อฝ่ายวิญญาณและมีความหวังสำหรับแผ่นดินสวรรค์จะไม่ประนีประนอมกับความอธรรม คนเหล่านี้จะสวมยุทธภัณฑ์ให้กับตนเองด้วยความจริงและในไม่ช้าเขาจะมีลักษณะเหมือนพระเจ้าเพื่อมีความรักที่แท้จริงและสมบูรณ์แบบ ด้วยเหตุนี้เราต้องมีทั้งความเชื่อ ความหวัง และความรักบนโลกนี้

    แต่เราจะมีความต้องการความเชื่อและความหวังเช่นกันในแผ่นดินสวรรค์หรือไม่ ความเชื่อและความหวังมีความจำเป็นเมื่อเราอยู่ในโลกนี้เท่านั้น เราไปสู่แผ่นดินสวรรค์ด้วยความเชื่อ ดังนั้นเราจึงไม่ต้องการความเชื่ออีกต่อไปหลังจากที่เราเข้าสู่แผ่นดินสวรรค์ ความหวังมีความจำเป็นเมื่อเราอยู่ในโลกนี้เท่านั้น ทุกสิ่งจะสำเร็จลุล่วงในแผ่นดินสวรรค์และความหวังจะไม่มีความจำเป็นอีกต่อไป

    แต่ความรักไม่มีวันสูญสิ้นหรือเสื่อมสลายไปไม่ว่าในสถานการณ์ใดก็ตาม ความรักดำรงอยู่ต่อไปชั่วนิรันดร์ในแผ่นดินสวรรค์ เราจะชื่นชมกับความสุขชั่วนิรันดร์ด้วยการแบ่งปันความรักกับพระเจ้าและกับองค์พระผู้เป็นเจ้าและกับบรรดาพี่น้องชายหญิงที่ได้รับความรอด

    ด้วยเหตุนี้ เราต้องชำระจิตใจของเราให้บริสุทธิ์ในโลกนี้เพื่อจะมีความบริสุทธิ์และสันติสุขซึ่งเป็นการมีพระทัยขององค์พระผู้เป็นเจ้า เราต้องเฝ้าปรารถนาที่จะได้รับของประทานที่ยิ่งใหญ่กว่าเพื่อเราจะสามารถมีความรักฝ่ายวิญญาณที่สมบูรณ์แบบ

## บทที่ 14

# การเผยพระวจนะและภาษาต่าง ๆ

ท่านต้องมีความรักก่อนที่ท่านจะได้รับของประทานฝ่ายวิญญาณ

การอธิษฐานเป็นภาษาต่าง ๆ ซึ่งเป็นภาษาของการอธิษฐานฝ่ายวิญญาณ

การเปรียบเทียบระหว่างภาษาต่าง ๆ กับการเผยพระวจนะ

จงกระทำทุกสิ่งทุกอย่างเพื่อให้จำเริญขึ้น

ความหมายฝ่ายวิญญาณของการที่ผู้หญิงต้อง "นิ่งเสียในที่ประชุมคริสตจักร"

จงทำสิ่งสารพัดอย่างถูกต้องและเป็นระเบียบ

# ท่านต้องมีความรักก่อนที่ท่านจะได้รับของ

ประทานฝ่ายวิญญาณ

จงมุ่งหาความรักและจงปรารถนาของประทานฝ่ายจิตวิญญาณ เฉพาะอย่างยิ่งการพยากรณ์ เพราะว่าผู้หนึ่งผู้ใดที่พูดภาษาต่าง ๆ ได้ ไม่ได้พูดกับมนุษย์ แต่ทูลต่อพระเจ้าเพราะว่าไม่มีมนุษย์คนใดเข้าใจได้ แต่เขาพูดเป็นความลึกลับฝ่ายจิตวิญญาณ ฝ่ายผู้ที่พยากรณ์นั้นพูดกับมนุษย์ทำให้เขาเจริญขึ้น เป็นที่เตือนสติและหนุนใจ (14:1-3)

ในฐานะผู้เชื่อ เรามีความปรารถนาแผ่นดินสวรรค์และสิ่งที่อยู่ฝ่ายวิญญาณ ไม่ใช่สิ่งของฝ่ายโลก เราต้องอุตส่าห์พยายามเพื่อจะเป็นบุคคลฝ่ายวิญญาณ เพื่อให้สามารถกระทำเช่นนี้ได้เราต้องการฤทธิ์อำนาจและของประทาน เราต้องอธิษฐานอย่างไม่หยุดหย่อนเช่นกัน

พระคัมภีร์ตอนนี้บอกเราว่าเราควรแสวงหาความรักและเราควรมีความปรารถนาของประทานฝ่ายวิญญาณอย่างแรงกล้าโดยเฉพาะอย่างยิ่งของประทานแห่งการเผยพระวจนะ ข้อนี้กล่าวว่าความปรารถนาของประทานฝ่ายวิญญาณต้องออกมาจากกรอบแห่ง

ความรัก เพราะเหตุนี้ บทที่แล้วจึงได้อธิบายถึงความรักฝ่ายวิญญาณ

ถ้าเราไม่มีความรักฝ่ายวิญญาณ พระเจ้าก็ไม่สามารถตอบเราเมื่อเราทูลขอของประทานฝ่ายวิญญาณ ถ้ามีผู้ใดกล่าวอ้างว่าเขามีฤทธิ์อำนาจบางอย่างหรืออ้างว่าเขาสามารถเผยพระวจนะแต่เขาไม่รู้จักความจริงและไม่มีความรักฝ่ายวิญญาณ สิ่งนั้นก็เป็นได้เพียงความเท็จเท่านั้น พระเจ้าจะทรงมอบของประทานฝ่ายวิญญาณให้กับบุคคลที่ไม่มีความรักฝ่ายวิญญาณได้อย่างไร

เพราะเหตุนี้ อันดับแรกเราต้องมีความรักและประพฤติตนอยู่ในความรัก จากนั้นพระเจ้าจะทรงมอบของประทานแห่งพระวิญญาณบริสุทธิ์ให้กับเราตามขนาดที่เราปลูกฝังความรักดังกล่าวไว้ในเรา ถ้าเราดำเนินชีวิตในความรักฝ่ายวิญญาณเราก็จะอธิษฐานเพื่อขอให้เราเป็นบุคคลฝ่ายวิญญาณ ผู้คนที่ได้ปลูกฝังความรักฝ่ายวิญญาณจะปรารถนาของประทานฝ่ายวิญญาณเพื่อแผ่นดินและความชอบธรรมของพระเจ้า เพื่อดวงวิญญาณ และเพื่อเข้าสู่ระดับฝ่ายวิญญาณที่ลึกซึ้งมากขึ้นด้วยเช่นกัน ของประทานฝ่ายวิญญาณมีอยู่หลายชนิด แต่เปาโลแนะนำว่าเราควรปรารถนาการเผยพระวจนะ

การพูดภาษาต่าง ๆ คือการอธิษฐานด้วยวิญญาณจิตของเราที่พระเจ้าทรงสดับ พระเจ้าเท่านั้นที่เข้าใจเนื้อหาของการอธิษฐาน แม้แต่ตัวของบุคคลที่กำลังอธิษฐานเป็นภาษาต่าง ๆ เองก็ไม่เข้าใจคำอธิษฐานนั้นเว้นแต่เขาจะได้รับของประทานแห่งการแปลภาษาต่าง ๆ นอกจากนั้น ผีมารซาตานก็ไม่เข้าใจคำอธิษฐานนั้นเช่นกัน และมารซาตานไม่สามารถก่อกวนคำอธิษฐานได้

การอธิษฐานด้วยจิตใจและการอธิษฐานด้วยวิญญาณแตกต่างกัน ยกตัวอย่าง ถ้าท่านอธิษฐานว่า “ข้าแต่พระเจ้า ตอนนี้ข้าพระองค์เหนื่อยเหลือเกิน แต่ขอโปรดประทานกำลังให้กับข้าพระองค์เพื่อข้าพระองค์จะไม่เหนื่อย” สิ่งนี้คือการอธิษฐานของจิตใจ ท่านรู้ว่

าท่านอธิษฐานเผื่อเรื่องอะไร แต่ท่านไม่เข้าใจการอธิษฐานเป็นภาษาต่าง ๆ เพราะวิญญาณของท่านกำลังอธิษฐานเผื่อความต้องการฝ่ายวิญญาณ

ความรักทำให้เราเห็นแก่ประโยชน์ของคนอื่นแทนที่จะเห็นแก่ประโยชน์ส่วนตน ดังนั้นสิ่งนี้จึงอธิบายเช่นกันว่าทำไมเราจึงต้องปรารถนาการเผยพระวจนะเนื่องจากเราควรเผยพระวจนะเพื่อประโยชน์ของคนอื่น

คนที่เผยพระวจนะนั้นพูดกับมนุษย์เพื่อความจำเริญ การเตือนสติ และการหนุนใจ สิ่งนี้หมายความว่าการเผยพระวจนะกระทำขึ้นเพื่อประโยชน์และสวัสดิภาพของคนอื่น สิ่งนี้เป็นการมอบสันติสุขและการเล้าใจให้กับเขาและนำเขาไปสู่แนวทางที่อำนวยประโยชน์มากที่สุด ด้วยวิธีนี้การเผยพระวจนะนำผู้คนให้อธิษฐาน กลับใจจากบาปของตน รักพระเจ้ามากขึ้น และเข้าใกล้พระเจ้ามากขึ้น เพราะเหตุนี้ จุดประสงค์ของการเผยพระวจนะก็เพื่อความจำเริญ การเตือนสติ และการหนุนใจคนอื่น

# การอธิษฐานเป็นภาษาต่าง ๆ ซึ่งเป็นภาษาของการอธิษฐานฝ่ายวิญญาณ

ฝ่ายคนที่พูดภาษาต่าง ๆ นั้นก็ทำให้ตนเองเจริญฝ่ายเดียว แต่ผู้ที่พยากรณ์นั้นย่อมทำให้คริสตจักรจำเริญขึ้น ข้าพเจ้าใคร่ให้ท่านทั้งหลายพูดภาษาต่าง ๆ ได้ แต่ยิ่งกว่านั้นอีกข้าพเจ้าปรารถนาจะให้ท่านทั้งหลายพยากรณ์ได้ เพราะว่าผู้ที่พยากรณ์ได้นั้นก็ใหญ่กว่าคนที่พูดภาษาต่าง ๆ ได้ เว้นแต่เขาสามารถแปลภาษานั้น ๆ ออกเพื่อคริสตจักรจะได้รับความจำเริญขึ้น (14:4-5)

พระเจ้าทรงต้องการที่จะมอบของประทานแห่งการพูดภาษาต่าง ๆ ให้กับทุกคนและผู้เชื่อทุกคนสามารถรับเอาของประทานนี้ เปาโลกล่าวว่าท่านต้องการให้ทุกคนได้รับของประทานนี้เพราะของประทานนี้เป็นประโยชน์ต่อวิญญาณของบุคคลเมื่อเขาอธิษฐานด้วยของประทานนี้

อย่างไรก็ตาม คนที่เผยพระวจนะก็ทำให้คริสตจักรจำเริญขึ้น การเผยพระวจนะสามารถปลูกฝังความเชื่อไว้ในผู้เชื่อเพื่อวิญญาณของเขาจะจำเริญขึ้น การเผยพระวจนะเปิดโอกาสให้ผู้คนรักซึ่งกันและกันและแก้ปัญหาต่าง ๆ คนที่เผยพระวจนะทำให้คริสตจักร

จำเริญขึ้นเพราะการเผยพระวจนะทำให้แผ่นดินและความชอบธรรมของพระเจ้าสำเร็จด้วยความกลมกลืน

แต่ถ้าการเผยพระวจนะเป็นต้นเหตุของความสับสนหรือปัญหาอย่างอื่นในคริสตจักร สิ่งนี้ก็เป็นการทำงานของซาตานและเราต้องระมัดระวังในเรื่องนี้

เพื่อให้คนที่อธิษฐานเป็นภาษาต่าง ๆ ทำให้คริสตจักรจำเริญขึ้น เขาต้องได้รับของประทานแห่งการแปลภาษาต่าง ๆ ด้วยเช่นกัน จากนั้น แม้เขาไม่ได้เผยพระวจนะ เขาก็สามารถแปลภาษาต่าง ๆ ของคนอื่นได้และเขาสามารถทำให้คนอื่นจำเริญขึ้นและหนุนใจคนเหล่านั้นซึ่งคล้ายคลึงกับสถานการณ์ของกรณีการเผยพระวจนะ

ด้วยของประทานแห่งการแปลภาษาต่าง ๆ บุคคลสามารถตรวจสอบดูว่าเขากำลังสื่อสารกับพระเจ้าลึกซึ้งเพียงใดและคำอธิษฐานของเขาอยู่ฝ่ายวิญญาณแค่ไหนเพื่อเขาจะพยายามดำเนินชีวิตอยู่ในพระคำของพระเจ้ามากยิ่งขึ้น

พระคัมภีร์ตอนนี้กล่าวว่า "...ผู้ที่พยากรณ์ได้นั้นก็ใหญ่กว่าคนที่พูดภาษาต่าง ๆ ได้เว้นแต่เขาสามารถแปลภาษานั้น ๆ ออกเพื่อคริสตจักรจะได้รับความจำเริญขึ้น" แต่สิ่งนี้ไม่ได้หมายความว่าเราไม่ควรพูดภาษาต่าง ๆ เว้นแต่จะมีการแปลเพียงเพราะว่าการพูดภาษาต่าง ๆ โดยไม่มีการแปลจะด้อยกว่าการเผยพระวจนะ คนที่เผยพระวจนะต้องได้รับของประทานแห่งการพูดภาษาต่าง ๆ ด้วยเช่นกัน เราควรอธิษฐานเป็นภาษาต่าง ๆ เพื่อว่าวิญญาณจิตของเราจะจำเริญขึ้นและเราจะสามารถรับเอาของประทานแห่งการเผยพระวจนะด้วยเช่นกัน

คนที่สั่งสอนต้องเป่าแตรให้มีเสียงที่ชัดเจน

นี่แหละพี่น้องทั้งหลาย ถ้าข้าพเจ้ามาหาท่านและพูดภาษาต่าง ๆ จะเป็นประโยชน์อะไรแก่ท่านเล่า เว้นเสียแต่ข้าพเจ้าจะพูด

กับท่านโดยคำวิวรณ์ หรือโดยความรู้ หรือโดยคำพยากรณ์ หรือโดยการสั่งสอน แม้เป็นสิ่งที่ไม่มีชีวิตก็ยังกระทำเสียงได้ เช่นปี่หรือพิณเขาคู่ ถ้าเสียงนั้นไม่ต่างกันใครจะรู้ได้อย่างไรว่าเขาเป่าหรือดีดอะไร เพราะถ้าแตรเปล่งเสียงไม่ชัดเจน ใครเล่าจะเตรียมตัวเข้าประจัญบานได้ (14:6-8)

ถ้าอัครทูตเปาโลอธิษฐานเป็นภาษาต่าง ๆ อย่างต่อเนื่องในคริสตจักรโครินธ์ สิ่งนั้นก็คงไม่เป็นประโยชน์กับผู้เชื่อเพราะคนเหล่านั้นไม่เข้าใจ ดังนั้นท่านจึงพูดภาษาต่าง ๆ และสอนสั่งสอนเขาโดยคำวิวรณ์หรือโดยความรู้เช่นกัน การอธิษฐานเป็นภาษาต่าง ๆ การสั่งสอนวิวรณ์และโดยความรู้ และการเผยพระวจนะ สิ่งเหล่านี้สามารถเป็นประโยชน์กับคนอื่นทั้งสิ้น

ปี่และพิณจะเป็นประโยชน์กับผู้คนเมื่อเครื่องดนตรีเหล่านี้มีเสียงแตกต่างกัน เช่นเดียวกัน เราต้องใช้ของประทานชนิดต่าง ๆ อย่างเหมาะสม ยกตัวอย่าง ถ้าคนที่มีของประทานแห่งการเผยพระวจนะขอเงิน เขาก็กำลังใช้ของประทานของตนไปในทางที่ผิด สิ่งนี้เป็นเครื่องหมายว่าเขากำลังมุ่งหน้าไปสู่หนทางแห่งความตาย ดังนั้นการเผยพระวจนะเช่นนี้จะเป็นประโยชน์ต่อผู้คนได้อย่างไร

แตรสัญญาณต้องส่งเสียงอย่างชัดเจนเพื่อชี้แนะนำให้ทหารเตรียมความพร้อมสำหรับ “การรวมพล” ซึ่งหมายถึงการตื่นนอน หรือการจัดแถว เพื่อการโจมตี เพื่อการบุกไปข้างหน้า หรือเพื่อการถอยทัพ หรือเพื่อเตือนให้ทราบถึงการโจมตีของศัตรู ถ้าแตรนี้ไม่ได้ส่งเสียงสัญญาณอย่างเหมาะสม ทหารก็อาจเกิดความสับสนหรือแม้กระทั่งพ่ายแพ้ในการสู้รบ ความหายนะคงเกิดขึ้น ถ้ามีคนเป่าแตรสัญญาณให้ล่าถอยในยามที่พวกทหารควรบุกโจมตี หรือในทางกลับกันก็คงก่อให้เกิดความหายนะด้วยเช่นกัน

ตอนนี้ขอให้เราพิจารณาดูความหมายฝ่ายวิญญาณในพระคัม

ภีร์ข้อนี้

ถ้าศิษยาภิบาลไม่ได้สั่งสอนสิ่งที่ถูกต้องในคริสตจักร วิญญาณจิตของสมาชิกคริสตจักรก็จะไม่จำเริญขึ้นและเขาก็ไม่สามารถยืนหยัดอยู่บนศิลาแห่งความเชื่อ คริสตจักรต้องให้เสียงและคำตักเตือนที่ถูกต้องเพื่อการเตือนสติเพื่อว่าลูกแกะจะสามารถเตรียมพร้อมสำหรับการต่อสู้ฝ่ายวิญญาณ

ผีมารซาตานกำลังวนเวียนไปเหมือนสิงห์คำรามเพื่อเสาะแสวงหาผู้คนที่มันสามารถกัดกินได้ในโลกนี้ เพื่อเอาชนะผีมารซาตานเราต้องเป็นทหารแห่งไม้กางเขนที่แท้จริง ทหารสามารถสู้รบได้ดีเมื่อเขาได้ยินแตรสัญญาณที่ถูกต้อง กล่าวคือ เพื่อให้ผู้เชื่อมีชัยชนะในสงครามฝ่ายวิญญาณ คนเหล่านี้ต้องเข้าใจเสียงเรียกร้องแห่งพระคำของพระเจ้าอย่างชัดเจนและประพฤติตามพระคำนั้น

เพื่อให้สิ่งนี้เกิดขึ้น ครูบาอาจารย์ต้องให้ “เสียงสัญญาณ” อย่างถูกต้อง ไม่ใช่เฉพาะศิษยาภิบาลเท่านั้น แต่ผู้นำในด้านต่าง ๆ ต้องสอนและชี้นำฝูงแกะไปในทางที่ถูกต้องด้วยเช่นกัน แต่เมื่อคนตาบอดจูงคนตาบอด ทั้งสองก็จะตกลงไปในบ่อ ผู้นำต้องรู้ว่าคำพูดผิดเพียงคำเดียวก็สามารถทำให้ผู้เชื่อสะดุดและล้มลงได้ ดังนั้นเขาต้องนำเสนอน้ำพระทัยของพระเจ้าอย่างถูกต้องด้วยสำนึกแห่งความรับผิดชอบ

ท่านทั้งหลายก็เป็นเช่นนั้น ถ้าท่านไม่ใช้ภาษาพูดที่เข้าใจได้ง่าย เขาจะเข้าใจคำพูดนั้นได้อย่างไร ท่านก็จะพูดเพ้อตามลมไป ในโลกนี้มีภาษาเป็นอันมากและไม่มีภาษาใด ๆ ที่ปราศจากเนื้อความ เหตุฉะนั้นถ้าข้าพเจ้าไม่เข้าใจเนื้อความของภาษานั้น ๆ ข้าพเจ้าจะเป็นคนต่างภาษากับคนที่พูด และคนที่พูดนั้นจะเป็นคนต่างภาษากับข้าพเจ้าด้วย เช่นเดียวกัน เมื่อท่านทั้งหลายกำลังร้อนใจแสวงหาของป

ระทานฝ่ายจิตวิญญาณแล้ว ก็จงอุตส่าห์กระทำตัวของท่านให้สามารถที่จะทำให้คริสตจักรจำเริญขึ้น (14:9-12)

ถึงแม้นักเทศน์จะเทศนาพระคำฝ่ายวิญญาณจากธรรมาสน์ แต่ถ้าผู้ฟังในทีประชุมไม่เข้าใจและไม่แยกแยะคำเทศนาดังกล่าว สิงนั้นก็ไม่มีคุณค่าทีแท้จริง สิงนีคงเป็นเหมือนการโชว์ภาพวาดทีมีคุณค่าให้กับคนทีมีความพิการด้านการมองเห็นดู หรือการให้เสียงสัญญาณบางอย่างกับคนหูหนวก หรือการบรรยายเนือหาวิชาในระดับมหาวิทยาลัยให้กับนักเรียนระดับมัธยมฟัง ถ้าผู้เชือไม่เข้าใจเนือหาของคำเทศนาทีกล่าวออกไป สิงนั้นก็จะกลายเป็นเพียงเสียงทีล่องลอยอยู่ในอากาศซึงไร้ความหมายและไม่เป็นประโยชน์กับเขาเลย การได้ยินภาษาต่าง ๆ ก็คล้ายคลึงกัน ถ้าผู้ฟังไม่เข้าใจภาษานั้น สิงนั้นก็ไม่เป็นโยชน์อะไรทีเขาจะฟัง

เปาโลกล่าวว่า "...เมือท่านทั้งหลายกำลังร้อนใจแสวงหาของประทานฝ่ายจิตวิญญาณแล้ว" ของประทานฝ่ายวิญญาณเป็นหน้าทีทีพระเจ้าทรงมอบหมายให้และของประทานทุกอย่างเป็นมาจากพระเจ้าโดยพระคุณของพระองค์

เราต้องทูลขอสิงสารพัดอย่างบริบูรณ์ด้วยพระคุณของพระเจ้าและทำหน้าทีของเราให้สำเร็จ การกระทำเช่นนีคือวิธีการทีจะทำให้เราสามารถเป็นทีพอพระทัยของพระเจ้าเพิมมากขึน ดังนั้นเราจึงไม่ควรรู้สึกเป็นภาระถ้าเรามีหน้าทีหลายอย่างทีต้องทำให้สำเร็จในคริสตจักร แต่เราต้องทูลขอหน้าทีเพิมมากขึน แต่สิงสารพัดเหล่านีต้องกระทำขึนภายในกรอบของการแสวงหาความรัก

การอธิษฐานเป็นภาษาต่าง ๆ ไม่ได้ทำให้เกิดความเข้าใจ

เหตุฉะนั้นให้คนที่พูดภาษาต่าง ๆ อธิษฐานว่าเขาจะสามารถแปลได้ด้วย เพราะถ้าข้าพเจ้าอธิษฐานเป็

นภาษาต่าง ๆ จิตวิญญาณของข้าพเจ้าอธิษฐานก็จริง แต่ข้าพเจ้าเองก็ไม่เข้าใจ (14:13-14)

ในที่นี้เราไม่ควรคิดว่าทุกคนที่พูดภาษาต่าง ๆ ควรทูลขอของประทานในการแปลภาษานั้นด้วย ข้อนี้เชื่อมโยงกับ 1 โครินธ์ 14:1 ที่กล่าวว่า "จงมุ่งหาความรัก" พระวิญญาณบริสุทธิ์ทรงทำงานในจิตใจของผู้คนที่มีความรักฝ่ายวิญญาณเพื่อทูลขอของประทานในการแปล สำหรับของประทานชนิดอื่นก็เหมือนกัน พระวิญญาณบริสุทธิ์จะเรียกร้องในจิตใจของเราเพื่อให้เราทูลขอของประทานชนิดต่าง ๆ ตามขนาดของความรักฝ่ายวิญญาณที่เราได้ปลูกฝังไว้ภายในเรา

ข้อ 14 กล่าวว่า "เพราะถ้าข้าพเจ้าอธิษฐานเป็นภาษาต่าง ๆ จิตวิญญาณของข้าพเจ้าอธิษฐานก็จริง แต่ข้าพเจ้าเองก็ไม่เข้าใจ" บางคนตีความข้อนี้ผิดและก่อให้เกิดปัญหาบางอย่างขึ้น

เพื่อให้เราเข้าไปสู่ระดับฝ่ายวิญญาณเราต้องอธิษฐาน เรากลายเป็นมนุษย์ฝ่ายวิญญาณด้วยการกำจัดสิ่งที่อยู่ฝ่ายเนื้อหนังทิ้งไปผ่านการอธิษฐาน เราปรารถนาการพูดภาษาต่าง ๆ เพื่อจะอธิษฐานเช่นกัน การพูดภาษาต่าง ๆ จะช่วยคำอธิษฐานของเราเพื่อเสริมกำลังให้เราสามารถเข้าสู่ระดับฝ่ายวิญญาณได้

แน่นอน สิ่งนี้ไม่ได้หมายความว่าเราจะไม่สามารถเข้าไปสู่ระดับฝ่ายวิญญาณได้เลยถ้าเราไม่พูดภาษาต่าง ๆ

คนที่ได้รับพระวิญญาณบริสุทธิ์จะเข้าใจความจริงด้วยความช่วยเหลือของพระวิญญาณบริสุทธิ์และเมื่อความเข้าใจนี้เป็นอาหารฝ่ายวิญญาณสำหรับเขา เขาก็จะกลายเป็นมนุษย์ฝ่ายวิญญาณ พระวิญญาณบริสุทธิ์ทรงทราบสิ่งสารพัดเกี่ยวกับเราแต่ละคน พระวิญญาณทรงทราบความอ่อนแอของเรา สิ่งต่าง ๆ ที่จะเกิดขึ้น และความหวังสำหรับชีวิตที่จะมาถึง พระวิญญาณบริสุทธิ์ทรงรู้จักน้ำพระทั

ยของพระเจ้าด้วยเช่นกัน

ณ จุดนี้เราไม่ควรคิดว่า "ผมได้รับพระวิญญาณบริสุทธิ์แล้วและวิญญาณของผมก็มีชีวิต ดังนั้นตอนนี้ผมจึงสามารถรู้จักพระทัยและน้ำพระทัยของพระเจ้าอย่างสมบูรณ์"

ยกตัวอย่าง ลูกเล็ก ๆ พูดว่าเขารู้จักพ่อแม่ของตน แต่สิ่งที่เขารู้นั้นก็คือว่าพ่อแม่เป็นผู้ให้กำเนิดเขาเท่านั้น แต่ลูกที่เติบโตเป็นผู้ใหญ่จะรู้จักพ่อแม่ของตนโดยรู้ถึงสิ่งต่าง ๆ เกี่ยวกับพ่อแม่ ลูกเหล่านี้รู้ว่าบ้านเกิดของพ่อแม่อยู่ที่ไหน พ่อแม่ได้รับการศึกษามากเพียงใด พ่อแม่มีอายุเท่าไหร่ และเขารู้ในระดับหนึ่งว่าพ่อแม่มีบุคลิกภาพแบบไหน

เช่นเดียวกัน ยิ่งเราเป็นมนุษย์ฝ่ายวิญญาณมากเท่าใดเราก็จะเข้าใจพระทัยและน้ำพระทัยของพระเจ้ามากขึ้นเท่านั้น วิญญาณของเราจะไม่รู้จักสิ่งเหล่านี้ด้วยตนเอง แต่วิญญาณของเราจะรู้จักสิ่งเหล่านี้ด้วยความช่วยเหลือของพระวิญญาณบริสุทธิ์ตามขนาดของความจริงที่เราสวมเอาไว้

สมมุติว่าเราได้เรียนรู้เกี่ยวกับสูตรคณิตศาสตร์ที่โรงเรียน ครูสามารถช่วยเราเมื่อเราประยุกต์ใช้สูตรดังกล่าวกับโจทย์ข้ออื่น ๆ อย่างไรก็ตาม ครูจะสามารถช่วยเราได้ก็ต่อเมื่อเรารู้จักสูตรดังกล่าวแล้วเท่านั้น ถ้าเราไม่รู้จักสูตรนั้น ครูก็ไม่สามารถช่วยเราได้อย่างแท้จริง แม้เราจะได้คำตอบอย่างครบถ้วนแต่เราก็จะไม่เข้าใจคำตอบนั้น

ถ้าเช่นนั้น เพราะเหตุใดเมื่อเราอธิษฐานเป็นภาษาต่าง ๆ ความคิดของเราจึงไม่เข้าใจ

เมื่อเราอธิษฐานเป็นภาษาต่าง ๆ เราไม่ได้อธิษฐานเผื่อความปรารถนาต่าง ๆ ในจิตใจของเรา เมื่อเราอธิษฐานด้วยจิตใจของเรา เราอธิษฐานเผื่อสิ่งที่เราต้องการในชีวิตของเรา เช่น ความต้องการพื้นฐานของชีวิต การรักษาความเจ็บป่วย

หรือคำตอบสำหรับปัญหาในธุรกิจ เป็นต้น นี่เป็นคำอธิษฐานของจิตใจซึ่งกำลังขอสิ่งที่เราต้องการด้วยจิตใจ แต่วิญญาณจะไม่อธิษฐานขอสิ่งเหล่านี้

การอธิษฐานเป็นภาษาต่าง ๆ จะไม่อธิษฐานขอให้พระเจ้าประทานบ้านหลังหนึ่งให้กับเราหรือขอการรักษาโรค วิญญาณของเราจะไม่อธิษฐานขอให้พระเจ้าประทานอาหารแก่เราแม้ว่าเราจะหิวก็ตาม

ที่จริง เราจะไม่รู้ว่าวิญญาณที่อยู่กับเราอธิษฐานเผื่ออาหารหรือไม่ถึงแม้เราจะอธิษฐานเป็นภาษาต่าง ๆ ตลอดทั้งวัน เนื่องจากเราไม่รู้ในสิ่งที่เราอธิษฐานเผื่อ เราจึงไม่เกิดผลแห่งความปรารถนาของเราในจิตใจ

การอธิษฐานเป็นภาษาต่าง ๆ เพียงแต่ช่วยวิญญาณจิตของเราให้จำเริญขึ้น แทนที่จะอธิษฐานเผื่ออาหาร การอธิษฐานขอให้วิญญาณจิตของเราจำเริญขึ้นเป็นสิ่งที่เร่งด่วนกว่าเพราะเราจะจำเริญสุขทุกประการเมื่อวิญญาณจิตของเราจำเริญขึ้น ในที่สุด ความต้องการฝ่ายร่างกายทุกอย่างของเราจะได้รับการตอบสนองหลังจากที่วิญญาณจิตของเราจำเริญขึ้นผ่านการอธิษฐานในวิญญาณของเราเท่านั้น

## การอธิษฐานเป็นภาษาต่าง ๆ จะเป็นประโยชน์อย่างไร

ดังนั้น ก่อนที่เราจะศึกษาต่อไป ขอให้เราสรุปถึงประโยชน์ของการอธิษฐานเป็นภาษาต่าง ๆ

ประการแรก การอธิษฐานเป็นภาษาต่าง ๆ ทำให้เราเป็นมนุษย์ฝ่ายวิญญาณด้วยการอธิษฐานของเรา

ประการที่สอง การอธิษฐานเป็นภาษาต่าง ๆ ช่วยเราใ

นความอ่อนแอฝ่ายร่างกายของเรา

ถ้าเราอธิษฐานเป็นภาษาต่าง ๆ โดยความช่วยเหลือของพระวิญญาณบริสุทธิ์ เราจะเต็มล้นด้วยพระวิญญาณและในไม่ช้าร่างกายของเราจะเปลี่ยนเป็นร่างกายฝ่ายวิญญาณ จากนั้นเราจะสามารถเอาชนะความเหน็ดเหนื่อยฝ่ายร่างกาย แต่ถ้าเราทำงานเพื่อพระเจ้าในขณะที่กำลังเต็มล้นด้วยพระวิญญาณบริสุทธิ์ เราก็จะไม่รู้สึกถึงความเหน็ดเหนื่อย นอกจากนี้ มีธรรมชาติบางอย่างภายในเราซึ่งพยายามที่จะแสวงหาเฉพาะสิ่งที่มองเห็นด้วยตาและสิ่งที่เป็นของโลกนี้ นี่คือธรรมชาติที่สนับสนุนให้มีการทำบาป แต่ถ้าเราอธิษฐานเป็นภาษาต่าง ๆ เราก็สามารถกำจัดลักษณะฝ่ายเนื้อหนังต่าง ๆ ทิ้งไปและเอาชนะสิ่งเหล่านั้นได้

ประการที่สาม การอธิษฐานเป็นภาษาต่าง ๆ ช่วยเปิดตาฝ่ายวิญญาณของเรา ให้ความไพบูลย์ของพระวิญญาณแก่เรา และรักษาร่างกายของเราให้บริสุทธิ์

เรามีความโน้มเอียงที่จะดำเนินชีวิตอยู่ในความมืดถ้าตาฝ่ายวิญญาณของเราไม่เปิดออก ถ้าเราทำบาปเราก็ไม่สามารถรักษาร่างกายของเราให้บริสุทธิ์และไร้ตำหนิ แต่ถ้าเราเป็นมนุษย์ฝ่ายวิญญาณโดยการอธิษฐานเป็นภาษาต่าง ๆ ตาฝ่ายวิญญาณของเราก็จะเปิดออก ยิ่งเราละทิ้งความบาปและรักษาร่างกายของเราให้บริสุทธิ์และปราศจากตำหนิมากขึ้นเท่าใด ตาฝ่ายวิญญาณของเราก็จะเปิดมากขึ้นเท่านั้น

ประการที่สี่ การอธิษฐานเป็นภาษาต่าง ๆ ช่วยให้เรารู้ถึงสิ่งต่าง ๆ ที่จะมาถึง

ถ้าเราเต็มล้นด้วยพระวิญญาณผ่านการอธิษฐานอย่างร้อนรนด้วยการดำเนินชีวิตอยู่ในพระคำของพระเจ้า

เราก็สามารถมองเห็นสิ่งต่าง ๆ ที่จะเกิดขึ้นในอนาคตล่วงหน้า ยกตัวอย่าง สมมุติว่าเรากำลังเดินทางไปบางที่บางแห่ง แต่จู่ ๆ เราเกิดความรู้สึกกังวลและมีความต้องการที่จะเดินทางกลับ หลังจากเราเดินทางกลับ ในไม่ช้าเราก็เรียนรู้ว่ามีสิ่งที่เลวร้ายบางอย่างเกิดขึ้นในสถานที่ที่เรากำลังเดินทางไป

นอกจากนั้น สมมุติว่าท่านกำลังรอรถโดยสารอยู่ แต่เมื่อรถนั้นมาถึง ท่านรู้สึกว่าท่านไม่อยากขึ้นรถคันนั้น ดังนั้นท่านจึงรอรถคันต่อไป ต่อมาท่านพบว่ารถคันก่อนหน้านั้นประสบอุบัติเหตุ ด้วยวิธีเหล่านี้จึงเป็นไปได้ที่เราจะหลีกเลี่ยงอุบัติเหตุและเหตุร้ายต่าง ๆ โดยการเต็มล้นด้วยพระวิญญาณบริสุทธิ์ซึ่งจะช่วยให้วิญญาณจิตของเราจำเริญขึ้นในทุกสิ่ง

## ประการที่ห้า การอธิษฐานเป็นภาษาต่าง ๆ ช่วยเราให้สื่อสารกับพระเจ้าได้ชัดเจนมากขึ้น

ยิ่งเราเป็นมนุษย์ฝ่ายวิญญาณมากขึ้นเท่าใด เราก็จะสามารถสื่อสารกับพระเจ้าได้ดีมากยิ่งขึ้น ลูกเล็ก ๆ จะรับเอาความรักจากพ่อแม่ของตนเพียงอย่างเดียว แต่ลูกที่เติบโตเป็นผู้ใหญ่จะเข้าใจจิตใจพ่อแม่ของตนและทำให้พ่อแม่พอใจ เช่นเดียวกัน เราสามารถทำตามน้ำพระทัยของพระเจ้าได้ครบถ้วนมากขึ้นด้วยการสื่อสารกับพระองค์ชัดเจนยิ่งขึ้นโดยการอธิษฐานเป็นภาษาต่าง ๆ

## ประการที่หก การอธิษฐานเป็นภาษาต่าง ๆ ทำให้เราเต็มไปด้วยความเชื่อและความหวังสำหรับชีวิตที่จะมาถึง

สมมุติว่าคนสองคนเริ่มเข้าร่วมนมัสการในคริสตจักรในวันเดียวกัน ในไม่ช้าหนึ่งในสองคนนี้ก็ได้รับของประทานแห่งการอธิษฐานเป็นภาษาต่าง ๆ และอธิษฐานอย่างหนักในขณะที่อีกคนหนึ่งเพียงแต่มาโบสถ์โดยไม่มีประสบการณ์ฝ่ายวิญญาณ

ถ้าเราเปรียบเทียบคนสองคนนี้หลังจากหนึ่งปีผ่านไป แม้ทั้งสองอาจเข้าร่วมนมัสการและอธิษฐานร่วมกัน แต่คนที่อธิษฐานเป็นภาษาต่าง ๆ จะมีความหวังเกี่ยวกับแผ่นดินสวรรค์มากขึ้นและมีความเชื่อยิ่งใหญ่มากขึ้น สาเหตุก็เพราะว่าเขาเต็มล้นด้วยพระวิญญาณบริสุทธิ์และได้รับประโยชน์ต่าง ๆ โดยความช่วยเหลือของพระวิญญาณบริสุทธิ์ในขณะที่เขาอธิษฐานเป็นภาษาต่าง ๆ

ถ้าเช่นนั้นข้าพเจ้าควรจะทำประการใด ข้าพเจ้าจะอธิษฐานด้วยจิตวิญญาณและจะอธิษฐานด้วยความเข้าใจด้วย และจะร้องเพลงด้วยจิตวิญญาณและจะร้องเพลงด้วยความเข้าใจด้วย (14:15)

การอธิษฐานเป็นภาษาต่าง ๆ โดยไม่ได้อธิษฐานด้วยความคิดจะไม่ก่อให้เกิดประโยชน์ใด ๆ กับจิตใจ นอกจากนั้น แม้เราอธิษฐานด้วยความคิดและจิตใจ เราอาจไม่ได้รับคำตอบถ้าวิญญาณจิตของเราไม่จำเริญขึ้น ในสถานการณ์เช่นนี้ เราอาจสับสนโดยไม่รู้ว่าควรจะทำสิ่งใด อัครทูตเปาโลให้คำตอบต่อคำถามของเราในสถานการณ์เช่นนี้

นั่นคือ เราควรอธิษฐานด้วยความคิดและวิญญาณ โดยทั่วไปถ้าเราอธิษฐานด้วยความคิดเพียงอย่างเดียวเราก็ไม่สามารถอธิษฐานได้เป็นเวลาอันยาวนาน ผู้คนที่ไม่คุ้นเคยกับการอธิษฐานอย่างแท้จริงอาจคิดไม่ออกว่าเขาควรอธิษฐานเผื่อเรื่องอะไรบ้าง เมื่อสิ่งนี้เกิดขึ้นเขาก็สามารถอธิษฐานด้วยวิญญาณ เมื่อเราอธิษฐานด้วยวิญญาณเราต้องกำจัดความล่องลอยทิ้งไปและทุ่มเทให้กับการอธิษฐานเป็นภาษาต่าง ๆ หลังจากเวลาหนึ่งผ่านไปเราอาจเริ่มอธิษฐานด้วยความคิดของเราอีกครั้งหนึ่ง เมื่อเรารู้สึกว่าเป็นการยากที่จะอธิษฐานเช่นนั้นต่อไปอีก เราก็สามารถอธิษฐานเป็นภาษาต่าง ๆ

อีกครั้งหนึ่ง เราสามารถเปลี่ยนกลับไปกลับมาระหว่างการอธิษฐานด้วยความคิดและจิตใจกับการอธิษฐานเป็นภาษาต่าง ๆ

## การร้องเพลงด้วยจิตวิญญาณและการร้องเพลงด้วยความเข้าใจ

พระคัมภีร์กล่าวต่อไปว่า "[ข้าพเจ้า] จะร้องเพลงด้วยจิตวิญญาณและจะร้องเพลงด้วยความเข้าใจด้วย" การร้องเพลงด้วยจิตวิญญาณและการร้องเพลงด้วยความเข้าใจแตกต่างกัน การร้องเพลงในที่นี้หมายถึงการร้องเพลงยกย่องความงดงามและฤทธิ์อำนาจของพระเจ้าพร้อมกับการขอบพระคุณพระองค์ด้วยน้ำเสียง

เมื่อเราเข้าไปสู่การอธิษฐานเป็นภาษาต่าง ๆ ในระดับที่ลึกซึ้งยิ่งขึ้นเราอาจเริ่มต้นร้องเพลงสรรเสริญด้วยการดลใจของพระวิญญาณบริสุทธิ์ ปกติเราจะร้องว่า "ข้าพระองค์ถวายคำสรรเสริญของข้าพระองค์แด่พระองค์ผู้เป็นพระเจ้านิรันดร์ ข้าพระองค์ชื่นชมยินดีและขอบพระคุณพระองค์"

ในสมัยที่ผมเรียนอยู่ที่วิทยาลัยพระคริสตธรรมผมเคยอธิษฐานตลอดทั้งคืนในคริสตจักรที่ผมเข้าร่วมนมัสการ ในเวลานั้นบางครั้งผมจะเริ่มร้องเพลงด้วยจิตวิญญาณในการดลใจของพระวิญญาณบริสุทธิ์และร่างกายของผมจะขยับไปมาตามจังหวะเสียงเพลง มือของผมจะยกชูขึ้นโดยที่ผมไม่ได้คิดถึงสิ่งนั้นและบางครั้งผมจะเต้นรำ

ถ้าท่านเข้าไปสู่ในระดับที่ลึกกว่าการร้องเพลงด้วยจิตวิญญาณท่านก็จะเริ่มเต้นรำด้วยการดลใจของพระวิญญาณและถ้าท่านยังเข้าไปสู่ระดับที่ลึกซึ้งมากขึ้นท่านก็จะเริ่มพูดภาษาต่าง ๆ แห่งฤทธิ์อำนาจ สมมุติว่าท่านอยู่สถานการณ์ที่กำลังเผชิญหน้ากับโจรผู้ร้าย จากนั้นท่านก็จะเริ่มพูด "ภาษาต่าง ๆ แห่งฤทธิ์อำนาจ" นี้ขึ้นมาทันที การพูดภาษาต่าง ๆ นี้จะทำให้ซาตานหนีไปจากท่าน

และมือของโจรผู้ร้ายอาจง่อยเปลี้ยในชั่วขณะหนึ่งหรือเขาอาจเปลี่ยนความคิดของตนและหนีท่านไป ดังนั้นท่านจะไม่พบกับเหตุร้ายหรือความบาดเจ็บ มิติฝ่ายวิญญาณนั้นไร้ที่สิ้นสุด

อัครทูตเปาโลอธิษฐานเป็นภาษาต่าง ๆ อย่างมากมาย มิฉะนั้นเมื่อท่านขอบพระคุณด้วยจิตวิญญาณแล้ว คนที่อยู่ในพวกที่รู้ไม่ถึงจะว่า "เอเมน" เมื่อท่านขอบพระคุณอย่างไรได้ ในเมื่อเขาไม่เข้าใจสิ่งที่ท่านพูด แม้ท่านขอบพระคุณอย่างไพเราะก็ตาม แต่คนอื่นนั้นจะไม่จำเริญขึ้น ข้าพเจ้าขอบพระคุณพระเจ้าของข้าพเจ้า ข้าพเจ้าพูดภาษาต่าง ๆ มากกว่าท่านทั้งหลายอีก แต่ว่าในคริสตจักร ข้าพเจ้าพอใจที่จะพูดสักห้าคำด้วยความเข้าใจ เพื่อเสียงของข้าพเจ้าจะสั่งสอนคนอื่นด้วย ดีกว่าที่จะพูดหมื่นคำเป็นภาษาต่าง ๆ (14:16-19)

การอธิษฐานด้วยจิตวิญญาณจะทำให้วิญญาณจิตของเราจำเริญขึ้น แต่สิ่งนี้ไม่ได้หมายความว่าเราจะไม่อธิษฐานเผื่อคนอื่นเลยเมื่อเราอธิษฐานเป็นภาษาต่าง ๆ แต่ถึงแม้ว่าเราจะอธิษฐานเผื่อคนอื่นคนเหล่านั้นก็ไม่สามารถเข้าใจคำอธิษฐานนั้นโดยไม่มีการแปล ดังนั้นการอธิษฐานดังกล่าวจึงไม่ทำให้เขาจำเริญขึ้นและไม่เป็นประโยชน์กับเขา นอกจากนั้น เมื่อจิตวิญญาณของเราอธิษฐานขอพระพรให้กับคนบางคน คนนั้นจะไม่สามารถเข้าใจคำอธิษฐานนั้นและเขาไม่สามารถยอมรับเอาคำอธิษฐานนั้นด้วยการพูดว่า "อาเมน" หรือขอบพระคุณสำหรับคำอธิษฐานนั้นได้

แต่สิ่งนี้ไม่ได้หมายความว่าเราไม่ควรอธิษฐานเป็นภาษาต่าง ๆ เรายังต้องอธิษฐานเป็นภาษาต่าง ๆ อย่างมากเพราะสิ่งนี้เป็นประโยชน์ต่อวิญญาณจิตของเราแม้เราจะไม่เข้าใจสิ่งนี้ก็ตาม

อัครทูตเปาโลอธิษฐานเป็นภาษาต่าง ๆ มากกว่าคนอื่น บางคนเข้าใจ 1 โครินธ์บทที 14 ผิดและสอนว่าเราไม่ควรอธิษฐานเป็นภาษาต่าง ๆ เพราะสิงนีไม่เป็นประโยชน์กับเรา เพราะมีความเป็นไปได้ทีจะก่อให้เกิดความสับสนแบบนี อัครทูตเปาโลจึงกล่าวว่าเราควรอธิษฐานเป็นภาษาต่าง ๆ อย่างมากโดยระบุว่า "ข้าพเจ้าขอบพระคุณพระเจ้าของข้าพเจ้า ข้าพเจ้าพูดภาษาต่าง ๆ มากกว่าท่านทังหลายอีก"

เมือท่านกล่าวว่า "ข้าพเจ้าพูดภาษาต่าง ๆ มากกว่าท่านทังหลายอีก" ในทีนีหมายความว่าท่านให้น้ำหนักและความลึกซึงกับการอธิษฐานเป็นภาษาต่าง ๆ มากกว่าและอยู่ในระดับทีสูงกว่าสมาชิกของคริสตจักรโครินธ์ทุกคนรวมทังท่านอธิษฐานด้วยคุณภาพทีสูงกว่า เปาโลกล่าวว่าท่านขอบพระคุณพระเจ้าเพราะท่านอธิษฐานเป็นภาษาต่าง ๆ อย่างมากทังในแง่ปริมาณและคุณภาพ

และเพือป้องกันไม่ให้ผู้ใดมีความเข้าใจผิดว่า "ผมควรอธิษฐานเป็นภาษาต่าง ๆ เหมือนอัครทูตเปาโลเท่านัน" ท่านจึงได้อธิบายถึงเรืองนีโดยละเอียด ท่านกล่าวว่าการพูดด้วยความเข้าใจเพียงห้าคำก็ดีกว่าการพูดภาษาต่าง ๆ สักหมืนคำเพือท่านจะสามารถสอนคนอืนได้เช่นกัน

สมมุติว่าผมเทศนาเป็นภาษาต่าง ๆ เพียงอย่างเดียวแทนทีจะเทศนาเป็นภาษาปกติทัวไป ทีประชุมจะเข้าใจคำเทศนานีได้ก็โดยผ่านการแปลเท่านัน คำเทศนาจะเปล่าประโยชน์ถ้าไม่มีการแปลภาษาต่าง ๆ ด้วยเหตุนี เราต้องอธิษฐานอย่างมากทังด้วยความคิดและด้วยภาษาต่าง ๆ

# การเปรียบเทียบระหว่างภาษาต่าง ๆ กับการเผยพระวจนะ

พี่น้องทั้งหลาย ความเข้าใจของท่านอย่าให้เป็นอย่างเด็ก อย่างไรก็ตามในเรื่องความชั่วร้ายจงเป็นอย่างเด็ก แต่ฝ่ายความเข้าใจจงให้เป็นอย่างผู้ใหญ่'(14:20)

เราจะเห็นถึงความแตกต่างระหว่างสติปัญญาของเด็กอายุสามขวบกับสติปัญญาเด็กหนุ่มอายุยี่สิบปีในแนวทางใดบ้าง

เด็กอายุสามขวบ (และแม้กระทั่งเด็กนักเรียนระดับมัธยมต้นทั่วไป) ไม่สามารถเข้าใจคำเทศนาฝ่ายวิญญาณได้อย่างแท้จริง ด้วยเหตุนี้ เราต้องเป็นผู้ใหญ่ในเรื่องสติปัญญาไม่ใช่เป็นเหมือนเด็กทารก แต่การเป็นเหมือนเด็กทารกในเรื่องความเข้าใจของสติปัญญาแห่งความเท็จน่าจะเป็นสิ่งที่ดีกว่า นี่ความหมายของข้อความที่ว่า "ในเรื่องชั่วร้ายจงเป็นอย่างเด็ก"

เมื่อเด็กเติบโตขึ้นเขาจะถูกเปรอะเปื้อนด้วยความชั่ว ความชั่วร้ายในเด็กเมื่อเขามีอายุสองขวบและเมื่อเขามีอายุห้าขวบนั้นจะแตกต่างกันเหมือนกับความแตกต่างที่เกิดขึ้นเมื่อเขามีอายุสิบขวบและเมื่อเขามีอายุยี่สิบปี เด็กใส่ความชั่วร้ายเข้าไปมากขึ้นเมื่อเขาเติบโตเป็นผู้ใหญ่ ด้วยเหตุนี้ เราต้องเป็นเหมือนเด็กในเรื่องความชั่วร้

าย

แน่นอน สิ่งนี้ไม่ได้หมายความว่าเด็กทารกไม่มีความชั่วร้ายเลย เด็กทารกมีธรรมชาติที่เขาได้รับสืบทอดมาจากพ่อแม่ของตนด้วยเช่นกัน และถึงกระนั้น เด็กทารกก็ยังบริสุทธิ์และเขาเชื่อฟังพ่อแม่ของตนค่อนข้างดี

เราต้องเป็นเหมือนเด็กในเรื่องความชั่วร้ายและเชื่อฟังพระคำของพระเจ้าด้วยเช่นกัน ในเวลาเดียวกัน เราต้องเริ่มกำจัดความเท็จและความชั่วที่ถูกใส่ไว้ในเราในขณะที่เราเติบโตขึ้นทิ้งไป

เมื่อเราฟังพระคำแห่งความจริงและเริ่มกำจัดความชั่วทิ้งไป กฎของเนื้อหนังของเราและกฎของพระวิญญาณบริสุทธิ์ก็ต่อสู้กัน และเราอาจรู้สึกว่าเป็นสิ่งที่ค่อนข้างยากลำบาก ในสถานการณ์เช่นนี้ มีวิธีการง่าย ๆ อยู่วิธีหนึ่งที่จะหลีกเลี่ยงการต่อสู้ดิ้นรนดังกล่าว นั่นคือ การเชื่อฟังพระคำของพระเจ้าตามที่บันทึกไว้และการกำจัดความชั่วทิ้งไป การที่เราต่อสู้ดิ้นรนก็เพราะเราไม่ได้ทำเช่นนี้นั่นเอง

สมมุติว่าท่านพยายามจะเลิกดื่มเหล้า แต่ท่านยังคงติดพันอยู่กับเพื่อนเก่าที่ท่านเคยดื่มเหล้ากับเขาอย่างต่อเนื่อง ท่านอาจคิดเช่นกันว่าท่านมีปัญหาในธุรกิจของท่านถ้าท่านไม่ดื่มเพื่อเป็นมรรยาททางสังคมกับผู้บังคับบัญชาและเพื่อนร่วมงานของท่าน ท่านคิดว่าท่านจะมีปัญหาในการคบค้าสมาคมกับเพื่อนร่วมงานหรือเพื่อนร่วมโลกคนอื่นของท่าน ด้วยข้อแก้ตัวต่าง ๆ เหล่านี้ท่านก็ไม่สามารถเลิกดื่มเหล้าได้เนื่องการติดพันอยู่กับสิ่งเหล่านี้

ถ้าท่านตัดสินใจอย่างจริงจังที่จะทำตามความจริงและทำให้พระเจ้าพอพระทัยพระเจ้า พระวิญญาณบริสุทธิ์จะทรงช่วยท่านและท่านจะไม่มีความยากลำบากกับการเลิกดื่มเหล้า ทั้งหมดขึ้นอยู่กับว่าท่านตัดสินใจแน่วแน่มากเพียงใด สำหรับความบาปอย่างอื่นก็เช่นเดียวกัน

สุภาษิต 9:10 กล่าวว่า “ความยำเกรงพระเยโฮวาห์เป็นที่เริ่มต้นของปัญญา และซึ่งรู้จักองค์บริสุทธิ์เป็นความเข้าใจ” เพราะเหตุใดความยำเกรงพระเจ้าจึงเป็นจุดเริ่มต้นของสติปัญญา ถ้าท่านกลัวและยำเกรงใครบางคนท่านก็สามารถไว้ใจและเชื่อฟังถ้อยคำของคนนั้นได้ ในทำนองเดียวกัน ถ้าท่านเกรงกลัวพระเจ้าท่านก็สามารถไว้วางใจและเชื่อฟังพระองค์ เมื่อท่านรักษาพระบัญญัติของพระองค์ด้วยวิธีนี้ท่านก็สามารถกำจัดความเท็จทิ้งไปและใส่ความจริงไว้ในท่านแทนเพื่อท่านจะได้รับการชำระให้บริสุทธิ์

เหมือนที่ยากอบ 3:17 กล่าวไว้ว่า “แต่ปัญญาจากเบื้องบนนั้นบริสุทธิ์เป็นประการแรก” เงื่อนไขข้อแรกของการมีสติปัญญาคือความบริสุทธิ์ซึ่งได้แก่การชำระให้บริสุทธิ์ ถ้าท่านได้รับการชำระให้บริสุทธิ์ท่านก็จะได้รับสติปัญญาจากเบื้องบนและเพราะเหตุนี้ความยำเกรงพระเจ้าจึงเป็นจุดเริ่มต้นของสติปัญญา และเปาโลบอกเราว่าเราไม่ควรเป็นเด็กในเรื่องสติปัญญาจากเบื้องบนแต่เราควรเป็นเด็กในเรื่องความชั่วร้าย

เพราะเหตุใดการพูดภาษาต่าง ๆ จึงเป็นหมายสำคัญสำหรับคนที่ไม่เชื่อ

ในพระราชบัญญัติมีคำเขียนไว้แล้วว่า “องค์พระผู้เป็นเจ้าตรัสว่า ‘เราจะพูดกับชนชาตินี้โดยคนต่างภาษาและโดยริมฝีปากของคนต่างด้าว ถึงกระนั้นเขาก็จะไม่ฟังเรา เหตุฉะนั้นการพูดภาษาต่าง ๆ จึงไม่เป็นหมายสำคัญแก่คนที่เชื่อ’” แต่เป็นหมายสำคัญแก่คนที่ไม่เชื่อ แต่การพยากรณ์นั้นไม่ใช่สำหรับคนที่ไม่เชื่อ แต่สำหรับคนที่เชื่อแล้ว (14:21-22)

“ชนชาตินี้” ในที่นี้หมายถึงผู้คนที่มีจิตใจแข็งกระด้าง (อิสยาห์ 28:10-12) ในปัจจุบันมีผู้คนมากมายเช่นกันที่ไม่ยอมฟังเพราะเ

ขามีจิตใจที่แข็งกระด้าง และ "ภาษาต่าง ๆ" จึงเป็นหมายสำคัญสำหรับคนเหล่านี้

แต่ท่านไม่ควรเข้าใจข้อความนี้ผิดโดยคิดว่า "ถ้าเช่นนั้นการพูดภาษาต่าง ๆ ก็มีไว้สำหรับคนที่ไม่เชื่อเพียงกลุ่มเดียวนะสิ" คำว่า "คนที่ไม่เชื่อ" ในที่นี้หมายถึงผู้คนที่ไม่เชื่อซึ่งอยู่ท่ามกลางคนที่เชื่อ คนเหล่านี้เข้าร่วมนมัสการในคริสตจักร แต่เขาไม่เชื่ออย่างครบถ้วนโดยเขายังมีความสงสัยอยู่ในความคิดของตน คนเหล่านี้เคยได้รับพระวิญญาณบริสุทธิ์ แต่ความเชื่อของเขาสันคลอนไปมาและความเชื่อของเขาไม่เติบโต คนเหล่านี้เป็นคนที่มีความเชื่อซึ่งเป็นเพียงความรู้ การพูดภาษาต่าง ๆ มีไว้สำหรับคนเหล่านี้

ถ้าคนเหล่านี้ได้รับของประทานแห่งการพูดภาษาต่าง ๆ และอธิษฐานเป็นภาษาต่าง ๆ อย่างหมั่นเพียร ความเชื่อของเขาก็จะเติบโตขึ้น เพราะเหตุนี้ ภาษาต่าง ๆ จึงเป็นหมายสำคัญสำหรับคนที่ไม่เชื่อ

พระคัมภีร์กล่าวว่าการเผยพระวจนะไม่ได้มีไว้สำหรับคนที่ไม่เชื่อแต่มีไว้สำหรับคนที่เชื่อ ทำไมจึงเป็นเช่นนั้น เมื่อความเชื่อของเราเติบโตขึ้นเราก็ปรารถนาการเผยพระวจนะเพิ่มมากขึ้น เราสามารถเข้าสู่ฝ่ายวิญญาณในระดับที่ลึกซึ้งมากขึ้นและเต็มล้นด้วยพระวิญญาณมากขึ้นถ้าเราได้รับการเผยพระวจนะ การเผยพระวจนะจะช่วยให้เรารู้ถึงสิ่งต่าง ๆ ที่เราไม่เข้าใจมาก่อน ผู้คนที่มีความเชื่อจะเชื่อฟังการเผยพระวจนะเพื่อว่าเขาจะสามารถเข้าสู่ฝ่ายวิญญาณในระดับที่ลึกซึ้งยิ่งขึ้น ดังนั้น การเผยพระวจนะจึงเป็นประโยชน์ต่อผู้เชื่อ

เหตุฉะนั้นถ้าทั้งคริสตจักรมีการประชุมพร้อมกัน แล้วคนทั้งปวงต่างก็พูดภาษาต่าง ๆ และมีคนที่รู้ไม่ถึงหรือคน

ที่ไม่เชื่อเข้ามา เขาจะมิเห็นไปว่าท่านทั้งหลายคลั่งไปแล้วหรือ (14:23)

สมาชิกทุกคนของคริสตจักรประชุมกันและพูดภาษาต่าง ๆ และคนที่ยังไม่ได้รับของประทานนี้และคนที่ไม่เชื่อจะไม่เข้าใจสิ่งที่เกิดขึ้น จากนั้นคนเหล่านี้อาจคิดว่าตนมาผิดที่ผิดทาง

ด้วยเหตุนี้ เราต้องมีการควบคุมตนเองในการดำเนินชีวิตแห่งความเชื่อของคริสตชนของเราเช่นกันเพื่อเราจะไม่เป็นต้นเหตุที่ทำให้เกิดการข่มเหงมาสู่ตัวเราโดยไม่จำเป็น เราต้องเปิดโอกาสให้ผู้เชื่อใหม่เข้าใจสิ่งเหล่านี้เป็นอย่างดีด้วยเช่นกันเพื่อว่าการเผยแพร่ข่าวประเสริฐจะไม่ถูกขัดขวางหรือหยุดชะงักลง

ประโยชน์ของการเผยพระวจนะ

แต่ถ้าทุกคนพยากรณ์ คนที่ไม่เชื่อหรือคนที่รู้ไม่ถึงเข้ามา ทุกคนก็จะทำให้เขารู้สำนึกและทำให้เขาพิจารณาใจของตนเอง ดังนั้นความลับที่ซ่อนอยู่ในใจของเขาจะแจ่มชัดขึ้น เขาก็จะกราบลงนมัสการพระเจ้ากล่าวว่า พระเจ้าทรงสถิตอยู่ท่ามกลางพวกท่านอย่างแน่นอน (14:24-25)

การเผยพระวจนะเป็นหมายสำคัญสำหรับผู้เชื่อ แต่ของประทานนี้จะเป็นประโยชน์ต่อคนที่ไม่เชื่อด้วยเช่นกัน นี่คือข้อดีเกี่ยวกับการเผยพระวจนะ

การเผยพระวจนะจะทำให้แต่ละคนได้รับคำแนะนำหรือคำตักเตือนที่ถูกต้องและแม่นยำเพื่อเขาจะสามารถเข้าใจว่าพระเจ้าทรงดำรงอยู่อย่างแท้จริง นอกจากนั้น ผู้คนที่มีจิตใจที่ดีงามอยู่บ้างก็จะคิดว่า “คนนี้รู้จักหัวใจของผมดีขนาดนี้ได้อย่างไร

พระเจ้าคงต้องอยู่กับเขา" เมื่อเขาได้ยินการเผยพระวจนะ คนเหล่านี้สามารถกลับใจและต้อนรับเอาพระเยซูคริสต์

เพื่อให้เข้าใจการเผยพระวจนะ เราต้องพิจารณาสองด้าน ด้านหนึ่งสำหรับผู้เชื่อและอีกด้านหนึ่งสำหรับคนที่ไม่เชื่อ ไม่ใช่ทุกคนจะยอมรับนับถือพระเจ้าและกลับใจเมื่อเขาได้ยินถึงการเผยพระวจนะ เมื่อสเทเฟนชี้ให้ประชาชนที่ฟังท่านเห็นถึงความบาปของตน คนชั่วร้ายก็ใช้หินขว้างท่านจนเสียชีวิต (กิจการบทที่ 7) คนจิตใจดีงามจะกลับใจ แต่คนที่ชั่วร้ายจะวิพากษ์วิจารณ์เมื่อเขาได้ยินการเผยพระวจนะ

เมื่อเราเผยพระวจนะการเผยพระวจนะนั้นจะมีทั้งจุดที่เป็นบวกและเป็นลบ คนชั่วร้ายจะข่มเหงผู้เผยพระวจนะในขณะที่คนดีจะยอมรับถึงการดำรงอยู่ของพระเจ้าและผู้เชื่อสามารถเติบโตขึ้นอย่างรวดเร็วในความเชื่อของตน

# จงกระทำทุกสิ่งทุกอย่างเพื่อให้จำเริญขึ้น

พี่น้องทั้งหลาย เมื่อท่านประชุมกัน ทุกคนก็มีเพลงสดุดี ทุกคนก็มีคำสั่งสอน ทุกคนก็พูดภาษาต่างๆ ทุกคนก็มีคำวิวรณ์ ทุกคนก็แปลข้อความ จะว่าอย่างไรกัน ท่านจงกระทำทุกสิ่งทุกอย่างเพื่อให้จำเริญขึ้น (14:26)

ในคริสตจักรมีการประชุมหลายอย่าง เช่น การประชุมนมัสการ การประชุมนมัสการกลุ่มเซลล์ และการประชุมอธิษฐานอย่างอื่นเป็นต้น เมื่อเราประชุมร่วมกันในองค์พระผู้เป็นเจ้าเราจะร้องเพลงสรรเสริญพระเจ้าและสอนพระคำ นอกจากนั้นยังมีคำวิวรณ์และการพูดภาษาต่าง ๆ ด้วยเช่นกัน

สิ่งเหล่านี้กระทำขึ้นโดยน้ำพระทัยและพระบัญญัติของพระเจ้า ดังนั้นเมื่อเราประชุมร่วมกันเราต้องกระทำสิ่งเหล่านี้ ซึ่งได้แก่ การร้องเพลงสรรเสริญ การสอนพระคำ คำวิวรณ์ การพูดภาษาต่าง ๆ และการแปลภาษาต่าง ๆ เราไม่ควรทำเฉพาะสิ่งหรือสองสิ่งเท่านั้น แต่เราต้องทำทุกสิ่งเหล่านี้และกระสิ่งเหล่านี้เพื่อให้จำเริญขึ้น พระเจ้าทรงมอบพระคัมภีร์ข้อนี้ให้เพื่อว่าของปร

ะทานต่าง ๆ ของพระเจ้าจะถูกนำไปใช้เพื่อไม่ก่อให้เกิดความสับสนวุ่นวาย

ผมได้อธิบายถึงการพูดภาษาต่าง ๆ ไปแล้วในเบื้องต้น ตอนนี้ผมขอพูดถึง "คำวิวรณ์" โดยสรุป

### คำวิวรณ์คืออะไร

ในปัจจุบัน ถ้าศิษยาภิบาลพูดว่าเขาได้รับคำวิวรณ์ หลายคนจะพูดว่าศิษยาภิบาลคนนี้เข้าใจผิดและเราไม่ควรเข้าร่วมกับคริสตจักรของเขา คนเหล่านี้พูดเช่นนั้นก็เพราะเขาขาดความรู้ในเรื่องพระคำของพระเจ้า

พจนานุกรมภาษาอังกฤษฉบับเมอเรียม-เว็บสเตอร์ฉบับออนไลน์ให้คำนิยามของ "คำวิวรณ์" (การเปิดเผย/การสำแดง) ไว้ว่าเป็นสิ่งที่พระเจ้าทรงเปิดเผยให้กับมนุษย์

ผู้คนที่ต้อนรับเอาพระเยซูคริสต์ได้รับพระวิญญาณบริสุทธิ์ สิ่งที่พระวิญญาณบริสุทธิ์ทรงอนุญาตให้ผู้เชื่อเหล่านี้รู้คือคำวิวรณ์ โรม 8:14 กล่าวว่า "ด้วยว่าพระวิญญาณของพระเจ้าได้ทรงนำพาคนหนึ่งคนใด คนเหล่านั้นก็เป็นบุตรของพระเจ้า" ด้วยเหตุนี้ ผู้เชื่อจึงสื่อสารกับพระเจ้าด้วยวิญญาณและจะได้รับการดลใจจากพระองค์โดยธรรมชาติ

อัครทูตเปาโลกล่าวว่า "พี่น้องทั้งหลาย ข้าพเจ้าอยากให้ท่านทราบว่า ข่าวประเสริฐที่ข้าพเจ้าได้ประกาศไปแล้วนั้นไม่ใช่ของมนุษย์เพราะว่าข้าพเจ้าไม่ได้รับข่าวประเสริฐนั้นจากมนุษย์ ไม่มีมนุษย์คนใดสอนข้าพเจ้า แต่ข้าพเจ้าได้รับข่าวประเสริฐนั้นโดยพระเยซูคริสต์ทรงสำแดงแก่ข้าพเจ้า" (กาลาเทีย 1:11-12) พระกิตติคุณที่ท่านประกาศนั้นท่า

นไม่ได้รับการสั่งสอนจากมนุษย์คนใดหรือจากหนังสือเล่มใด แต่ท่านได้รับจากการสำแดง (คำวิวรณ์) ของพระเยซูคริสต์

พระเยซูตรัสไว้ในมัทธิว 11:27 เช่นกันว่า "พระบิดาของเราได้ทรงมอบสิ่งสารพัดให้แก่เรา และไม่มีใครรู้จักพระบุตรนอกจากพระบิดา และไม่มีใครรู้จักพระบิดานอกจากพระบุตรและผู้ใดก็ตามที่พระบุตรประสงค์จะสำแดงให้รู้"

วิวรณ์ 1:1-3 กล่าวว่า "วิวรณ์ของพระเยซูคริสต์ซึ่งพระเจ้าได้ทรงประทานแก่พระองค์ เพื่อชี้แจงให้ผู้รับใช้ทั้งหลายของพระองค์รู้ถึงสิ่งที่จะต้องอุบัติขึ้นในไม่ช้า และพระองค์ได้ทรงใช้ทูตสวรรค์ของพระองค์ไปสำแดงแก่ยอห์นผู้รับใช้ของพระองค์ ยอห์นเป็นพยานฝ่ายพระวจนะของพระเจ้า และเป็นพยานฝ่ายคำพยานของพระเยซูคริสต์ และเป็นพยานในเหตุการณ์ทั้งสิ้นซึ่งท่านได้เห็นนั้น ขอความสุขจงมีแก่บรรดาผู้อ่านและผู้ฟังคำพยากรณ์เหล่านี้ และถือรักษาข้อความที่เขียนไว้ในคำพยากรณ์นี้ เพราะว่าเวลานั้นใกล้เข้ามาแล้ว"

สิ่งสารพัดในสวรรค์และแผ่นดินโลกถูกสร้างขึ้นด้วยพระนามของพระเยซูคริสต์และพระเยซูคริสต์ทรงเป็นผู้ประทานวิวรณ์เช่นกัน เพราะเหตุนี้ องค์พระผู้เป็นเจ้าจึงเป็นกษัตริย์เหนือกษัตริย์ทั้งหลายและเป็นองค์พระผู้เป็นเจ้าเหนือเจ้าทั้งหลาย

## ความหมายของ "คำของศาสดาพยากรณ์ทั้งหลายและพระราชบัญญัติได้พยากรณ์มาจนถึงยอห์น"

บางคนโต้แย้งว่าพระคัมภีร์กล่าวว่าการสำแดง (วิวรณ์) สิ้นสุดลงที่ยอห์นผู้ให้รับบัพติศมาและเราไม่สามารถรับเอาการสำแดงได้ในทุกวันนี้ แต่ที่เขาพูดเช่นนี้ก็เพราะว่าเขาเข้าใจพระค

มภีร์ข้อต่อไปนี้ผิด มัทธิว 11:13 กล่าวว่า "เพราะคำของศาสด
าพยากรณ์ทั้งหลายและพระราชบัญญัติได้พยากรณ์มาจนถึงย
อห์นนี้" พระคัมภีร์ข้อนี้ไม่ได้กล่าวว่า "การสำแดง" (คำวิวรณ์)
แต่กล่าวว่า "การเผยพระวจนะ" (คำของศาสดาพยากรณ์) โด
ยทั่วไปการเผยพระวจนะคือการประกาศสิ่งที่เกี่ยวข้องกับอนา
คต แต่การเผยพระวจนะในมัทธิวบทที่ 11 ไม่ได้หมายถึงสิ่งนั้น
ถ้าเช่นนั้นสิ่งนี้หมายถึงอะไร

พระคัมภีร์เดิมเป็นบันทึกเกี่ยวกับพระเยซูพระผู้ช่วยให้รอดข
องเราผู้จะเสด็จมา คนอิสราเอลเฝ้ารอคอยพระเมสสิยาห์ที่จะมาปรา
กฏด้วยใจจดจ่ออย่างมาก ผู้เผยพระวจนะทุกคนมาจนถึงยอห์นผู้ใ
ห้รับบัพติศมาต่างก็พยากรณ์ว่าพระเมสสิยาห์ซึ่งได้พระเยซูพระผู้
ช่วยให้รอดกำลังจะเสด็จมาช่วยเราให้รอด

ฮีบรู 10:1 บันทึกไว้ว่า "โดยเหตุที่พระราชบัญญัตินั้นได้เป็น
แต่เงาของสิ่งดีที่จะมาภายหน้า มิใช่ตัวจริงของสิ่งนั้นทีเดียว..."
พระเยซูตรัสไว้ในยอห์น 5:39 เช่นกันว่า "จงค้นดูในพระคัมภีร์
เพราะท่านคิดว่าในพระคัมภีร์นั้นมีชีวิตนิรันดร์ และพระคัมภีร์นั้น
เป็นพยานถึงเรา"

ดังนั้นคำพยากรณ์ดังกล่าวจึงสิ้นสุดลงที่ยอห์นผู้ให้รับบัพติศมา
ซึ่งเป็นผู้เตรียมพระมรรคาให้กับ องค์พระผู้เป็นเจ้าพระผู้ช่วยให้ร
อดที่จะเสด็จมา อย่างไรก็ตาม เราไม่ควรเข้าใจพระคัมภีร์ข้อนี้ผิด
และคิดว่าเราไม่สามารถรับเอาการสำแดง (วิวรณ์) ได้ในปัจจุบัน

เอเฟซัส 3:3 กล่าวว่า "และรู้ว่าพระองค์ได้ทรงสำแดงให้ข้าพเ
จ้ารู้ข้อลึกลับ ตามที่ข้าพเจ้าได้เขียนไว้แล้วอย่างย่อ ๆ" เราสามารถ
มองเห็นอนาคตผ่านการสำแดง อาโมส 3:7 กล่าวเช่นกันว่า "แท้จ
ริงองค์พระผู้เป็นเจ้าพระเจ้าจะมิได้ทรงกระทำอะไรเลยโดยมิได้เปิ

ดเผยความลึกลับให้แก่ผู้รับใช้ของพระองค์ คือผู้พยากรณ์” ข้อนีกล่าวว่าพระเจ้าจะทรงสำแดงสิงสารพัดทีจะเกิดขึนให้กับผู้รับใช้และบุตรทีรักของพระองค์เห็นอย่างแน่นอน

พระเยซูคริสต์ทรงเป็นเหมือนเดิมเมือสองพันปีทีแล้วและในปัจจุบัน (ฮีบรู 13:8) ยิงกว่านัน สมัยพระคัมภีร์ใหม่เป็นยุคทีเราได้รับการยกโทษบาปของเราและเราสามารถรู้เกียวกับพระเจ้าและสือสารกับพระองค์ได้ชัดเจนยิงขึนด้วยการทำงานของพระวิญญาณบริสุทธิ์ เราสามารถประกาศถึงพระทัยและน้ำพระทัยของพระเจ้าอย่างถูกต้องเมือเราได้รับการสำแดงของพระเจ้าผ่านการสือสารกับพระองค์

ถ้าผู้ใดจะพูดภาษาต่าง ๆ จงให้พูดเพียงสองคนหรืออย่างมากที่สุดก็สามคนและให้พูดทีละคน และให้อีกคนหนึ่งแปล แต่ถ้าไม่มีผู้ใดแปลก็ให้คนเหล่านั้นอยู่เงียบ ๆ ในที่ประชุมคริสตจักรและให้พูดกับตัวเองและทูลต่อพระเจ้า (14:27-28)

เมือเขาพูดภาษาต่าง ๆ ให้เขาพูดสองหรือสามคนและให้พูดทีละคนและต้องมีการแปล แต่เปาโลไม่ได้บอกว่าคนเหล่านันต้องไม่พูดภาษาต่าง ๆ เมือเขาไม่มีคนแปล แต่ให้เขาอธิษฐานต่อพระเจ้าเพียงลำพัง เปาโลบอกให้คนเหล่านันเงียบในคริสตจักรเพราะเขาไม่ควรพูดภาษาต่าง ๆ ทีไหนก็ได้โดยไม่ระมัดระวัง แต่เขาควรทำตามระเบียบและความอันหนึงอันเดียวกัน

ในขณะทีท่านกำลังอธิษฐานอยู่เงียบ ๆ ถ้ามีคนพูดภาษาต่าง ๆ ท่านอาจเกิดความวอกแวก นอกจากนัน ท่านไม่ควรพูดภาษาต่าง ๆ ด้วยตัวท่านเองในระหว่างการประชุมนมัสการ ยกตัวอย่าง เมือผู้นำประชุมให้หัวข้ออธิษฐานเพืออธิษฐานเผือสำหรับการก่อสร้าง

คริสตจักร ท่านต้องอธิษฐานเผือหัวข้อนั้นด้วยความเป็นอันหนึ่งอันเดียวกัน ถ้าท่านอธิษฐานเป็นภาษาต่าง ๆ ด้วยตนเองในสถานการณ์เช่นนี้จะไม่ทำให้เกิดการจำเริญขึ้น

แต่ในการประชุมอธิษฐานและเมือทุกคนอธิษฐานเผือหัวข้ออธิษฐานของตนเอง ท่านสามารถพูดภาษาต่าง ๆ อย่างอิสระ เราควรสามารถวินิจฉัยเกียว กับเวลาและสถานทีว่าเมือใดเราควรพูดภาษาต่าง ๆ

**ระเบียบในการเผยพระวจนะ**

ฝ่ายพวกผู้พยากรณ์นั้นให้พูดสองหรือสามคนและให้คนอื่นวินิจฉัยข้อความที่เขาพูดนั้น ถ้ามีสิ่งใดทรงสำแดงแก่คนอื่นที่นั่งอยู่ด้วยกัน ให้คนแรกนั้นนิ่งเสียก่อน เพราะว่าท่านทั้งหลายพยากรณ์ได้ทีละคนเพื่อให้ทุกคนได้ความรู้และได้รับการปลอบประโลมใจ (14:29-31)

ถ้ามีผู้เผยพระวจนะหลายคนและทุกคนก็เผยพระวจนะทีนีบ้างทีโน่นบ้าง สิงนี้คงก่อให้เกิดความสับสนอย่างมากทีเดียว เมือมีหลายเผยพระวจนะ ให้เขาเผยพระวจนะทีละคนและจากนันค่อยให้คนอืนเผยพระวจนะอย่างเป็นระเบียบ

ในขณะทีมีการเผยพระวจนะอยู่นัน คนอืนต้องวินิจฉัยการเผยพระวจนะดังกล่าว สิงนีหมายความว่าคนเหล่านันต้องวินิจฉัยการเผยพระวจนะด้วยพระคำของพระเจ้าเพราะการเผยพระวจนะนันอาจเป็นการเผยพระวจนะทีไม่ถูกต้องซึงมาจากซาตาน

ถ้ามีบางคนได้รับคำวิวรณ์ในขณะทีท่านกำลังเผยพระวจนะ ท่านต้องฟังคำวิวรณ์นันอย่างเงียบ ๆ เพราะในบรรดาผลของพระวิญญาณบริสุทธิ์ทังเก้าอย่างนันมีความอดกลันใจและการบังคับตนเ

องอยู่ด้วยและเป็นพระวิญญาณบริสุทธิ์องค์เดียวกัน ถ้าท่านเอาแต่เผยพระวจนะไปอย่างต่อเนื่อง ท่านกำลังทำลายระเบียบของสิ่งต่าง ๆ และมีแนวโน้มที่จะสร้างความสับสนให้เกิดขึ้น ท่านไม่ควรพยายามที่จะเผยพระวจนะทั้งหมดด้วยตนเอง ให้เผยพระวจนะทีละคน และถ้าคำเผยพระวจนะนั้นเป็นการเผยพระวจนะให้กับบุคคลต่าง ๆ ท่านก็สามารถเผยพระวจนะให้กับคนเหล่านั้นทีละคน

วิญญาณของพวกผู้พยากรณ์นั้นย่อมอยู่ในบังคับพวกผู้พยากรณ์เพราะว่าพระเจ้าไม่ใช่ผู้ก่อให้เกิดความสับสนวุ่นวาย แต่ทรงเป็นผู้ก่อให้เกิดสันติสุข เหมือนที่ได้เกิดขึ้นในบรรดาคริสตจักรแห่งวิสุทธิชนนั้น (14:32-33)

ถ้ามีบางคนได้รับการเผยพระวจนะในขณะที่ท่านกำลังเผยพระวจนะอยู่นั้น ท่านต้องควบคุมตนเองทันที ผู้เชื่อใหม่สามารถได้รับพระคุณและเข้าใจระเบียบในคริสตจักรเมื่อผู้คนที่ได้รับของประทานเหล่านี้มีสันติสุขด้วยความเป็นระเบียบ

# ความหมายฝ่ายวิญญาณของการที่ผู้หญิงต้อง "นิ่งเสียในที่ประชุมคริสตจักร"

จงให้พวกผู้หญิงนิ่งเสียในที่ประชุมคริสตจักร เพราะไม่ได้รับอนุญาตให้พูด แต่ให้เขาอยู่ใต้บังคับบัญชา เหมือนที่พระราชบัญญัติสั่งไว้นั้น (14:34)

บางคนตีความพระคัมภีร์ข้อนี้ตามตัวอักษรและไม่ให้สิทธิในการพูดหรือตำแหน่งใด ๆ กับผู้หญิงในคริสตจักร แต่อะไรคือความหมายฝ่ายวิญญาณที่แท้จริงของพระคัมภีร์ข้อนี้

เพื่อให้เข้าใจพระคัมภีร์ข้อนี้ เราต้องเริ่มต้นด้วยเหตุผลขั้นมูลฐาน

ปฐมกาล 3:16 กล่าวว่า "พระองค์ตรัสแก่หญิงนั้นว่า 'เราจะเพิ่มความทุกข์ยากให้มากขึ้นแก่เจ้าและการตั้งครรภ์ของเจ้า เจ้าจะคลอดบุตรด้วยความเจ็บปวด เจ้ายังต้องการสามีของเจ้าและเขาจะปกครองเจ้า'"

ครั้งแรกเมื่อพระเจ้าทรงสร้างผู้หญิงพระองค์ไม่ได้ตรัสว่าผู้หญิงจะถูกผู้ชายปกครอง แต่พระเจ้าตรัสว่าผู้หญิงจะถูกผู้ชายปกครองเมื่อผู้หญิงถูกแช่งสาป ผู้หญิงคือผู้ที่ถูกล่อลวงและกินผลจากต้นไม้แห่งการรู้จักความดีและความชั่วและผู้หญิงคือผู้ที่ยื่นผลไม้ให้กับส

ามีของตนซึ่งเป็นเหตุให้เขาทำบาป

แน่นอน ผู้ชายก็เป็นคนบาปเหมือนกันเพราะเขากินผลจากต้นไม้ แต่เพราะผู้หญิงกินผลนั้นก่อนและยื่นให้กับสามีของตนกินด้วย ความบาปของเธอจึงรุนแรงกว่า เนื่องจากเหตุผลขั้นมูลฐานข้อนี้จึงทำให้จิตใจของผู้หญิงโดยทั่วไปไม่มั่นคงเท่ากับจิตใจของผู้ชาย ผู้หญิงมีความกลัวและความบอบบางมากกว่าผู้ชาย ภาพเปรียบเทียบของผู้หญิงถูกนำมาใช้เพื่ออธิบายความหมายฝ่ายวิญญาณนี้

ข้อนี้หมายถึงผู้คนที่ดำเนินชีวิตอยู่ในความเท็จ

การที่พระคัมภีร์กล่าวว่าพวกผู้หญิงต้องนิ่งเสียในที่ประชุมคริสตจักรนั้นเป็นการพูดถึงผู้คนที่มีธรรมชาติของความเท็จ (เช่น ความสะเพร่าและการมีเล่ห์เหลี่ยม) อยู่ในตนเอง คำว่า “พวกผู้หญิง” ในข้อนี้ไม่ได้หมายถึงผู้หญิงหรือผู้เชื่อที่บริสุทธิ์ในพระเจ้าตามตัวอักษร คำนี้หมายถึงผู้คนที่เพิ่งเริ่มเข้าร่วมนมัสการในคริสตจักรและยังเข้าไม่ถึงความจริงมากนัก

ความหมายฝ่ายวิญญาณของข้อนี้ก็คือว่าผู้คนแห่งความเท็จ (ไม่ว่าหญิงหรือชาย) ควรนิ่งเสียในที่ประชุมคริสตจักรเพราะเขามีอิทธิพลในทางลบต่อคริสตจักรเหมือนดังที่ผู้หญิงเคยถูกล่อลวงจากซาตานและเป็นต้นเหตุให้สามีของตนทำบาป เปาโลต้องการให้คนเหล่านั้นเชื่อฟังเพื่อให้เป็นคนงานที่สัตย์ซื่อและเป็นบุตรของพระเจ้าที่ได้รับการยอมรับจากพระองค์

ถ้าคนเหล่านี้ไม่นิ่งเงียบ การทำงานของซาตานก็จะเกิดขึ้น ถ้าผู้คนที่ไม่ได้ดำเนินชีวิตอยู่ในพระคำของพระเจ้าพูดมากในคริสตจักร เขาจะพูดถ้อยคำแห่งความเท็จ วิพากษ์วิจารณ์คนอื่น และเผยแพร่ข้อมูลที่ไม่ถูกต้องออกไป นอกจากนั้น คนเหล่านี้จะเข้าใจผิด พิพากษา และกล่าวประณามคนอื่นอย่างง่ายดายและประพฤติตนอย่างไม่ระมัดระวัง ถ้าสิ่งนี้เกิดขึ้นคริสตจักรจะมีความสงบสุขได้อย่างไร

คนเหล่านี้ไม่ควรยืนกรานอยู่กับความคิดเห็นของตนเองแต่เขาควรเชื่อฟังพระคำอย่างพากเพียร จากนั้นความจริงก็จะเข้าไปอยู่ในเขาเพื่อเปลี่ยนแปลงเขาและในไม่ช้าคนเหล่านี้สามารถกลายเป็น "ธรรมิกชน" ที่พระเจ้าทรงยอมรับ

"ธรรมิกชน" (หรือวิสุทธิชน) จะประพฤติตามแนวทางของพระเจ้าและเชื่อฟังระเบียบการของคริสตจักรด้วยความเงียบสงบ เหมือนที่พระคัมภีร์กล่าวไว้ว่าการเชื่อฟังก็ดีกว่าเครื่องถวายบูชา (1 ซามูเอล 15:22) คนเหล่านี้เพียงแต่เชื่อฟังพระเจ้าด้วยการทำตามระเบียบแบบแผนโดยไม่ยืนกรานอยู่กับความคิดเห็นของตนเองเพียงฝ่ายเดียว

ดังนั้นเราไม่ควรพูดว่าผู้หญิงที่ดำเนินชีวิตอยู่ในความจริงต้องนิ่งเสียในการประชุมคริสตจักรเพียงเพราะพระคัมภีร์ข้อนี้กล่าวว่า "จงให้พวกผู้หญิงนิ่งเสียในที่ประชุมคริสตจักร" เช่นเดียวกับในอดีต พระเจ้ายังทรงใช้ผู้หญิงถ้าคนเหล่านี้กล้าหาญกว่า มีความเชื่อมากกว่า และรักพระเจ้ามากกว่าผู้ชาย นางเดโบราห์คือผู้วินิจฉัยที่มีชื่อเสียงและยังมีผู้เผยพระวจนะหญิงอีกมากมายที่ประกาศพระคำของพระเจ้ากับผู้คน ในปัจจุบันก็เช่นเดียวกัน ถ้าผู้หญิงมีความเชื่อมากกว่าเขาก็สามารถเป็นผู้นำได้

ถ้าเขาอยากรู้สิ่งใด ก็ให้เขาถามสามีที่บ้าน เพราะว่าการที่ผู้หญิงจะพูดในที่ประชุมคริสตจักรนั้นก็เป็นสิ่งที่น่าอาย (14:35)

เมื่อเขาประชุมร่วมกันผู้เชื่อที่ดำเนินชีวิตอยู่ในความจริงอธิษฐาน สรรเสริญพระเจ้า พูดอยู่ในความจริงและกล่าวถ้อยคำแห่งพระคุณ แต่ผู้คนที่ดำเนินชีวิตอยู่ในความเท็จหลายคนใส่ร้ายคนอื่นและพูดตามประโยชน์ส่วนตน

ถ้าคนเหล่านี้ประชุมร่วมกันในคริสตจักรเขาจะเป็นต้นเหตุของ

ปัญหาและการทำงานของผีมารซาตานในคริสตจักรได้มากมายเพียงใด เพราะเหตุนี้ องค์พระผู้เป็นเจ้าจึงทรงสอนเราให้นิ่งเสียด้วยความห่วงใยในเรื่องดังกล่าว

ตอนนี้ ข้อความที่ว่า "ถ้าเขาอยากรู้สิ่งใด ก็ให้เขาถามสามีที่บ้าน" หมายถึงอะไร นี่เป็นลำดับขั้นที่ถูกสถาปนาไว้ในคริสตจักรภายในกรอบความจริง พระเจ้าทรงตั้งผู้ชายให้เป็นศีรษะของผู้หญิง และศีรษะของผู้ชายคือพระคริสต์และศีรษะของพระคริสต์คือพระเจ้า (1 โครินธ์ 11:3) ด้วยเหตุนี้ การพูดว่าผู้หญิงต้องไปถามสามีของตนที่บ้านในฝ่ายวิญญาณจึงหมายความว่าคนเหล่านั้นต้องทูลถามองค์พระผู้เป็นเจ้าและการ

"เชื่อฟังสามีของตน" หมายถึงการที่เขาต้องเชื่อฟังองค์พระผู้เป็นเจ้า

กล่าวโดยสรุปก็คือข้อนี้หมายความว่าผู้คนที่ไม่รู้จักสิ่งที่อยู่ฝ่ายวิญญาณต้องเชื่อฟังพระคริสต์ผู้ทรงเป็นศีรษะของคริสตจักร เมื่อเขากระทำเช่นนั้นเขาก็ได้รักษาลำดับขั้นในคริสตจักรเอาไว้ สมาชิกก็เป็นอันหนึ่งอันเดียวกัน และเขาสามารถทำให้แผ่นดินและความชอบธรรมของพระเจ้าสำเร็จ

# จงทำสิ่งสารพัดอย่างถูกต้องและเป็นระบียบ

อะไรกัน พระวจนะของพระเจ้าเกิดมาจากพวกท่านหรือ ได้ประทานมาถึงท่านแต่พวกเดียวหรือ ถ้าผู้ใดถือว่าตนเป็นผู้พยากรณ์หรืออยู่ฝ่ายจิตวิญญาณ ก็ให้เขายอมรับว่า ข้อความซึ่งข้าพเจ้าเขียนมาถึงท่านนั้นเป็นพระบัญญัติของององค์พระผู้เป็นเจ้า แต่ถ้าผู้ใดเฉยเมยต่อข้อความนี้ ก็ให้เขาเฉยเมยต่อไป(14:36-38)

เพราะเหตุใดเปาโลจึงกล่าวเช่นนี้ ผู้คนที่ไม่ได้ยืนหยัดอย่างมั่นคงอยู่ในความจริงไม่รู้สึกอับอายที่จะโอ้อวดตนเอง

สิ่งนี้หมายความว่าแท้ที่จริงการอวดอ้างตนเองถือเป็นสิ่งที่น่าอับอาย ผู้เชื่อพยายามถ่อมตน รับใช้คนอื่น และให้ความรักเขาไม่พยายามที่จะอวดอ้างตนเอง ผู้คนที่รับใช้คนอื่นด้วยความเอื้อเฟื้อเผื่อแผ่และความรักก็จะเป็นที่รักของคนอื่นในทางตรงกันข้าม ผู้คนที่ยกตนเองขึ้นต่อหน้าคนอื่นและพยายามให้คนอื่นรับใช้ตนเองก็จะถูกคนอื่นทอดทิ้ง

ดังนั้นอัครทูตเปาโลจึงกำลังบอกสมาชิกคริสตจักรโครินธ์ที่กำลังอวดอ้างให้รู้สึกอับอายตนเองแม้ว่าเขาไม่ได้ดำเนินชีวิตอยู่ในคว

ามจริงอย่างสมบูรณ์

ข้อ 37 กล่าวว่า "ถ้าผู้ใดถือว่าตนเป็นผู้พยากรณ์หรืออยู่ฝ่ายจิตวิญญาณ ก็ให้เขายอมรับว่า ข้อความซึ่งข้าพเจ้าเขียนมาถึงท่านนั้นเป็นพระบัญญัติขององค์พระผู้เป็นเจ้า"

ถ้าสมมุติว่าสมาชิกของคริสตจักรโครินธ์เป็นผู้เผยพระวจนะหรืออยู่ฝ่ายวิญญาณ คนเหล่านั้นคงเข้าใจว่าคำสอนของอัครทูตเปาโลคือพระคำของพระเจ้าและเขาคงเชื่อฟังคำสอนเหล่านั้นด้วยการประพฤติตามความจริง นอกจากนั้น ถ้าเขารู้อย่างแท้จริงว่าถ้อยคำเหล่านั้นคือพระบัญญัติขององค์พระผู้เป็นเจ้าและเชื่อสิ่งเหล่านั้น เปาโลคงไม่จำเป็นต้องพูดเช่นนั้นกับเขาตั้งแต่แรก การที่เปาโลต้องพูดเช่นนั้นก็เพราะว่าคนเหล่านั้นไม่ได้เป็นเช่นนั้น

แท้ที่จริง สิ่งที่ท่านกำลังพูดกับคนเหล่านั้นก็คือ "พวกท่านเรียกตนเองว่าผู้เผยพระวจนะ แต่พวกท่านไม่ใช่ พวกท่านเรียกตนเองว่าอยู่ฝ่ายวิญญาณ แต่พวกท่านไม่ได้อยู่" คนที่อยู่ฝ่ายวิญญาณต้องรู้ว่าจดหมายฝากทุกฉบับที่เปาโลเขียนขึ้นคือพระบัญญัติขององค์พระผู้เป็นเจ้า

ตอนนี้ ข้อความที่ว่า "แต่ถ้าผู้ใดเฉยเมยต่อข้อความนี้ ก็ให้เขาเฉยเมยต่อไป" หมายถึงอะไร

คนที่ไม่ได้ดำเนินชีวิตด้วยพระคำของพระเจ้าจะไม่รู้จักมิติฝ่ายวิญญาณ เราจะเข้าสู่ระดับฝ่ายวิญญาณได้ก็ต่อเมื่อเราอธิษฐานเพื่อกำจัดบาปทิ้งไปและดำเนินชีวิตด้วยพระคำของพระเจ้าเท่านั้น แต่แม้ว่าเขาจะเข้าร่วมนมัสการในคริสตจักรมาเป็นเวลานาน เขาก็จะไม่รู้จักมิติฝ่ายวิญญาณเว้นแต่ว่าเขาเชื่อฟังพระคำและอธิษฐาน ถ้าเช่นนั้น คนที่ไม่สามารถรู้จักสิ่งที่อยู่ฝ่ายวิญญาณจะวินิจฉัยเช่นนั้นได้อย่างไร

เพราะเหตุนี้ บุคคลเช่นนั้นจึงคิดว่าจดหมายของเปาโลเป็นเพียงจดหมายที่บรรจุคำพูดของมนุษย์เอาไว้เท่านั้น

เหตุฉะนั้นพี่น้องทั้งหลาย จงตั้งใจปรารถนาที่จะพยากรณ์ ที่เขาพูดภาษาต่าง ๆ ก็อย่าห้ามเลย แต่สิ่งสารพัดซึ่งจะกระทำนั้น จงกระทำตามสมควรและให้เป็นระเบียบเรียบร้อย (14:39-40)

พระเจ้าไม่ได้ตรัสว่าเราต้องไม่เผยพระวจนะ แต่เราต้องมีใจปรารถนาที่จะทำสิงนัน นีคือพระคำของพระเจ้า แต่ในปัจจุบัน ถ้าคนหนึงเผยพระวจนะ บางคนจะพูดว่าเขาผิดโดยไม่รู้จักแยกแยะ แน่นอน การเผยพระวจนะเทียมเท็จมีอยู่อย่างมากมาย แต่การเผยพระวจนะที่แท้จริงก็มีอยู่ไม่น้อยด้วยเช่นกัน เราไม่ควรพูดว่าการเผยพระวจนะทุกอย่างผิดทั้งสืนโดยไม่รู้จักแยกแยะ นอกจากนันเราต้องไม่ห้ามการพูดภาษาต่าง ๆ ถ้าเราห้าม สิงนีก็เป็นการทำงานของซาตานซึงต่อสู้กับความจริงเพียงอย่างเดียว

“จงกระทำตามสมควรและให้เป็นระเบียบเรียบร้อย” ในทีนีหมายความว่าจงทำทุกสิงอย่างถูกต้อง ให้เป็นระเบียบ และเหมาะสม พระเจ้าตรัสว่าเราต้องเผยพระวจนะอย่างเป็นระเบียบ พระเจ้าทรงเป็นพระเจ้าแห่งความเป็นระเบียบเรียบร้อย สันติสุข ความรัก และความยุติธรรม ด้วยเหตุนี เราต้องทำทุกสิงอย่างเหมาะสมถูกต้องแม่นยำ และเป็นระเบียบเรียบร้อย

## บทที่ 15

# การเป็นขึ้นมาจากความตาย

พระคริสต์ผู้คืนพระชนม์
ข้าพเจ้าเป็นอย่างนี้เนื่องด้วยพระคุณของพระเจ้า
การพูดว่า "การเป็นขึ้นมาจากความตายไม่มี"
พระคริสต์ทรงเป็นผลแรก
บัพติศมาสำหรับคนตาย
สง่าราศีของแต่ละคนจะแตกต่างกันในแผ่นดินสวรรค์
การเป็นขึ้นมาของคนตาย
เราทุกคนจะถูกเปลี่ยนแปลงเมื่อเสียงแตรครั้งสุดท้ายดังขึ้น

## พระคริสต์ผู้คืนพระชนม์

ยิ่งกว่านี้ พี่น้องทั้งหลาย ข้าพเจ้าขอให้ท่านคำนึงถึงข่าวประเสริฐที่ข้าพเจ้าเคยประกาศแก่ท่านทั้งหลาย ซึ่งท่านได้ยอมรับไว้ อันเป็นฐานซึ่งท่านทั้งหลายตั้งมั่นอยู่และซึ่งทำให้ท่านรอดด้วย ถ้าท่านยึดหลักคำสอนที่ข้าพเจ้าได้ประกาศไว้แก่ท่านทั้งหลายนั้น เว้นเสียแต่ท่านได้เชื่ออย่างไร้ประโยชน์ (15:1-2)

สมมุติว่าศิษยาภิบาลคนหนึ่งกำลังเทศนาพระกิตติคุณอยู่ในคริสตจักรของตน สิ่งนี้ก็หมายความว่าเขากำลังสั่งสอนพระคำแห่งความจริงให้กับลูกแกะของตน แกะเหล่านั้นรับเอาพระคำและเติบโตขึ้นในฝ่ายวิญญาณ

สมมุติว่าศิษยาภิบาลคนนี้เทศนาพระคำของพระเจ้าที่บอกเราว่าเราต้องเกลียดชัง แต่เราต้องรักศัตรูของเราและสมาชิกคริสตจักรยอมรับเอาพระคำไว้ในจิตใจของเขาและพยายามที่จะไม่เกลียดชัง คำเทศนาและการยอมรับด้วยความพยายามนี้เทียบเท่าได้กับข้อความที่ว่า "ยิ่งกว่านี้ พี่น้องทั้งหลาย ข้าพเจ้าขอให้ท่านคำนึงถึงข่าวประเสริฐที่ข้าพเจ้าเคยประกาศแก่ท่านทั้งหลาย

ซึ่งท่านได้ยอมรับไว้” ถ้าคนเหล่านั้นละทิ้งความเกลียดชังและไม่เกลียดชังคนอื่นอีก สิ่งนี้ก็หมายความว่าคนเหล่านั้นได้ตั้งมั่นอยู่บนพระคำที่ประกาศออกไป

อัครทูตเปาโลกล่าวว่าถ้าเรารักษาพระคำของพระเจ้าไว้ในใจของเราและประพฤติตาม สิ่งนี้ก็หมายความว่าเราไม่ได้เชื่ออย่างไร้ประโยชน์ ถ้าเราไม่มีการประพฤติเกิดขึ้นตามมาหลังจากรับเอาพระคำ สิ่งนี้ก็หมายความว่าเรามีความเชื่อที่ตายแล้วและเราก็เชื่ออย่างไร้ประโยชน์

เราจะรอดถ้าเรารับเอาพระคำของพระเจ้าและยึดมั่นอยู่กับพระคำนั้น แต่ถ้าเราไม่ทำเช่นนั้นเราจะไม่ได้รับความรอด ในปัจจุบันบางคนสอนว่าเราจะได้รับความรอดถ้าเราเพียงแต่เข้าร่วมนมัสการในคริสตจักรและร้องทูลองค์พระผู้เป็นเจ้าว่า “พระองค์เจ้าข้า ข้าพระองค์เชื่อ” แต่พระคัมภีร์ไม่ได้สนับสนุนแนวคิดนี้เลย พระคัมภีร์กล่าวว่าเราจะได้รับความรอดก็ต่อเมื่อเราทำตามน้ำพระทัยของพระบิดาผู้สถิตในสวรรค์เท่านั้น (มัทธิว 7:21)

**เรื่องซึ่งข้าพเจ้ารับไว้นั้น ข้าพเจ้าได้ประกาศแก่ท่านทั้งหลายก่อน คือว่าพระคริสต์ได้ทรงวายพระชนม์เพราะบาปของเราทั้งหลาย ตามที่เขียนไว้ในพระคัมภีร์และทรงถูกฝังไว้ แล้ววันที่สามพระองค์ทรงเป็นขึ้นมาใหม่ตามที่มีเขียนไว้ในพระคัมภีร์นั้น (15:3-4)**

อัครทูตเปาโลกล่าวว่าท่านได้ประกาศสิ่งที่องค์พระผู้เป็นเจ้าทรงเปิดเผยให้กับท่านด้วยพระองค์เอง พระคัมภีร์กล่าวหลายครั้งว่าองค์พระผู้เป็นเจ้าจะเสด็จมาและจะสิ้นพระชนม์เพื่อไถ่บาปของเรา

อิสยาห์ 53:4-6 กล่าวว่า “แน่ทีเดียว ท่านได้แบกความระทมทุกข์ของเราทั้งหลายและหอบความเศร้าโศกของเราไป กระนั้

นเราทั้งหลายก็ยังถือว่าท่านถูกตี คือพระเจ้าทรงโบยตีและข่มใจ แต่ท่านถูกบาดเจ็บเพราะความละเมิดของเราทั้งหลาย ท่านฟกช้ำเพราะความชั่วช้าของเรา การตีสอนอันทำให้เราทั้งหลายปลอดภัยนั้นตกแก่ท่าน ที่ต้องฟกช้ำนั้นก็ให้เราหายดี เราทุกคนได้เจินไปเหมือนแกะ เราทุกคนต่างได้หันไปตามทางของตนเองและพระเยโฮวาห์ทรงวางลงบนท่านซึ่งความชั่วช้าของเราทุกคน”

พระคัมภีร์ตอนนี้กล่าวถึงพระเยซูผู้ทรงแบกรับความบาปผิดทั้งสิ้นของเราเอาไว้ อิสยาห์ 53:11 กล่าวว่า “ท่านจะเห็นความทุกข์ลำบากแห่งจิตวิญญาณของท่านและจะพอใจ โดยความรู้ของท่านผู้รับใช้อันชอบธรรมของเราจะกระทำให้คนเป็นอันมากนับได้ว่าเป็นคนชอบธรรม เพราะท่านจะแบกบรรดาความชั่วช้าของเขาทั้งหลาย” โดยความเชื่อเราได้รับการยกโทษบาปและได้รับการประกาศให้เป็นบุตรของพระเจ้า และยิ่งเราดำเนินชีวิตอยู่ในพระคำของพระเจ้าด้วยความเชื่อมากเท่าใดเราก็จะกลายเป็นผู้ชอบธรรมมากขึ้นเท่านั้น

พระคัมภีร์หลายตอนชี้ให้เห็นว่าพระเยซูจะเป็นขึ้นจากความตายในวันที่สาม สดุดี 16:10 กล่าวว่า “เพราะพระองค์จะไม่ทรงทิ้งจิตวิญญาณของข้าพระองค์ไว้ในนรก ทั้งจะไม่ทรงให้องค์บริสุทธิ์ของพระองค์เปื่อยเน่าไป”

มัทธิว 12:40 กล่าวว่า “ด้วยว่าโยนาห์ได้อยู่ในท้องปลาวาฬสามวันสามคืนฉันใด บุตรมนุษย์จะอยู่ในท้องแผ่นดินสามวันสามคืนฉันนั้น” คำว่า “ท้องแผ่นดิน” ในข้อนี้ในฝ่ายวิญญาณหมายถึงอุโมงค์ฝังศพ พระคัมภีร์ระบุไว้ว่าพระเยซูทรงสิ้นพระชนม์บนกางเขนในวันศุกร์ ทรงถูกฝังไว้ในอุโมงค์เป็นเวลาสามวัน และทรงเป็นขึ้นมาจากความตายในตอนเช้าวันอาทิตย์

พระองค์ทรงปรากฏแก่เคฟาส แล้วแก่อัครสาวกสิบสองคน ภายหลังพระองค์ทรงปรากฏแก่พวกพี่น้องกว่าห้าร้อยคนในคราวเดียว ซึ่งส่วนมากยังอยู่จนถึงทุกวันนี้ แต่บางคนก็ล่วงหลับไปแล้ว ภายหลังพระองค์ทรงปรากฏแก่ยากอบ แล้วแก่อัครสาวกทั้งหมด ครั้นหลังที่สุดพระองค์ทรงปรากฏแก่ข้าพเจ้าด้วยผู้เป็นเสมือนเด็กที่คลอดก่อนกำหนด(15:5-8)

เคฟาสคือสาวกของพระเยซูซึ่งเป็นที่รู้จักในนามของเปโตร พระคัมภีร์บอกเราว่าองค์พระผู้เป็นเจ้าผู้ทรงคืนพระชนม์นั้นได้ปรากฏพระองค์เองกับสาวกสิบสองคนหลายครั้งและจากทรงปรากฏกับพี่น้องกว่าห้าร้อยคน พยานหลายคนมองเห็นพระกายที่ไม่เสื่อมสูญของององค์พระผู้เป็นเจ้า

พยานบางคนได้เสียชีวิตไปแล้ว แต่หลายคนยังมีชีวิตอยู่มาถึงช่วงเวลาที่อัครทูตเปาโลกำลังเขียนจดหมายของท่านไปยังคริสตจักรโครินธ์ พระคัมภีร์กล่าวว่าบางคนก็ล่วงหลับไปแล้ว ข้อนี้กล่าวถึงผู้คนที่เสียชีวิตในขณะที่มีความเชื่อในพระเยซูคริสต์ คนเหล่านี้จะเป็นขึ้นมาเมื่อองค์พระผู้เป็นเจ้าเสด็จกลับมาในฟ้าอากาศ เพราะเหตุนี้เปาโลจึงไม่พูดว่าคนเหล่านั้นเสียชีวิต แต่ท่านใช้คำว่า "ล่วงหลับ"

ต่อมาภายหลังพระเยซูคริสต์ผู้ทรงคืนพระชนม์ทรงปรากฏกับยากอบเช่นกัน ยากอบคนนี้ไม่ใช่สาวกคนหนึ่งของพระเยซูแต่เป็นอีกคนหนึ่งของ "อัครทูตทั้งหมด" หมายถึงอัครทูตคนอื่น ๆ แต่ไม่ใช่สาวกสิบสองคนและเปาโล

ในสมัยของคริสตจักรยุคแรกมีอัครทูตหลายคนซึ่งแตกต่างจากยุคปัจจุบัน ในฝ่ายวิญญาณ อัครทูตได้แก่บุคคลที่ได้รับการเปลี่ยนแปลงด้วยความจริงอย่างสมบูรณ์ บุคคลนี้สามารถเชื่อฟังน้ำพระทั

ยของพระเจ้าจนกระทั่งวันตายและเป็นผู้ที่ทำหน้าที่ของตนให้สำเร็จลุล่วง พระเจ้าทรงประทานฤทธิ์ของพระองค์อำนาจในการทำหมายสำคัญและการอัศจรรย์ให้กับอัครทูตเพื่อคนเหล่านี้จะประกาศพระกิตติคุณด้วยฤทธิ์อำนาจอันยิ่งใหญ่

เด็กที่คลอดก่อนกำหนดจะมีน้ำหนักหรือการทำหน้าที่ของร่างกายผิดปกติเมื่อเปรียบเทียบกับเด็กปกติทั่วไป เปาโลถ่อมตนด้วยการพูดว่าท่านเป็นเหมือน "เด็กที่คลอดก่อนกำหนด" เมื่อท่านยังเป็น "เซาโล" อยู่นั้นท่านคิดว่าท่านรู้จักพระเจ้า แต่ท่านไม่ได้มีความเชื่อที่ถูกต้องในพระองค์ ท่านรักพระเจ้าอย่างสุดกำลังของตนและรักษาธรรมบัญญัติของพระคัมภีร์เดิมทุกข้อ แต่เพราะท่านไม่เคยมีประสบการณ์ของการพบกับพระเยซูองค์พระผู้เป็นเจ้าท่านจึงพยายามจับกุมและข่มเหงพวกคริสเตียน เปาโลกล่าวถึงสิ่งนี้ด้วยความถ่อมใจโดยพูดว่าท่านเป็นเหมือน "เด็กที่คลอดก่อนกำหนด"

# ข้าพเจ้าเป็นอย่างนี้เนื่องด้วยพระคุณของพระเจ้า

เพราะว่าข้าพเจ้าเป็นผู้น้อยที่สุดในพวกอัครสาวก และไม่สมควรจะได้ชื่อว่าเป็นอัครสาวก เพราะว่าข้าพเจ้าได้ข่มเหงคริสตจักรของพระเจ้า (15:9)

อัครทูตเปาโลเป็นอัครทูตที่ยิ่งใหญ่ที่สุดในบรรดาอัครทูต กิจการ 19:12 บอกเราว่าเปาโลทำให้คนตายฟื้นคืนชีพและเมื่อมีคนนำเอาผ้าเช็ดหน้าหรือผ้ากันเปื้อนจากตัวท่านไปวางที่ตัวของผู้ป่วย โรคภัยไข้เจ็บก็หายไปจากเขาและวิญญาณชั่วก็ถูกออกไป ถ้าเช่นนั้นเพราะเหตุใดเปาโลจึงกล่าวว่าท่านเป็นผู้เล็กน้อยที่สุดในพวกอัครทูต

ก่อนที่ท่านมาเป็นอัครทูตเปาโลเคยข่มเหงผู้เชื่อในพระเยซูคริสต์ ท่านอับอายตัวเองอย่างมากเมื่อท่านระลึกถึงอดีตของตน เพราะเหตุนี้ท่านจึงพูดว่าท่านเป็น “ผู้น้อยที่สุด” ในบรรดาอัครทูต

ท่านไม่ได้พูดว่าท่านไม่ใช่อัครทูต แต่ท่านพูดว่าท่านเป็นผู้เล็กน้อยที่สุดในบรรดาอัครทูต สิ่งนี้แสดงให้เห็นถึงความเสียใจและการกลับใจกับอดีตของท่าน การพูดเช่นนี้สะท้อนให้เห็นถึงความถ่อมใจของท่านเช่นกัน

แต่ว่าข้าพเจ้าเป็นอยู่อย่างที่เป็นอยู่นี้ก็เนื่องด้วยพระคุณของพระเจ้า และพระคุณของพระองค์ซึ่งได้ทรงประทานแก่ข้าพเจ้านั้นมิได้ไร้ประโยชน์ แต่ข้าพเจ้ากลับทำงานมากกว่าพวกเขาเสียอีก มิใช่ตัวข้าพเจ้าเองทำ แต่เป็นด้วยพระคุณของพระเจ้าซึ่งดำรงอยู่กับข้าพเจ้า เหตุฉะนั้นแม้ตัวข้าพเจ้าก็ดี หรือพวกเขาก็ดี เราทั้งหลายก็ได้ประกาศอย่างที่กล่าวมานั้น และท่านทั้งหลายก็ได้เชื่ออย่างนั้น (15:10-11)

เราสามารถทำงานเพื่อพระเจ้าได้เพราะพระองค์ทรงประทานพระคุณให้กับเรา เราสามารถอธิษฐานอย่างหนัก อดอาหาร และประกาศพระกิตติคุณได้ก็เพราะพระองค์ทรงประทานพระคุณและกำลังให้กับเรา เราไม่สามารถทำสิ่งเหล่านี้ด้วยกำลังของตัวเราเอง พระเจ้าทรงประทานพระคุณของพระองค์ให้กับเราเมื่อเราพยายามที่จะทำสิ่งเหล่านี้

การกำจัดบาปทิ้งไปก็เช่นเดียวกัน ถ้าเราสามารถกำจัดบาปทิ้งไปด้วยกำลังของตัวเราเอง พระเยซูก็คงไม่ต้องหลั่งพระโลหิตของพระองค์เพื่อเรา เราไม่สามารถกำจัดแม้กระทั่งบาปเล็ก ๆ น้อย ๆ ด้วยกำลังของเราเองได้ เมื่อเราพยายามที่จะกำจัดบาปทิ้งไปด้วยการอธิษฐานเราก็สามารถกำจัดบาปเหล่านั้นทิ้งไปโดยพระคุณและกำลังที่พระเจ้าประทานให้และโดยความช่วยเหลือของพระวิญญาณบริสุทธิ์ สิ่งที่ชำระบาปของเราคือพระโลหิตขององค์พระผู้เป็นเจ้า

อัครทูตเปาโลทำงานมากกว่าอัครทูตคนอื่น ๆ ท่านประกาศพระกิตติคุณอย่างขยันหมั่นเพียรและไม่ว่าท่านจะไปในที่แห่งใดก็ตามคริสตจักรจำนวนมากได้ถูกก่อตั้งขึ้นผ่านการเดินทางเผยแพร่ธรรมของท่านทั้งสามเที่ยว ท่านได้รับการข่มเหงและการเยาะเย้ยจากถางทุกรูปแบบ ท่านเคยถูกเรียกว่าเป็นผู้นำลัทธิด้วยซ้ำไป ชีวิต

ของท่านตกอยู่ในอันตรายหลายครั้ง ท่านถูกเฆียนตีและถูกจำคุก แต่ถึงกระนั้นท่านก็ยังประกาศพระกิตติคุณ

แต่ท่านพูดว่าทุกสิ่งทุกอย่างเป็นเพราะพระคุณของพระเจ้าผู้ทรงสถิตอยู่กับท่านเพียงอย่างเดียว ผู้คนที่มีความเชื่อจะยอมรับพระคุณของพระเจ้า หลังจากการทำงานอย่างหนัก การอธิษฐานอย่างร้อนรน และการประกาศพระกิตติคุณ คนเหล่านี้จะถวายเกียรติทั้งสิ้นแด่พระเจ้า

ในสุภาษิต 3:6 พระคัมภีร์บอกให้เรา "ยอมรับรู้พระองค์ในทุกทางของเจ้า" เราไม่สามารถช่วยดวงวิญญาณให้รอดด้วยกำลังของเราเอง เราไม่สามารถทำให้ภารกิจสำเร็จเพียงเพราะเรามีความรู้ ชื่อเสียง หรืออำนาจมากมาย ยิ่งเราอธิษฐานและทำงานหนักด้วยความเชื่อมากขึ้นเท่าใด พระเจ้าก็จะทรงชื่นชมยินดีและประทานพระคุณให้กับเรามากขึ้นเท่านั้น นั่นคือวิธีการที่เราจะสามารถเกิดผลในเรื่องความรอดของดวงวิญญาณ ภารกิจเช่นนี้จะกลายเป็นรางวัลอันยิ่งใหญ่สำหรับเราในสวรรค์

อัครทูตเปาโล อัครทูตคนอื่น ๆ และผู้รับใช้ของพระเจ้าจำนวนมากทำงานอย่างหนักและขยันหมั่นเพียรในการประกาศพระกิตติคุณด้วยวิธีนี้ ผู้คนจำนวนมากหันมาเชื่อในหนทางแห่งกางเขนและการเป็นขึ้นมาจากความตายและการเสด็จมาครั้งที่สองขององค์พระผู้เป็นเจ้าผ่านทางการทำงานของคนเหล่านี้

# การพูดว่า
## "การเป็นขึ้นมาจากความตายไม่มี"

แต่ถ้าเทศนาว่าพระคริสต์ได้ทรงฟื้นขึ้นมาจากตายแล้ว เหตุใดพวกท่านบางคนยังกล่าวว่า การฟื้นขึ้นมาจากตายไม่มี (15:12)

อัครทูตเปาโลสอนคนเหล่านั้นเกี่ยวกับวิธีการดำเนินชีวิตแห่งความเชื่อ เกี่ยวกับลำดับขั้นในคริสตจักร และเกี่ยวกับของประทานแห่งพระวิญญาณ เราต้องมีความเชื่อและความหวังในเรื่องการเป็นขึ้นมาจากความตายเพื่อให้เราสามารถทำหน้าที่ของเราได้ดี เพราะเหตุนี้ เปาโลจึงกล่าวถึงความเชื่อและการเป็นขึ้นมาจากความตายในบทที่ 15

ในเวลานั้นมีบางคนพูดว่าองค์พระผู้เป็นเจ้าไม่ได้เป็นขึ้นมาจากความตายเพราะการเป็นขึ้นมาจากความตายไม่มีจริง พวกฟาริสีเชื่อในเรื่อง "วิญญาณ" เช่นกันแต่พวกธรรมาจารย์ไม่เชื่อเรื่องนี้ เขาคิดว่าทุกสิ่งจบสิ้นลงพร้อมกับการดับสูญของชีวิตฝ่ายร่างกาย

ในปัจจุบันคนที่ไม่เชื่อหลายคนคิดว่าชีวิตในโลกนี้คือทุกสิ่งทุกอย่าง แต่กระนั้นเขาก็ไม่สามารถปฏิเสธถึงการดำรงอยู่ของชีวิตแ

ละการพิพากษาที่จะมาถึงในส่วนลึกแห่งจิตใจของเขา ดังนั้นเขาจึงรู้สึกกลัวเมื่อเขาทำบาป แต่ถ้าเขาทำบาปอย่างต่อเนื่องจิตใจของเขาก็จะแข็งกระด้างมากขึ้นและความกลัวนั้นก็จะจางหายไป ดังนั้นจึงเป็นการยากที่คนเหล่านี้จะยอมรับเอาพระเยซูคริสต์แม้เราจะประกาศพระกิตติคุณกับเขาก็ตาม

แต่ถ้าการฟื้นขึ้นมาจากตายไม่มี พระคริสต์ก็หาได้ทรงเป็นขึ้นมาไม่ ถ้าพระคริสต์มิได้ทรงเป็นขึ้นมา การเทศนาของเรานั้นก็เปล่าประโยชน์ ทั้งความเชื่อของท่านทั้งหลายก็เปล่าประโยชน์ด้วยและก็จะปรากฏว่าเราอ้างพยานเท็จในเรื่องพระเจ้า เพราะเราอ้างพยานถึงพระเจ้าว่าพระองค์ได้ทรงบันดาลให้พระคริสต์เป็นขึ้นมา แต่ถ้าคนตายไม่เป็นขึ้นมาแล้ว พระองค์ก็ไม่ได้ทรงบันดาลให้พระคริสต์เป็นขึ้นมา (15:13-15)

องค์พระผู้เป็นเจ้าทรงเสด็จเข้ามาในโลกนี้เพื่อไถ่เราให้พ้นจากบาปและเพื่อมอบชีวิตนิรันดร์ให้กับเราผ่านการคืนพระชนม์ของพระองค์ ถ้าพระองค์ไม่เป็นขึ้นมาจากความตายเราก็คงไม่เป็นขึ้นมาจากความตายเช่นกัน เราสามารถรู้ว่าองค์พระผู้เป็นเจ้าทรงเป็นขึ้นมาจากความตายจากพระคัมภีร์และประวัติศาสตร์ของมนุษย์ก็พิสูจน์ถึงความจริงข้อนี้

เรารู้ว่าสาวกของพระเยซูเป็นคนแบบไหน ในคืนก่อนที่พระเยซูจะถูกตรึงสาวกเหล่านี้วิ่งหนีไปด้วยความกลัว แม้แต่เปโตรซึ่งน่าจะเป็นผู้ที่กล้าหาญที่สุดในสิบสองคนก็ปฏิเสธพระเยซูถึงสามครั้งโดยบอกว่าเขาไม่รู้จักพระองค์

แต่คนเหล่านั้นเปลี่ยนแปลงอย่างไรหลังจากที่เขาเห็นการเป็นขึ้นมาจากความตายขององค์พระผู้เป็นเจ้าด้วยตาของตนเอง คนเหล่านั้นประกาศพระกิตติคุณอย่างกล้าหาญโดยปราศจากความกลัว

แม้เขาต้องพบกับการข่มเหงอย่างรุนแรง คนเหล่านั้นถูกตัดศีรษะ ถูกตรึง และถูกต้มในหม้อน้ำมันที่ร้อนเดือด สาวกเหล่านั้นเปลี่ยนแปลงอย่างมากเพราะเขาเห็นการเป็นขึ้นมาจากความตายขององค์พระผู้เป็นเจ้าด้วยตาของตนเอง คนเหล่านั้นมองเห็นแผลที่ฝีพระหัตถ์และที่สีข้างขององค์พระผู้เป็นเจ้าด้วยตนเอง ต่อมาภายหลังพระกิตติคุณที่เขาประกาศได้ทำให้จักรภพโรมทั้งหมดรู้จักพระเจ้าและแพร่กระจายออกไปทั่วโลก

ถ้าพระคริสต์ไม่ได้เป็นขึ้นมาจากความตาย เราก็ต้องเป็นคนที่โง่เขลา การประกาศของเราก็จะไร้ความหมายและเราก็คงเป็นพยานเท็จ แต่เพราะการเป็นขึ้นมาจากความตายเป็นความจริงเราจึงไม่ใช่คนโง่เขลาและการงานทั้งสิ้นของเราก็ไม่ไร้ความหมาย

ถ้าไม่มีการเป็นขึ้นจากความตาย พระเจ้าก็คงไม่ชุบพระเยซูคริสต์ให้เป็นขึ้นมาใหม่ พระเจ้าทรงทำให้พระองค์เป็นขึ้นมาจากความตายก็เพื่อว่าทุกคนที่เชื่อในพระเยซูคริสต์และเสียชีวิตจะเป็นขึ้นมาจากความตายเช่นกันและเข้าสู่แผ่นดินสวรรค์

เพราะว่าถ้าคนตายไม่เป็นขึ้นมา พระคริสต์ก็ไม่ได้ทรงเป็นขึ้นมาและถ้าพระคริสต์ไม่ได้ทรงเป็นขึ้นมา ความเชื่อของท่านก็ไร้ประโยชน์ ท่านก็ยังตกอยู่ในบาปของตนและคนทั้งหลายที่ล่วงหลับในพระคริสต์ ก็พินาศไปด้วย ถ้าพวกเรามีความหวังใจในพระคริสต์ในชีวิตนี้เท่านั้น เราก็เป็นพวกที่น่าสังเวชที่สุดในบรรดาคนทั้งปวง (15:16-19)

ผู้คนที่ถูกเรียกว่าคริสเตียนแท้จะประกาศพระกิตติคุณ รับใช้คริสตจักร ทำงานหนักในที่ทำงานของตน และถวายสิบลดและถวายทรัพย์อย่างกระตือรือร้น คนเหล่านี้ไม่พยายามที่จะเป็นมิ

ตรกับโลกแต่จะดำเนินชีวิตที่บริสุทธิ์ คนเหล่านี้ไม่เดินทางไปเที่ยวในวันอาทิตย์แต่เขาจะมานมัสการพระเจ้าที่คริสตจักร ดังนั้น ถ้าไม่มีการคืนพระชนม์ขององค์พระผู้เป็นเจ้า สิ่งสารพัดเหล่านี้จะเป็นสิ่งที่โง่เขลาสักเพียงใด

นอกจากนั้น ถึงแม้ว่าความบาปของเราจะได้รับการยกโทษ แต่สิ่งนั้นจะมีประโยชน์อะไรถ้าเราไม่มีการเป็นขึ้นมาจากความตาย แต่เพราะการเป็นขึ้นมาจากความตายขององค์พระผู้เป็นเจ้าเป็นความจริงอันเที่ยงแท้ สิ่งนี้จึงไม่ใช่ความโง่เขลา แท้ที่จริงคนที่โง่เขลาคนที่ไม่เชื่อในพระเจ้าและคิดว่าชีวิตในโลกนี้คือทุกสิ่งทุกอย่าง

เพราะเหตุนี้พระเจ้าจึงตรัสว่าสติปัญญาของโลกนี้คือความโง่เขลา (1 โครินธ์ 3:19) ด้วยสติปัญญา ความรู้ หลักทฤษฎี และความคิดของโลกนี้เขาจะไม่สามารถเชื่อในการเป็นขึ้นมาของพระเยซูเจ้าได้ นี่คือสาเหตุที่พระเจ้าทรงสั่งให้เราทำลายความคิดและหลักทฤษฎีทั้งสิ้นของเรา

เราจะเป็นคนที่น่าสังเวชมากถ้าชีวิตของเราจบสิ้นบนโลกนี้ ดังนั้น เนื่องจากผู้คนชาวโลกเชื่อว่าชีวิตนี้คือทุกสิ่งทุกอย่างเขาจึงคิดว่าผู้เชื่อคือผู้คนที่น่าสังเวช

แต่ในกรณีนี้ คนเหล่านี้เพียงแค่ตัดสินด้วยความรู้และความคิดของตนเองเท่านั้น เมื่อชีวิตชั่วคราวบนโลกนี้สิ้นสุดลง โลกนิรันดร์และชีวิตนิรันดร์ก็จะปรากฏให้เห็นต่อหน้าเรา

# พระคริสต์ทรงเป็นผลแรก

แต่บัดนี้พระคริสต์ทรงเป็นขึ้นมาจากความตายแล้ว และทรงเป็นผลแรกในพวกคนทั้งหลายที่ได้ล่วงหลับไปแล้วนั้น เพราะว่าความตายได้อุบัติขึ้นเพราะมนุษย์คนหนึ่งเป็นเหตุฉันใด การเป็นขึ้นมาจากความตายก็ได้อุบัติขึ้นเพราะมนุษย์ผู้หนึ่งเป็นเหตุฉันนั้น (15:20-21)

ลูกหลานทุกคนของอาดัม (มนุษย์คนแรก) "ตายแล้ว" แม้ร่างกายของเขามีชีวิตอยู่แต่คนเหล่านี้ก็ตายแล้วเพราะในไม่ช้าเขาจะพินาศไปและลงไปสู่นรกนิรันดร์ แม้จะดูเหมือนว่าเขามีชีวิตอยู่ แต่ในฝ่ายวิญญาณเขาตายแล้วและในสายพระเนตรของพระเจ้าคนเหล่านี้ก็ตายแล้วเช่นกัน

แต่ผู้คนที่ตายพร้อมกับมีความเชื่อในพระเยซูคริสต์ผู้ทรงคืนพระชนม์ คนเหล่านี้จะเป็นขึ้นมาใหม่ในวันสุดท้าย เพราะเหตุนี้พระคัมภีร์จึงกล่าวว่าคนเหล่านี้ "ล่วงหลับ" ไป พระเยซูคริสต์ทรงเป็นผลแรกของการเป็นขึ้นมาจากความตายของผู้คนที่ "ล่วงหลับ" ไป

พระคัมภีร์ข้อนี้กล่าวว่าความตายเกิดขึ้นเพราะมนุษย์คนหนึ่ง ความบาปเข้ามาสู่มนุษย์เนื่องจากการไม่เชื่อฟังของอาดัม อาดัมถูกแช่งสาปและถูกขับออกจากสวนเอเดน โรม 6:23 บันทึกไว้ว่าค่า

จ้างของความบาปคือความตาย ลูกหลานของอาดัมทุกคนเกิดมาพร้อมกับความบาปดั้งเดิมที่เขาได้รับสืบทอดมาจากบรรพบุรุษของตนและเขาทำบาปด้วยตนเองในชีวิตของเขาด้วยเช่นกัน คนบาปที่มีทั้งความบาปดั้งเดิมและบาปที่ตนกระทำเหล่านี้จะถูกทิ้งลงไปในนรก

เพราะว่าค่าจ้างของความบาปคือความตาย ใครบางคนต้องจ่ายค่าจ้างแห่งความบาปของเราเพื่อเราจะสามารถเป็นขึ้นมาใหม่ เรื่องนี้มีความเชื่อมโยงโดยตรงกับกฎของการไถ่ถอนที่ดินในอิสราเอลซึ่งปรากฏอยู่ในเลวีนิติ 25:23-28 ในข้อเหล่านี้ คำว่า "ที่ดิน" หมายถึงมนุษย์ ปฐมกาล 3:19-23 กล่าวว่ามนุษย์ถูกสร้างขึ้นมาจากผงคลีดิน กฎหมายที่บันทึกไว้ในหนังสือเลวีนิติกำหนดไว้ว่าเมื่อคนหนึ่งขายที่ดินของตนไป ตัวเขาหรือญาติของเขาสามารถไถ่ถอนที่ดินนั้นคืนมาได้ด้วยการจ่ายค่าที่ดินนั้นในราคาที่เหมาะสม ในทำนองเดียวกัน เราที่กำลังมุ่งหน้าไปสู่หนทางแห่งความพินาศจะรอดพ้นได้ก็ต่อเมื่อมีใครบางคนยอมจ่ายค่าจ้างของบาปให้กับเราเท่านั้น

พระเจ้าทรงเปิดหนทางแห่งความรอดผ่านทางพระเยซูคริสต์ผู้ทรงมีคุณสมบัติอย่างเหมาะสม ครบถ้วน และถูกต้องที่จะไถ่ถอนที่ดินคืนตามกฎหมาย เพื่อไถ่ถอนที่ดินผู้ไถ่ต้องเป็นญาติพี่น้องของคนที่ขายที่ดิน เราสามารถรับการไถ่ให้พ้นจากบาปของเราโดยญาติคนหนึ่งซึ่งเป็นมนุษย์ด้วยเช่นกัน เพราะเหตุนี้พระเยซูจึงเสด็จเข้ามาในโลกในสภาพของเนื้อหนังและเสด็จมาเป็นมนุษย์คนหนึ่ง (ยอห์น 1:14)

นอกจากนั้น ถ้าท่านต้องการที่จะจ่ายหนี้ที่บางคนเป็นหนี้อยู่นั้นคืน ตัวท่านต้องไม่มีหนี้สินของตนเอง มนุษย์ทุกคนเป็นลูกหลานของอาดัมและคนเหล่านี้เกิดมาพร้อมกับความบาปดั้งเดิม แต่พระเยซูไม่มีความบาปดั้งเดิมเพราะพระองค์ทรงปฏิสนธิโดยเดชของพระวิญญาณบริสุทธิ์ พระองค์ทรงรักษาธรรมบัญญัติทุกข้อและไม่เค

ยทำบาปเลย พระองค์ทรงมีความรักและสิ้นพระชนม์บนกางเขนเพื่อเราด้วยเช่นกัน ด้วยเหตุนี้ ผู้คนที่เชื่อในพระองค์สามารถรับการยกโทษบาปของตนและเขาจะไปถึงความรอด

กฎฝ่ายวิญญาณกำหนดไว้ว่าค่าจ้างของความบาปคือความตาย ด้วยเหตุนี้ ถ้าคนใดไม่มีบาปคนนั้นก็ไม่ต้องตาย แต่ผีมารซาตานได้ตรึงพระเยซูผู้ไม่มีบาปและปราศจากตำหนิ เพราะการกระทำเช่นนั้นมารจึงละเมิดกฎของมิติฝ่ายวิญญาณ ผลลัพธ์ก็คือผีมารซาตานต้องส่งคืนผู้คนที่ต้อนรับเอาพระเยซูเป็นพระผู้ช่วยให้รอดของตนให้กับพระเจ้า นี่คือภารกิจแห่งการไถ่และภารกิจแห่งความรอดที่สำเร็จลุล่วง

เพราะว่าคนทั้งปวงต้องตายเกี่ยวเนื่องกับอาดัมฉันใด คนทั้งปวงก็จะกลับได้ชีวิตเกี่ยวเนื่องกับพระคริสต์ฉันนั้น แต่ว่าทุกคนจะเป็นไปตามลำดับ คือพระคริสต์ทรงเป็นผลแรก แล้วภายหลังก็คือคนทั้งหลายที่เป็นของพระคริสต์ในเมื่อพระองค์จะเสด็จมา (15:22-23)

มนุษย์ทุกคนต้องตายเพราะการไม่เชื่อฟังของอาดัม แต่เรามีชีวิตนิรันดร์โดยทางพระเยซูคริสต์ ผลแรกของการเป็นขึ้นมาจากความตายคือพระคริสต์ ไม่เคยมีใครที่สามารถทำให้คนตายเป็นขึ้นมาใหม่อย่างสมบูรณ์แบบเหมือนพระเยซูก่อนยุคสมัยของพระองค์ เอลียาห์และเอลีชาเคยทำให้คนบางคนเป็นขึ้นมาใหม่ (1 พงศ์กษัตริย์ 17:22; 2 พงศ์กษัตริย์ 4:35) แต่ในที่สุดคนเหล่านั้นก็ตาย กล่าวคือ คนเหล่านั้นไม่ได้เป็นขึ้นมาสู่ชีวิตนิรันดร์เหมือนอย่างองค์พระผู้เป็นเจ้าของเรา นอกจากนั้น เอโนคและเอลียาห์ถูกรับขึ้นไปในสวรรค์ในขณะที่มีชีวิตอยู่ (ปฐมกาล 5:24; 2 พงศ์กษัตริย์ 2:1) แต่ทั้งสองท่านไม่ได้ "เป็นขึ้นมาใหม่"

ข้อ 23 กล่าวว่า "... แล้วภายหลังก็คือคนทั้งหลายที่เป็นของพระคริสต์ ในเมื่อพระองค์จะเสด็จมา" "คนทั้งหลายที่เป็นของพระคริสต์" ในข้อนี้หมายถึงผู้คนที่ได้ต้อนรับเอาองค์พระผู้เป็นเจ้าและเสียชีวิตและวิญญาณของคนเหล่านี้ได้ขึ้นไปสู่แผ่นดินสวรรค์ องค์พระผู้เป็นเจ้าจะนำคนเหล่านี้มาด้วยเมื่อพระองค์เสด็จกลับมาอีกครั้งหนึ่ง

วิญญาณของผู้คนที่เชื่อในองค์พระผู้เป็นเจ้าและเสียชีวิตจะมาพร้อมกับองค์พระผู้เป็นเจ้าในฟ้าอากาศเมื่อพระองค์เสด็จกลับมาอีกครั้งหนึ่ง ในเวลานี้ ร่างกายของคนเหล่านั้นที่อยู่ในอุโมงค์จะเปลี่ยนเป็นร่างกายฝ่ายวิญญาณและรวมเข้ากับวิญญาณของเขาในฟ้าอากาศ

ต่อจากนั้นจะเป็นวาระที่สุด เมื่อพระองค์จะทรงมอบอาณาจักรไว้แด่พระเจ้าคือพระบิดา เมื่อพระองค์จะได้ทรงทำลายการปกครองและสิทธิอำนาจและอานุภาพหมดแล้วเพราะว่าพระองค์จะต้องทรงปกครองอยู่ก่อน จนกว่าพระองค์จะได้ทรงปราบศัตรูทั้งสิ้นให้อยู่ใต้พระบาทของพระองค์ ศัตรูตัวสุดท้ายที่จะทรงทำลายนั้นก็คือความตาย (15:24-26)

หลังจากผู้คนที่เชื่อในองค์พระผู้เป็นเจ้าและถูกฝังไว้ในอุโมงค์เป็นขึ้นมาและขึ้นไปสู่ฟ้าอากาศ คนอื่น ๆ จะติดตามคนเหล่านี้ไปด้วยการถูกรับขึ้นไปยังฟ้าอากาศ กล่าวคือ ผู้เชื่อในท่ามกลางผู้คนที่มีชีวิตอยู่จะขึ้นไปสู่ฟ้าอากาศในขณะที่มีชีวิตโดยไม่พบความตาย

พระคัมภีร์ตอนนี้ระบุว่า "เมื่อพระองค์จะทรงมอบอาณาจักรไว้แด่พระเจ้าคือพระบิดา" ข้อความนี้หมายถึงช่วงเวลาแห่งการเตรียมมนุษย์บนโลกนี้เสร็จสิ้นลง ด้วยเหตุนี้ การปกครอง สิทธิอำนาจ และอานุภาพทั้งหมดจะไม่มีความจำเป็นอีกต่อไป ในแผ่นดินสวรรค์สิ่งเหล่านี้ไม่มีความจำเป็น เพราะเหตุนี้ พระคัมภีร์จึงกล่าวว่าสิ

งเหล่านี้จะถูกทำลายจนหมดสิ้น

ข้อ 25 กล่าวว่า "เพราะว่าพระองค์จะต้องทรงปกครองอยู่ก่อนจนกว่าพระองค์จะได้ทรงปราบศัตรูทั้งสิ้นให้อยู่ใต้พระบาทของพระองค์" เมื่อองค์พระผู้เป็นเจ้าเสด็จกลับมาบ้านโลกนี้ พระองค์และบรรดาผู้เชื่อจะปกครองเหมือนกษัตริย์ เมื่อถึงเวลานี้องค์พระผู้เป็นเจ้าจะทรงปราบศัตรูของพระองค์ไว้ใต้พระบาทของพระองค์

หลังจากยุคพันปีและการพิพากษาบนพระที่นั่งใหญ่สีขาวเสร็จสิ้นลง ข้อ 26 กล่าวว่าศัตรูตัวสุดท้ายที่จะถูกทำลายคือความตาย ถ้าเช่นนั้นความตายคืออะไร

ผีมารซาตานนำความอสัตย์อธรรม ความชั่วช้าเลวทรามและความบาปมาให้เรา โดยทั่วไปมีการกล่าวถึงสิ่งที่เป็นความเท็จเหล่านี้ว่า "ความตาย" "ความตาย" นี้จะถูกทำลายเช่นกันหลังจากการพิพากษาบนพระที่นั่งใหญ่สีขาว เพราะเหตุนี้ ข้อนี้จึงกล่าวว่า "ศัตรูตัวสุดท้ายที่จะทรงทำลายนั้นก็คือความตาย"

เพราะว่าพระองค์ทรงปราบสิ่งสารพัดลงใต้พระบาทของพระองค์แล้ว แต่เมื่อพระองค์ตรัสว่าทรงปราบสิ่งสารพัดลงนั้น ก็เป็นที่ทราบชัดว่ายกเว้นองค์พระเจ้าผู้ทรงปราบสิ่งสารพัดให้อยู่ใต้พระองค์ เมื่อสิ่งสารพัดถูกปราบให้อยู่ใต้พระองค์แล้ว เมื่อนั้นองค์พระบุตรก็จะอยู่ใต้พระเจ้าผู้ทรงปราบสิ่งสารพัดให้อยู่ใต้พระองค์ เพื่อพระเจ้าจะทรงเป็นเอกเป็นใหญ่ในสิ่งสารพัดทั้งปวง (15:27-28)

พระคัมภีร์กล่าวว่าพระเจ้าทรงสร้างฟ้าสวรรค์และแผ่นดินโลกและสิ่งสารพัดซึ่งอยู่ในที่เหล่านั้นโดยพระเยซูคริสต์ พระเจ้าทรงมอบสิ่งสารพัดไว้ภายใต้การบังคับควบคุมของพระเยซูคริสต์ ดังนั้นพระเยซูคริสต์จึงทรงเป็นผู้มีอำนาจครอบครองเหนือสิ่งสารพัด ด้วยเหตุนี้ องค์พระผู้เป็นเจ้าจึงอาจเป็นของสิ่งทรงสร้างของพระอ

งค์อีกต่อไป พระเยซูคริสต์ทรงแตกต่างจากเราเพราะพระองค์ทรงมีพระกายที่ไม่เสื่อมสูญและเป็นกายฝ่ายวิญญาณ เพราะเหตุนี้พระองค์จึงไม่ได้อยู่ภายใต้ของสิ่งใด

พระเจ้าคือผู้ที่ทำให้สิ่งสารพัดถูกปราบอยู่ภายใต้พระบาทของพระเยซูคริสต์ หลังจากการพิพากษาบนพระที่นั่งใหญ่สีขาวเมื่อผีมารซาตานถูกทำลายและสิ่งสารพัดได้รับการรื้อฟื้นขึ้นมาใหม่ พระเยซูคริสต์จะอยู่ภายใต้อำนาจของพระเจ้าเช่นกัน ด้วยวิธีนี้การเชื่อฟังอย่างสมบูรณ์แบบจึงบรรลุผลสำเร็จ

สิ่งที่พระคัมภีร์ตอนนี้พูดถึงคือลำดับของสิ่งต่าง ๆ อันดับแรกได้แก่พระเจ้าพระผู้สร้างและอันดับต่อไปคือพระเยซูคริสต์พระบุตรของพระองค์ ต่อจากพระองค์ได้แก่บรรดาบุตรของพระเจ้าที่ได้รับความรอดและผู้ที่อยู่ภายใต้เราทั้งหลายได้แก่พลโยธาและเหล่าทูตสวรรค์ที่จะปรนนิบัติเรา

พระเยซูคริสต์ทรงเป็นพระเจ้าแต่ดั้งเดิม แต่พระองค์เสด็จเข้ามาในโลกนี้ในสภาพทาส พระองค์ทรงเชื่อฟังจนกระทั่งความมรณาเพื่อทำให้การจัดเตรียมและน้ำพระทัยของพระบิดาสำเร็จ พระเยซูทรงเป็นหนึ่งเดียวกับพระเจ้าและพระองค์เองทรงเป็นพระเจ้า เพราะเหตุนี้ พระองค์จึงทรงมีพระทัย ฤทธิ์อำนาจและสิทธิอำนาจเหมือนกัน พระคัมภีร์ตอนนี้กำลังพูดถึงลำดับขั้นระหว่างพระบิดากับพระบุตร

พระเยซูคริสต์ทรงปฏิบัติตามลำดับขึ้นระหว่างพระบิดาและพระบุตรเพื่อรักษาลำดับขั้นดังกล่าวเอาไว้ ไม่มีสิ่งใดสามารถดำเนินการได้อย่างแท้จริงถ้าปราศจากลำดับขั้น สิ่งสารพัดในจักรวาลธรรมชาติ และทุกสิ่งที่อยู่ในธรรมชาติปฏิบัติตามลำดับขั้นและระเบียบแบบแผน มิติฝ่ายวิญญาณก็ดำเนินตามระเบียบแบบแผนเช่นกัน

# บัพติศมาสำหรับคนตาย

มิฉะนั้น คนเหล่านั้นที่รับบัพติศมาสำหรับคนตายเขาทำอะไรกัน ถ้าคนตายจะไม่เป็นขึ้นมา เหตุไฉนจึงมีคนรับบัพติศมาสำหรับคนตายเล่า (15:29)

บางคนเข้าใจความหมายของข้อนี้ผิดและสอนว่า "ถ้าเรารับบัพติศมาสำหรับคนตาย พระเจ้าก็จะทรงช่วยคนเหล่านั้นให้รอดด้วยเช่นกัน" แต่เรื่องนี้ไม่จริง ไม่ว่าเราจะอธิษฐานรับบัพติศมา และถวายสำหรับคนตายมากเพียงใดก็ตาม สิ่งนี้ก็ไร้ประโยชน์

เราต้องได้รับความรอดด้วยการต้อนรับเอาองค์พระผู้เป็นเจ้าในขณะที่อยู่ในโลกนี้ ถ้าเราไม่รอดในชีวิตของเราบนโลกนี้ การที่มีคนไปรับบัพติศมาสำหรับคนตายก็ไม่มีประโยชน์

ลูกา 16:19-31 บอกเราถึงเรื่องราวของเศรษฐีกับลาซารัสคนยากจน ลาซารัสมีความเชื่อและทูตสวรรค์นำเขาไปอยู่ในอ้อมอกของอับราฮัม แต่เศรษฐีเป็นมิตรกับโลกในชีวิตบนโลกนี้ ผลลัพธ์ก็คือเขาลงไปสู่แดนผู้ตายซึ่งเป็นของนรก ความทุกข์ทรมานของเศรษฐีรุนแรงมากจนเขาร้องขอน้ำสักหยดหนึ่งจากอับราฮัม

แต่เขาก็ไม่ได้รับ เศรษฐีรักพี่น้องของเขาและขอร้องให้อับราฮัมส่งลาซารัสไปประกาศกับคนเหล่านั้นเพื่อเขาจะได้รับความรอดและไม่ลงมาอยู่ในสถานที่แห่งนั้น

พระเยซูตรัสว่าผู้คนที่ไม่เชื่อหลักฐานต่าง ๆ ของพระเจ้าผ่านทางโมเสสหรือพวกผู้เผยพระวจนะจะไม่เชื่อแม้จะมีคนเป็นขึ้นมาจากความตายไปประกาศกับเขาในเรื่องนรกและสวรรค์

ถ้าเศรษฐีคนนั้นได้รับการช่วยให้รอดจากความทุกข์ทรมานในนรกเขาจะพูดอะไร เขาคงขอร้องให้พี่น้องของตนอธิษฐานเผื่อเขาและรับบัพติศมาสำหรับเขา แต่เพราะเขารู้ว่าเขาไม่มีทางรอด ดังนั้นเขาจึงขอร้องให้อับราฮัมอนุญาตให้พี่น้องของเขาได้ยินถึงข่าวประเสริฐ คำอธิบายนี้ชี้ให้เห็นว่าไม่มีความรอดสำหรับผู้คนที่ตายไปแล้ว

ถ้าเช่นนั้น คำว่า "คนตาย" ในพระคัมภีร์ข้อนี้หมายถึงอะไร คำนี้หมายถึงมนุษย์ทุกคนเริ่มต้นกับอาดัมซึ่งตายเนื่องจากบาปเพราะค่าจ้างของความบาปคือความตาย ดังนั้น ก่อนที่เราต้อนรับเอาองค์พระผู้เป็นเจ้าพวกเราทุกคนจึงถูกจัดอยู่ในกลุ่มของ "คนตาย" ซึ่งรวมถึงผู้คนที่ไม่เชื่อซึ่งยังไม่ได้ต้อนรับเอาองค์พระผู้เป็นเจ้า มนุษย์ประกอบด้วยวิญญาณ จิตใจ และร่างกายและเนื่องจากวิญญาณ (ซึ่งเป็นเจ้านายของมนุษย์) ตายแล้ว เราจึงพูดว่าคนเหล่านี้ตายแม้เขาจะมีชีวิตฝ่ายร่างกายอยู่ก็ตาม ผู้คนที่ตายฝ่ายวิญญาณคือมนุษย์ที่ถูกควบคุมด้วยจิตใจและเป็นมนุษย์ฝ่ายเนื้อหนังและคนเหล่านี้จะตกนรก

อย่างไรก็ตาม ข้อ 22 กล่าวว่า "เพราะว่าคนทั้งปวงต้องตายเกี่ยวเนื่องกับอาดัมฉันใด คนทั้งปวงก็จะกลับได้ชีวิตเกี่ยวเนื่องกับพระคริสต์ฉันนั้น" ข้อนี้บอกเราว่าผู้คนที่ตายแล้วจะเป็นขึ้นมาใหม่เมื่อเขาเชื่อในพระเยซูคริสต์และเข้าสู่การกลับใจ ก่อนหน้านี้เราก็ตายด้วยเช่นกัน แต่เรามีชีวิตขึ้นมาใหม่ผ่านทางพ

ระเยซูคริสต์

ต่อไปพระคัมภีร์พูดถึง “บัพติศมา” บัพติศมาอาจจำแนกออกเป็นบัพติศมาด้วยน้ำและบัพติศมาด้วยไฟ น้ำในฝ่ายวิญญาณหมายถึงพระคำของพระเจ้า ดังนั้นการรับบัพติศมาด้วยจึงเป็นสัญลักษณ์ของการชำระจิตใจของเราด้วยพระคำของพระเจ้า กล่าวคือ บัพติศมาด้วยน้ำเป็นการแสดงออกเชิงสัญลักษณ์ทีแสดงให้เห็นว่าเรากลับใจ ได้รับการยกโทษบาป และได้รับความรอด อย่างไรก็ตาม บัพติศมาด้วยน้ำไม่ใช่ทุกสิ่งทุกอย่าง วิญญาณจิตทีตายไปแล้วของเราต้องถูกชุบให้เป็นขึ้นมาใหม่ด้วยการรับพระวิญญาณบริสุทธิ์ เราต้องเผาผลาญธรรมชาติบาปทั้งสิ้นโดยการรับบัพติศมาด้วยไฟทุกวันเช่นกัน

ด้วยวิธีนี้ จิตใจของเราจึงได้รับการเข้าสุหนัตและเราสามารถเปลี่ยนไปสู่ความจริงด้วยการเลียนแบบอย่างพระลักษณะของพระเยซูคริสต์ จากนั้นเราก็จะส่งกลิ่นหอมของพระคริสต์ออกมาจากภายในเราได้อย่างแท้จริง เมือคนซึ่งเคยเป็นคนใจร้อนเปลียนเป็นคนทีสุภาพอ่อนโยน สมาชิกในครอบครัวของเขาทีไม่เชือจะได้รับข่าวประเสริฐและเริ่มเข้าร่วมนมัสการในคริสตจักร เมือเขามายังคริสตจักร ฟังพระคำของพระเจ้า และเปลียนแปลง คนเหล่านีก็จะได้รับพระวิญญาณบริสุทธิ์เพือชุบวิญญาณทีตายแล้วของตนให้เป็นขึ้นมาใหม่เพือเขาจะสามารถเข้าไปสู่ชีวิตนิรันดร์

ด้วยเหตุนี้ บัพติศมาสำหรับคนตายในพระคัมภีร์ตอนนีจึงหมายความว่า ประการแรก ท่านได้รับพิธีสุหนัตในจิตใจด้วยพระวิญญาณบริสุทธิ์และไฟของพระองค์เพือท่านจะสามารถเข้าร่วมในการเป็นขึ้นมาจากความตาย ประการทีสอง สิ่งนีหมายถึงการเป็นแบบอย่างให้ทำตามและให้มีใจปรารถนา เมือผู้เข้าสุหนัตในจิตใจของตนและกลายเป็นความสว่างและเกลือของแผ่นดินโลก ผู้คนทีไม่เชือก็จะเกิดความประทับใจจนเขาต้องการทีจะเข้าไปสู่หนทางแห่ง

ความรอดด้วยเช่นกัน

ในบทที่ 8 ข้อ 13 ก่อนหน้านี้อัครทูตเปาโลกล่าวว่าท่านมีความเชื่อที่จะกินเนื้อได้ แต่ท่านจะไม่กินเนื้อถ้าสิ่งนั้นเป็นเหตุให้พี่น้องในความเชื่อสะดุด นี่คือตัวอย่างของการส่งกลิ่นหอมของพระคริสต์และการรับบัพติศมาเพื่อบุคคลอีกคนหนึ่ง เราพยายามอย่างสุดกำลังในทุกสิ่งเพื่อจะเป็นแบบอย่างที่ดีเพื่อช่วยสามีหรือภรรยาหรือพี่น้องที่ยังไม่เชื่อให้รอดและเพื่อทำให้แผ่นดินและความชอบธรรมของพระเจ้าสำเร็จ

เพราะเหตุนี้เราจึงกำจัดความชั่วทิ้งไปและเข้าสุหนัตในจิตใจของเราอย่างขยันหมั่นเพียร ผู้เชื่อต้องดำเนินชีวิตเพื่อคนตายซึ่งหมายถึงคนที่ไม่เชื่อ เมื่อเรารับใช้คนอื่นและเปลี่ยนแปลงด้วยการเข้าสุหนัตในจิตใจของเรา (นั่นคือ เมื่อเรา "รับบัพติศมา") คนในครอบครัวหรือเพื่อนบ้านของเราก็จะสัมผัสกับกลิ่นหอมของพระคริสต์และได้รับความรอด

ข้อ 29 กล่าวว่า "มิฉะนั้น คนเหล่านั้นที่รับบัพติศมาสำหรับคนตายเขาทำอะไรกัน ถ้าคนตายจะไม่เป็นขึ้นมา เหตุไฉนจึงมีคนรับบัพติศมาสำหรับคนตายเล่า" สิ่งนี้หมายความว่าเราไม่จำเป็นต้องรับบัพติศมาถ้าไม่มีการเป็นขึ้นมาจากความตาย ซึ่งหมายความว่าเราไม่จำเป็นต้องเปลี่ยนแปลงตนเองหรือเข้าสุหนัตในจิตใจของเราเพื่อคนอื่น เราเพียงแต่ดำเนินชีวิตตามที่เราต้องการก็พอ

กล่าวโดยสรุปก็คือการรับบัพติศมาสำหรับคนตายหมายความว่าเรารับบัพติศมาเพื่อตัวเราเองเพื่อคนอื่น ๆ ที่ตายฝ่ายวิญญาณ กล่าวคือ เมื่อผู้เชื่อได้รับการชำระให้บริสุทธิ์ ดำเนินชีวิตอยู่ในความจริง และส่งกลิ่นหอมของพระคริสต์และประกาศพระกิตติคุณออกไป คนไม่เชื่อก็สามารถเชื่อในองค์พระผู้เป็นเจ้าและได้รับความรอด

และเหตุไฉนเราจึงต้องเผชิญกับภัยอันตรายตลอดเวลาเล่า ข้าพเจ้าขอยืนยันโดยอ้างความภูมิใจซึ่งข้าพเจ้ามีอยู่ในท่านทั้งหลายโดยพระเยซูคริสต์องค์พระผู้เป็นเจ้าของเราว่า ข้าพเจ้าตายทุกวัน ถ้าตามลักษณะของมนุษย์ ข้าพเจ้าต่อสู้กับสัตว์ป่าในเมืองเอเฟซัสนั้น จะเป็นประโยชน์อะไรแก่ข้าพเจ้า ถ้าคนตายไม่ได้เป็นขึ้นมาอีก "ให้เรากินและดื่มเถิด เพราะว่าพรุ่งนี้เราจะตาย" (15:30-32)

เราอาจพบกับการข่มเหงเมื่อเราประกาศพระกิตติคุณกับคนที่ไม่เชื่อ ผู้คนที่เชื่อศรัทธาในศาสนาอื่นอาจไม่ชอบฟังพระกิตติคุณ โดยเฉพาะอย่างยิ่ง ในยุคของอัครทูตเปาโลนั้นมีอันตรายและการข่มเหงอยู่อย่างมากมาย ในข้อ 31 เปาโลกล่าวว่า "ข้าพเจ้าตายทุกวัน" และคำพูดนี้หมายถึงการเข้าสุหนัตในจิตใจ กล่าวคือ ทิฐิมานะ อัตตา ความดื้อรั้น ความเกลียดชัง ท่าทีที่ชอบพิพากษา อารมณ์ร้อน ความหยิ่งผยอง และความโลภของท่านตายทุกวัน ยิ่งเรากำจัดความชั่วภายในเราทิ้งไปมากเท่าใดเราก็จะสามารถมีพระลักษณะขององค์พระผู้เป็นเจ้าและกลายเป็นบุคคลแห่งความจริงและมนุษย์ฝ่ายวิญญาณมากเท่านั้น

อัครทูตเปาโลกล่าวว่าท่านอวดอ้างถึงความจริงข้อที่ว่าท่านตายทุกวันด้วยวิธีนี้ ใน 1 โครินธ์บทที่ 13 ท่านกล่าวว่า "อย่าโอ้อวด" แต่เราสามารถโอ้อวดเพื่อถวายเกียรติแด่องค์พระผู้เป็นเจ้า 1 โครินธ์ 10:31 กล่าวว่า "เหตุฉะนั้นเมื่อท่านจะรับประทาน จะดื่ม หรือจะทำอะไรก็ตาม จงกระทำเพื่อเป็นการถวายพระเกียรติแด่พระเจ้า"

ข้อ 32 กล่าวว่า "ถ้าตามลักษณะของมนุษย์ ข้าพเจ้าต่อสู้กับสัตว์ป่าในเมืองเอเฟซัสนั้นจะเป็นประโยชน์อะไรแก่ข้าพเจ้า" คำว่า

"ลักษณะของมนุษย์" ในที่นี้หมายถึง "การเป็นเหมือนคนทั่วไป" คำว่า "สัตว์ป่า" หมายถึงสัตว์ที่ดุร้ายหรือคนชั่วร้าย การโกรธเคืองและการต่อสู้กับคนชั่วร้ายจะไม่ก่อให้เกิดประโยชน์อะไรเลย

เหมือนที่เปาโลกล่าวว่าท่านตายทุกวัน สิ่งเดียวที่เป็นประโยชน์สำหรับเราคือการกำจัดความบาปที่อยู่ภายในเราทิ้งไป นี่คือวิธีการที่เราจะสามารถดำเนินชีวิตฝ่ายวิญญาณและเป็นขึ้นมาใหม่

ข้อนี้กล่าวต่อไปว่า "ถ้าคนตายไม่ได้เป็นขึ้นมาอีก 'ให้เรากินและดื่มเถิด เพราะว่าพรุ่งนี้เราจะตาย'" ผู้คนในโลกนี้คิดว่าชีวิตบนโลกนี้คือการสิ้นสุดของทุกสิ่งทุกอย่าง ดังนั้นเขาจึงกินและดื่มและทำบาปตามที่เขาต้องการ ถึงแม้เขาจะได้ยินว่า "สวรรค์และนรกมีจริงและคนที่ไม่เชื่อจะตกนรก" แต่คนเหล่านี้พูดว่าเขาจะรู้ว่าสิ่งนั้นมีจริงหรือไม่เมื่อตาย แต่เมื่อเขาตายตอนนั้นก็สายเกินไปและการเสียใจในเวลานั้นก็เปล่าประโยชน์

อย่าหลงเลย การคบกับคนชั่วย่อมทำให้นิสัยที่ดีเสียไป จงตื่นขึ้นสู่ความชอบธรรมและอย่าทำผิดอีกเลย เพราะว่าบางคนไม่มีความรู้เรื่องพระเจ้าเสียเลย ที่ข้าพเจ้าว่านี้ก็ให้ท่านมีความละอาย (15:33-34)

มีบางคนที่พูดว่าตนเชื่อในพระเจ้าแต่เขากลับทำบาปและไม่ได้ดำเนินชีวิตเหมือนบุตรของพระเจ้าที่ประพฤติตามความจริง คนเหล่านี้มีแนวโน้มที่จะตีความพระคัมภีร์ไปตามที่ตนต้องการโดยพูดว่าเขาจะ "เชื่อ" เฉพาะในส่วนที่เขาเข้าใจเท่านั้น

เขาพูดเช่นกันว่า "ไม่เป็นไรหรอกถ้าจะดื่มเหล้าสักแก้วสองแก้วเพราะพระคัมภีร์กล่าวว่า 'อย่าเมาเหล้า'" แต่ไม่ว่าท่านจะดื่มหนึ่งแก้วหรือหลายแก้วท่านก็ยังคงมึนเมาตามขนาดที่ท่านบริโภคเข้าไป

พระเจ้าตรัสว่าเราต้องไม่ถูกล่อลวงจากคนที่พูดเช่นนั้น ถ้าเรายอมให้กับสิ่งเหล่านั้นคนอื่นอาจได้รับผลกระทบเช่นกัน การคบคนที่ไม่ดีจะทำให้ศีลธรรมอันดีงามเสื่อมทรามและสิ่งนี้จะนำความอธรรมมาสู่ผู้อื่น เหมือนที่กล่าวไว้ใน 1 เปโตร 5:8 มารซาตานกำลังวนเวียนไปดุจสิงห์คำรามเพื่อเสาะหาคนที่มันจะกัดกินได้ ดังนั้นเราต้องมีจิตใจที่สงบเพื่อประพฤติอยู่ในความชอบธรรมและไม่ทำบาป

เมื่อผู้คนที่ไม่รู้จักพระเจ้าอย่างแท้จริงทำบาป คนเหล่านี้สามารถกลับใจและหันกลับได้เพราะเขายังไม่ได้รู้จักความจริง ถ้าเขาเป็นผู้ที่เพิ่งเริ่มต้นในความเชื่อและไม่มีกำลังที่จะเอาชนะความบาป เขาก็สามารถพยายามกำจัดบาปนั้นทิ้งไปด้วยการอธิษฐาน

แต่ถ้าคนที่รู้จักความจริงและมีกำลังที่จะดำเนินชีวิตด้วยความจริงยังคงทำบาป สิ่งนี้ไม่อาจยอมรับได้ มนุษยชาติต้องเข้าสู่หนทางแห่งความพินาศเนื่องจากบาปและพระเยซูต้องถูกตรึงบนกางเขนเพื่อแก้ปัญหาเรื่องความบาปนี้

ดังนั้นจึงเป็นสิ่งที่ไม่ถูกต้องที่จะสอนคนที่มีความเชื่อว่าเขาสามารถทำบาปและกลับใจได้ พระคัมภีร์สอนอยู่เสมอว่าเราต้องไม่ทำบาป แต่เราต้องดำเนินชีวิตอยู่ในความสว่างเพราะเราได้รับการยกโทษบาปของเราแล้ว ถ้าไม่เช่นนั้น ถ้าเราทำบาปโดยไม่กลับใจ เราก็จะเข้าไปสู่หนทางแห่งความตาย ด้วยเหตุนี้ เราจึงไม่ควรเข้าไปสู่หนทางแห่งความตายด้วยการตีความพระคุณของพระเจ้าผิดไป

## สง่าราศีของแต่ละคนจะแตกต่างกันในแผ่นดินสวรรค์

แต่บางคนจะถามว่า "คนตายจะเป็นขึ้นมาอย่างไรได้ เมื่อเขาเป็นขึ้นมาจะมีรูปกายเป็นอย่างไร" ท่านคนเขลา เมล็ดที่ท่านหว่านลงนั้น ถ้าไม่ตายเสียก่อนแล้วจะงอกขึ้นใหม่ไม่ได้ เมล็ดข้าวที่ท่านหว่านนั้น จะเป็นข้าวสาลีหรือพืชอื่นๆ ก็ดี ท่านมิได้หว่านสิ่งที่เป็นรูปร่างของต้นที่จะงอกขึ้นมา แต่ได้หว่านเมล็ดเท่านั้น แต่พระเจ้าทรงประทานรูปร่างต้นของเมล็ดนั้นตามที่พระองค์ทรงเห็นชอบ และทรงประทานรูปร่างแก่เมล็ดพืชทุกพรรณตามชนิดของมัน (15:35-38)

ผู้คนที่ไม่รู้จักพระเจ้า ผู้คนที่ไม่เชื่อในแม้เขาจะเข้าร่วมนมัสการในคริสตจักร และผู้คนที่เป็นมิตรกับโลกซึ่งทำบาปจะถามว่า "คนตายจะเป็นขึ้นมาอย่างไรได้" อัครทูตเปาโลอธิบายอีกครั้งหนึ่ง เนื่องจากผู้คนที่สงสัยจะยังคงไม่เชื่อ

เปาโลกล่าวว่าผู้คนที่สงสัยและไม่เชื่อคือคนโง่ สดุดี 53:1 กล่าวว่า "คนโง่รำพึงในใจของตนว่า 'ไม่มีพระเจ้า' เขาทั้งหลายก็เลวทรามลง และกระทำความชั่วช้าที่น่าสะอิดสะเอียน ไม่มีสักคนเดียวที่ทำดี" ในทำนองเดียวกัน ถ้าคนห

นึงไม่เชื่อในการเป็นขึ้นมาขององค์พระผู้เป็นเจ้าและพูดว่า "คนตายจะเป็นขึ้นมาอย่างไรได้" เขาก็เป็นคนโง่ อัครทูตเปาโลยกคำอุปมาเรื่องเมล็ดพืชเพื่อช่วยให้คนเหล่านี้เข้าใจ

เมื่อท่านหว่านเมล็ดพืช เมล็ดเหล่านั้นจะแตกหน่อก็ต่อเมื่อมันตายแล้วเท่านั้น เมล็ดไม่สามารถแตกหน่อได้ถ้ามันยังคงสภาพเดิมอยู่ เช่นเดียวกัน เปาโลต้องการถามคนเหล่านั้นว่าทำไมเขาจึงไม่เชื่อเรื่องการเป็นขึ้นมาในเมื่อเขารู้ว่าเมล็ดพืชจะสามารถแตกหน่อและเกิดผลได้ก็ต่อเมื่อมันตายแล้วเท่านั้น

เมล็ดพืชเป็นเพียงเมล็ด เมื่อเมล็ดเหล่านี้ตายมันก็จะมีรูปร่างหนึ่งที่เฉพาะเจาะจง น้ำพระทัยของพระเจ้าก็คือเราหว่านสิ่งใดเราก็เก็บเกี่ยวสิ่งนั้น ดังนั้นเราจะได้พืชที่มีรูปร่างเป็นถั่วเมื่อเราหว่านเมล็ดถั่ว เราจะได้ข้าวบาร์เลย์เมื่อเมล็ดข้าวบาร์เลย์มีรูปร่างเป็นข้าวบาร์เลย์ สำหรับเมล็ดชนิดอื่น ๆ ก็เหมือนกัน

เพราะว่าเนื้อนั้นไม่เหมือนกันหมดทุกอย่าง เนื้อมนุษย์ก็อย่างหนึ่ง เนื้อสัตว์สี่เท้าก็อย่างหนึ่ง เนื้อปลาก็อย่างหนึ่ง เนื้อนกก็อย่างหนึ่ง (15:39)

คำว่า "เนื้อ" ในข้อนี้หมายถึงรูปปั้นหรือรูปแบบของบางสิ่งบางอย่างที่เจาะจง เราสามารถแยกความแตกต่างของสัตว์ชนิดต่าง ๆ ด้วยเนื้อ เนื้อนี้ซึ่งมีรูปร่างที่แตกต่างกัน ดังนั้นเนื้อของมนุษย์ เนื้อของสัตว์ และเนื้อของปลาจึงแตกต่างกัน

อัครทูตเปาโลพูดถึงเรื่องนี้ก็เพื่ออธิบายถึงร่างกายฝ่ายวิญญาณที่เราจะมีในแผ่นดินสวรรค์ ยกตัวอย่าง เราจะมีทรงผมและเสื้อผ้าที่แตกต่างกัน เส้นผมของผู้ชายจะยาวลงมาที่หลังคอและสำหรับผู้หญิงความยาวของเส้นผมคือรางวัลของเขา ผู้คนที่ได้รับรางวัลอันยิ่งใหญ่ที่สุดจะมีเส้นผมยาวลงไปจนถึงบั้นเอว

เราจะสวมใส่ผ้าป่านเนื้อดีสีขาวในสวรรค์และความสดใสของผ้าป่านจะแตกต่างกันออกไปตามระดับของการชำระให้บริสุทธิ์ที่เราบรรลุ ที่อยู่อาศัยในสวรรค์ต้องถูกจำแนกและถูกแยกออกจากกันเนื่องจากระดับและขนาดของความบริสุทธิ์ที่แต่ละคนบรรลุถึงนั้นแตกต่างกัน

สง่าราศีของดวงอาทิตย์และของดวงจันทร์แตกต่างกัน ร่างกายสำหรับสวรรค์ก็มี และร่างกายสำหรับโลกก็มี แต่ว่าสง่าราศีของร่างกายสำหรับสวรรค์ก็อย่างหนึ่ง และสง่าราศีของร่างกายสำหรับโลกก็อย่างหนึ่ง สง่าราศีของดวงอาทิตย์ก็อย่างหนึ่ง สง่าราศีของดวงจันทร์ก็อย่างหนึ่ง สง่าราศีของดวงดาวก็อย่างหนึ่ง แท้ที่จริงสง่าราศีของดาวดวงหนึ่งก็ต่างกันกับสง่าราศีของดาวดวงอื่น ๆ (15:40-41)

เพื่ออธิบายถึง "การเป็นขึ้นมาจากความตาย" อัครทูตเปาโลได้ยกคำอุปมาเกี่ยวกับสิ่งที่เป็นกายภาพมาจนถึงจุดนี้และจากจุดนี้เป็นต้นไปท่านก็เริ่มอธิบายเกี่ยวกับร่างกายที่แตกต่างกัน

ผู้คนที่ไม่เชื่อเป็นของโลกนี้อย่างชัดเจน ในท่ามกลางผู้เชื่อก็ยังมีผู้คนที่เป็นเหมือน "ข้าวสาลี" และ "ข้าวละมาน" "ข้าวสาลี" หมายถึงผู้คนที่ดำเนินชีวิตอยู่ในความชอบธรรมตามพระคำของพระเจ้า คนเหล่านี้มีความหวังในเรื่องแผ่นดินสวรรค์และความเป็นพลเมืองของคนเหล่านี้อยู่ที่สวรรค์ คนเหล่านี้เป็นพลเมืองของสวรรค์และคนเหล่านี้มีร่างกาย (ซึ่งหมายถึง "รูปลักษณ์" หรือ "รูปร่าง") ที่เป็นของสวรรค์

ถ้าใครไม่รู้จักมิติฝ่ายวิญญาณ ทำบาป และอยู่ในความมืดตามความต้องการของเนื้อหนัง เขาคือคนที่เป็นของโลกนี้ ณ จุดนี้เราสามารถเห็นว่ามีร่างกายที่เป็นของโลกนี้และมีร่างกายที่เป็นของสว

รรค์ ผู้คนที่เป็นของสวรรค์จะได้รับสง่าราศีแห่งสวรรค์และผู้คนที่เป็นของโลกนี้ก็จะได้รับความตายซึ่งได้แก่นรกอย่างแน่นอน แต่ในท่ามกลางผู้คนที่เป็นของสวรรค์ คนเหล่านี้แต่ละคนจะได้รับสง่าราศีในสวรรค์ที่แตกต่างกัน

ที่อยู่อาศัยของแต่ละคนจะแตกต่างกันตามความเชื่อของเขา เราสามารถกล่าวได้ว่าความเชื่อของบุคคลอาจจำแนกออกเป็นห้าระดับ ผู้คนที่เพิ่งต้อนรับเอาองค์พระผู้เป็นเจ้าหรือผู้คนที่ได้รับความรอดอย่างหวุดหวิดจะเข้าไปสู่เมืองบรมสุขเกษม

เมื่อความเชื่อของเขาเติบโตขึ้นในระดับหนึ่ง เขาก็พยายามที่จะรักษาพระคำของพระเจ้า แต่เขาไม่สามารถทำสิ่งนั้นได้ดีนัก นี่เป็นความเชื่อระดับที่สอง คนเหล่านี้จะเข้าไปสู่สวรรค์ชั้นที่หนึ่ง เมื่อเขาเติบโตมากยิ่งขึ้นในความเชื่อและมีความเชื่อที่จะประพฤติตามพระคำของพระเจ้า คนเหล่านี้จะเข้าไปสู่สวรรค์ชั้นที่สอง นี่เป็นความเชื่อระดับที่สาม ถ้าเขากำจัดความชั่วทั้งสิ้นทิ้งไปมากขึ้น เขาก็จะได้รับสวรรค์ชั้นที่สามเป็นมรดกและผู้คนที่ทำให้พระเจ้าพอพระทัยมากที่สุดในระดับที่ห้าจะอาศัยอยู่ในนครเยรูซาเล็มใหม่

คำว่า "สง่าราศีของดวงอาทิตย์" ในที่นี้หมายถึงสง่าราศีของผู้คนที่ได้กำจัดความชั่วทุกรูปแบบทิ้งไปและได้รับการชำระให้บริสุทธิ์และเข้าไปสู่สวรรค์ชั้นที่สามหรือนครเยรูซาเล็มใหม่ "สง่าราศีของดวงจันทร์" จะถูกมอบให้กับผู้คนที่เข้าไปสู่สวรรค์ชั้นที่สอง และสง่าราศีของดวงดาวจะถูกมอบให้กับผู้คนที่เข้าไปสู่สวรรค์ชั้นที่หนึ่ง ผู้คนที่เข้าไปสู่เมืองบรมสุขเกษมยังไม่ได้ทำสิ่งใดเพื่อองค์พระผู้เป็นเจ้าและเขาไม่ได้รับรางวัลใดเลย ด้วยเหตุนี้ เราจึงไม่พูดว่าเขาจะได้รับสง่าราศี

สง่าราศีของดวงอาทิตย์ สง่าราศีของดวงจันทร์ และสง่าราศีของดวงดาวในข้อนี้แตกต่างกันมาก นอกจากนั้น ดาวแต่ละดวงก็มีส

ง่าราศีต่างกันเช่นกัน ดวงดาวจำนวนนับไม่ถ้วนมีขนาดและความสดใสต่างกันและสง่าราศีที่จะมอบให้กับแต่ละคนนั้นก็แตกต่างกัน แต่ละคนจะได้รับรางวัลและสง่าราศีในสวรรค์ที่แตกต่างกัน

เปาโลกำลังสอนเราว่าร่างกายของมนุษย์ ปลา นก และสัตว์แตกต่างกันฉันใด แต่ละคนก็จะมีร่างกายฝ่ายวิญญาณและตำแหน่งในสวรรค์แตกต่างกันด้วยฉันนั้นตามขนาดของการชำระให้บริสุทธิ์และการเป็นบุคคลฝ่ายวิญญาณของเรา

ถ้าเราไม่เชื่อในเรื่องการเป็นขึ้นมาจากความตายเราก็จะไม่มีความหวังสำหรับแผ่นดินสวรรค์ เราจะไม่ต่อสู้กับความบาปหรือพยายามที่จะมีสง่าราศีของดวงอาทิตย์ในสวรรค์ เพราะเหตุนี้เปาโลจึงอธิบายโดยใช้ภาพเปรียบเทียบของเมล็ดพืชเพื่อคนเหล่านั้นจะเชื่อในการเป็นขึ้นมาจากความตาย จากนั้นท่านอธิบายว่าร่างกายฝ่ายกายภาพแตกต่างกันฉันใด ร่างกายฝ่ายวิญญาณก็แตกต่างกันด้วยฉันนั้น

# การเป็นขึ้นมาของคนตาย

การซึ่งจะเป็นขึ้นมาจากความตายนั้นก็เหมือนกัน สิ่งที่หว่านลงนั้นเป็นของที่จะเปื่อยเน่า สิ่งที่เป็นขึ้นมาใหม่นั้นก็จะไม่รู้จักเปื่อยเน่า (15:42)

ผมได้อธิบายไปแล้วว่าเพราะวิญญาณเป็นสิ่งที่นิรันดร์เราจึงพูดว่าผู้คนที่เชื่อในองค์พระผู้เป็นเจ้าและเสียชีวิตจะ “ล่วงหลับไป” แต่ทำไมเปาโลจึงพูดถึงการเป็นขึ้นมาจากความตายในข้อนี้

แม้สำหรับผู้เชื่อ เมื่อร่างกายของเขาตายวิญญาณก็จะออกจากร่างกายของเขา เมื่อเราพูดถึงร่างกายภายนอกนี้เราพูดว่า “ความตาย” เมื่อร่างกายถูกฝังไว้ในอุโมงค์ร่างกายนี้จะกลับไปเป็นผงคลีดิน แต่เมื่อองค์พระผู้เป็นเจ้าเสด็จกลับมาในฟ้าอากาศ ร่างกายของคนที่รอดจะเป็นขึ้นมาเป็นร่างกายฝ่ายวิญญาณและจะถูกรับขึ้นไปในฟ้าอากาศ นี่คือ “การเป็นขึ้นมาจากความตาย” ที่เปาโลพูดถึง

ในพระคัมภีร์นี้ ข้อความที่ว่า “สิ่งที่หว่านลงนั้นเป็นของที่จะเปื่อยเน่า ส่งที่เป็นขึ้นมาใหม่นั้นก็จะไม่รู้จักเปื่อยเน่า” หมายถึงอะไร

เรามีทั้งความคิดดีและความคิดชั่ว ความคิดฝ่ายเนื้อหนังซึ่งไม่ใช่ความคิดฝ่ายวิญญาณเป็นความคิดที่ไม่ดีและความคิดเหล่านี้จ

ะพินาศไป โรม 8:6-7 กล่าวว่า "ด้วยว่าซึ่งปักใจอยู่กับเนื้อหนังก็คือความตาย และซึ่งปักใจอยู่กับพระวิญญาณก็คือชีวิตและสันติสุข เหตุว่าใจซึ่งปักอยู่กับเนื้อหนังนั้นก็เป็นศัตรูต่อพระเจ้า เพราะหาได้อยู่ใต้บังคับพระราชบัญญัติของพระเจ้าไม่ และที่จริงจะอยู่ใต้บังคับพระราชบัญญัตินั้นไม่ได้"

ความคิดฝ่ายเนื้อหนังคือความตายและความคิดเหล่านี้จะพินาศไป ผู้คนที่ทำตามความคิดฝ่ายเนื้อหนังจะพิพากษาและกล่าวประณามคนอื่นและยอมรับเอาการทำงานของผีมารซาตาน เพราะเหตุนี้ความคิดฝ่ายเนื้อหนังจึงเป็นปฏิปักษ์กับพระเจ้าและเปาโลบอกเราว่าเราต้องทำลายความคิดและทิฐิมานะทุกประการที่ตั้งตัวขึ้นขัดขวางความรู้ของพระเจ้า และน้อมนำความคิดทุกประการให้เข้าอยู่ใต้บังคับจนถึงเชื่อฟังพระคริสต์ (2 โครินธ์ 10:5)

ยิ่งเรากำจัดความคิดฝ่ายเนื้อหนังทิ้งไปมากเท่าใด เราก็สามารถมีความคิดฝ่ายวิญญาณและความคิดแห่งความจริงและเปลี่ยนเป็นมนุษย์ฝ่ายวิญญาณมากขึ้นเท่านั้น เมื่อเราสังหารและกำจัดความคิดฝ่ายเนื้อหนังทิ้งไป ในไม่ช้าเราก็จะไม่มีความเกลียดชังไม่พิพากษา ไม่กล่าวประณาม และไม่มีความชั่วร้ายรูปแบบอื่นซึ่งมาจากภายในจิตใจของเรา ยิ่งเรากำจัดความเท็จมากขึ้นเท่าใดเราก็จะเก็บเกี่ยวสิ่งที่อยู่ฝ่ายวิญญาณและสิ่งที่ไม่เปื่อยเน่ามากขึ้นเท่านั้น เพราะเหตุนี้อัครทูตเปาโลจึงกล่าวว่า "ข้าพเจ้าตายทุกวัน"

สิ่งที่หว่านลงนั้นไร้เกียรติ สิ่งที่เป็นขึ้นมาใหม่ก็จะมีสง่าราศี สิ่งที่หว่านลงนั้นอ่อนกำลัง สิ่งที่เป็นขึ้นมาใหม่ก็จะมีอำนาจ สิ่งที่หว่านลงนั้นก็เป็นกายธรรมดา สิ่งที่เป็นขึ้นมาก็จะเป็นกายวิญญาณ กายธรรมดามี และกายวิญญาณก็มี (15:43-44)

พระเจ้าทรงให้เกียรติกับเราและทรงเติมเราใหม่ด้วยความจริงเมื่อเรากำจัดสิ่งที่อธรรมและอัปยศทิ้งไป ยิ่งเรากำจัดสิ่งที่เป็นเ

ทิ้งไปมากเท่าใดวิญญาณจิตของเราก็จะจำเริญขึ้นมากเท่านั้น เราจะจำเริญสุขทุกประการ และเราจะมีพลานามัยสมบูรณ์

พระคัมภีร์กล่าวว่า "สิ่งที่หว่านลงนั้นอ่อนกำลัง" คำว่า "อ่อนกำลัง" ในข้อนี้หมายถึงการอ่อนกำลังฝ่ายวิญญาณของจิตใจ สิ่งนี้คือจิตใจที่ถ่อม ยอมรับใช้ และไม่ยืนกรานอยู่กับความคิดเห็นของตนเอง เหมือนดังที่พระเยซูตรัสไว้ว่า "เราบอกความจริงแก่ท่านทั้งหลายว่า ถ้าพวกท่านไม่กลับใจเป็นเหมือนเด็กเล็ก ๆ ท่านจะเข้าในอาณาจักรแห่งสวรรค์ไม่ได้เลย" (มัทธิว 18:3) มนุษย์แห่งความจริงจะมีจิตใจที่อ่อนโยนเหมือนเด็กเล็ก ๆ

ถ้าเราหว่านลงในความอ่อนกำลังในเนื้อหนังเราก็จะมีชีวิตด้วยกำลังฝ่ายวิญญาณอีกครั้งหนึ่ง จิตใจที่อ่อนกำลังเท่านั้นที่จะสามารถหันแก้มอีกข้างหนึ่งเมื่อแก้มอีกข้างหนึ่งของตนถูกตบ สมมุติว่าถ้าท่านสามารถพูดว่า "พี่ครับ พี่ตบแก้มขวาของผม แต่ผมพร้อมที่จะหันแก้มอีกข้างหนึ่งให้กับพี่เช่นกันถ้าสิ่งนั้นจะช่วยให้พี่สบายใจ" การทะเลาะวิวาทหรือความแตกแยกก็จะไม่มีวันเกิดขึ้น

เมื่อเราหว่านในความอ่อนกำลังและเก็บเกี่ยวกำลังฝ่ายวิญญาณ ผีมารซาตานก็จะหนีเราไป เนื่องจากได้รับการยอมรับและเป็นที่รักของพระเจ้า เราจะได้รับการทรงนำไปสู่หนทางแห่งความมั่งคั่งรุ่งเรืองเพื่อถวายเกียรติแด่พระเจ้าและส่งกลิ่นหอมของพระคริสต์ออกไป

ในโลกนี้เรามีความสัมพันธ์ระหว่างสิ่งต่าง ๆ อยู่เสมอ โลกนี้มีความดีและความชั่วและมีร่างกายฝ่ายเนื้อหนังและร่างกายฝ่ายวิญญาณ สิ่งเหล่านี้บอกให้เรารู้ว่าชีวิตบนโลกนี้ไม่ใช่ทุกสิ่งทุกอย่างและไม่ใช่การสิ้นสุด

เพื่อให้เรากำจัดความเท็จของโลกนี้ทิ้งไป เราต้องรู้ว่าเราจะได้ชื่นชมกับสง่าราศีนิรันดร์ในแผ่นดินสวรรค์นิรันดร์ พระเจ้าจะทรงเติมเราให้เต็มด้วยสิ่งที่อยู่ฝ่ายวิญญาณแห่งแผ่นดินสวรรค์ถ้าเรา

ทำตามน้ำพระทัยของพระเจ้าและไม่ได้ดำเนินชีวิตตามความปรารถนาของเรา นั่นคือ การหว่านลงนั้นก็เป็นกายธรรมดาซึ่งเป็นกายฝ่ายเนื้อหนังและสิ่งที่เป็นขึ้นมาก็จะเป็นกายวิญญาณ

เหมือนมีเขียนไว้แล้วว่า 'ทรงสร้างมนุษย์คนเดิมคืออาดัมเป็นจิตวิญญาณมีชีวิตอยู่' แต่อาดัมผู้ซึ่งมาภายหลังนั้นเป็นวิญญาณผู้ประสาทชีวิต แต่ร่างกายซึ่งเกิดก่อนนั้นหาใช่เป็นกายวิญญาณไม่ แต่เป็นกายธรรมดา แล้วภายหลังจึงเป็นกายวิญญาณ มนุษย์เดิมนั้นกำเนิดจากดินและเป็นมนุษย์ดิน มนุษย์ที่สองเป็นองค์พระผู้เป็นเจ้าเสด็จมาจากสวรรค์ (15:45-47)

พระเจ้าทรงสร้างอาดัมมนุษย์คนแรกและทรงระบายลมปราณแห่งชีวิตเข้าไปทางจมูกของเขาเพื่อทำให้เขาเป็นวิญญาณที่มีชีวิต แต่วิญญาณของเขาตายเมื่อเขาทำบาป แต่อาดัมผู้ที่มาภายหลัง (ซึ่งได้แก่พระเยซูคริสต์) ทรงแก้ปัญหาเรื่องความบาปเพื่อให้เป็นวิญญาณที่ชุบวิญญาณที่ตายไปแล้วขึ้นมาใหม่

ข้อ 46 กล่าวว่า "แต่ร่างกายซึ่งเกิดก่อนนั้นหาใช่เป็นกายวิญญาณไม่" ข้อความนี้หมายถึงอาดัมซึ่งเป็นมนุษย์คนแรก อาดัม (มนุษย์คนแรก) ไม่ใช่มนุษย์ฝ่ายวิญญาณเพราะเขามีเนื้อหนัง เพราะเหตุนี้เขาจึงถูกล่อลวงจากผีมารซาตานและเข้าไปสู่หนทางแห่งความพินาศด้วยการทำบาป อาดัมกลับไปสู่เนื้อหนังซึ่งเป็นสิ่งที่น่าเปื่อย

แต่พระเยซูทรงเป็นมนุษย์ฝ่ายวิญญาณเพราะพระองค์เสด็จมาจากสวรรค์และทรงปฏิสนธิโดยเดชของพระวิญญาณบริสุทธิ์ อาดัม (มนุษย์คนแรก) เกิดมาจากโลกนี้และเป็นของแผ่นดินโลก แต่พระเยซู (มนุษย์คนที่สอง) เกิดมาจากสวรรค์ ยอห์น 1:14 กล่าวว่า "พระวาทะได้ทรงสภาพของเนื้อหนัง

และทรงอยู่ท่ามกลางเรา” และข้อนี้หมายความว่าพระองค์เสด็จมาจากสวรรค์เพื่อมายังโลกนี้ในสภาพของมนุษย์เพื่อช่วยเราให้รอด

มนุษย์ดินผู้นั้นเป็นอย่างไร มนุษย์ดินทุกคนก็เป็นอย่างนั้น มนุษย์สวรรค์ผู้นั้นเป็นอย่างไร มนุษย์สวรรค์ทุกคนก็เป็นอย่างนั้นและเมื่อเราเกิดมามีลักษณะสมกับมนุษย์ดินแล้ว เราก็จะมีลักษณะสมกับมนุษย์สวรรค์ด้วย (15:48-49)

“มนุษย์ดิน” หมายถึงมนุษย์แห่งความเท็จ ถ้าเราอยู่ในท่ามกลางผู้คนที่ดำเนินชีวิตอยู่ในความเท็จและดำเนินชีวิตเหมือนที่เขาทำสิ่งนี้ก็หมายความว่าเราเป็นมนุษย์ดินด้วยเช่นกัน

ก่อนที่เราต้อนรับเอาพระเยซูคริสต์เราเป็นมนุษย์ดินและเราดำเนินชีวิตอยู่ในความเท็จ แต่นับจากที่เราต้อนรับเอาพระเยซูคริสต์และได้รับพระวิญญาณบริสุทธิ์ ความคิดและความตั้งใจของเราได้เปลี่ยนไป เรากลายเป็นบุตรของพระเจ้าและตอนนี้เราเป็นมนุษย์สวรรค์ ผู้คนที่มีความเชื่อจะดำเนินชีวิตอยู่ในพระคำแห่งความจริง (ซึ่งได้แก่พระเยซูคริสต์) เพื่อคนเหล่านี้จะมีลักษณะของผู้ที่เป็นมนุษย์สวรรค์

เราหว่านสิ่งที่เน่าเปื่อยและเราจะเก็บเกี่ยวสิ่งที่ไม่เน่าเปื่อยและเราหว่านในความไร้เกียรติและเราจะเป็นขึ้นมาสู่สง่าราศี เราหว่านในความอ่อนกำลังและเราจะเป็นขึ้นมาสู่ความเข้มแข็ง เราหว่านด้วยกายธรรมดาและเราจะเป็นขึ้นมาสู่กายวิญญาณเพื่อเป็นมนุษย์สวรรค์ ยิ่งเรากำจัดความเท็จทิ้งไปด้วยความช่วยเหลือของพระวิญญาณบริสุทธิ์มากเท่าใดเราก็จะเปลี่ยนเป็นมนุษย์ฝ่ายวิญญาณมากขึ้นเท่านั้นและเราก็จะกลายเป็นมนุษย์สวรรค์มากขึ้นด้วยเช่นกัน

# เราทุกคนจะถูกเปลี่ยนแปลงเมื่อเสียงแตรครั้งสุดท้ายดังขึ้น

แต่พี่น้องทั้งหลาย ข้าพเจ้าหมายความว่า เนื้อและเลือดจะรับอาณาจักรของพระเจ้าเป็นมรดกไม่ได้ และสิ่งซึ่งเปื่อยเน่าจะรับสิ่งซึ่งไม่รู้จักเปื่อยเน่าเป็นมรดกก็ไม่ได้ (15:50)

เมื่อเขาโกรธใบหน้าของผู้คนส่วนใหญ่จะเปลียนเป็นสีแดง สาเหตุก็เพราะว่าการไหลเวียนของเลือดจะรวดเร็วขึ้น คำว่า “เลือด” ในข้อนีมีความหมายคล้ายคลึงกับเนือหนัง เนือหนังหมายถึงสิงสารพัดทีไม่สอดคล้องกับความจริง เลือดและเนือไม่สามารถรับแผ่นดินของพระเจ้าเป็นมรดกได้ ท่านอาจคิดว่า “ผมมีเลือดและเนือและการเชือในพระเยซูคริสต์ก็ไร้ความหมายใช่หรือไม่” แต่สิงนีไม่ได้มีความหมายเช่นนัน

แม้เราอาจไม่สมบูรณ์แบบเราก็จะได้รับแผ่นดินของพระเจ้าเป็นมรดกอย่างแน่นอนตราบใดทีเราพยายามเปลียนแปลงตนเองอย่างขยันหมันเพียรด้วยความเชือ แต่เนืองจากสง่าราศีของดวงอาทิตย์ ดวงจันทร์ และดวงดาวแตกต่างกัน เราก็จะได้รับทีอยู่อาศัยในสวรรค์เป็นมรดกในขนาดทีแตกต่างกันตามขนาดของความสัตย์ซือและความเอาจริงเอาจังทีเรามีในความพยายามทีจะละทิงความบ

าปและรับการชำระให้บริสุทธิ์

ตอนนี้ ข้อ 42 บันทึกไว้ว่า “สิ่งที่หว่านลงนั้นเป็นของที่จะเปื่อยเน่า สิ่งที่เป็นขึ้นมาใหม่นั้นก็จะไม่รู้จักเปื่อยเน่า” และข้อ 50 กล่าวว่า “...และสิ่งซึ่งเปื่อยเน่าจะรับสิ่งซึ่งไม่รู้จักเปื่อยเน่าเป็นมรดกก็ไม่ได้” เพราะเหตุใดพระคัมภีร์จึงบันทึกไว้ในลักษณะนี้

เป็นที่ชัดเจนว่าเราจะไม่ได้รับแผ่นดินของพระเจ้าเป็นมรดก ถ้าเรายึดมันและรักษาสิ่งที่เน่าเปื่อยอย่างความชั่ว ความบาป ความอธรรม และความเท็จเอาไว้ สิ่งที่ข้อ 42 หมายถึงก็คือว่าเราต้องหว่านและสังหารสิ่งที่เน่าเปื่อยเพื่อจะเก็บเกี่ยวสิ่งที่อยู่ฝ่ายวิญญาณ ในขณะที่ข้อ 50 หมายความว่าเราไม่สามารถรับแผ่นดินของพระเจ้าเป็นมรดกโดยที่เราไม่กำจัดความเท็จที่เน่าเปื่อยต่าง ๆ ทิ้งไป

ดูก่อน ข้าพเจ้ามีความลึกลับที่จะบอกแก่ท่าน คือว่าเราจะไม่ล่วงหลับหมดทุกคน แต่เราจะถูกเปลี่ยนแปลงใหม่หมด ในชั่วขณะเดียว ในพริบตาเดียว เมื่อเป่าแตรครั้งสุดท้าย เพราะว่าจะมีเสียงแตร และคนที่ตายแล้วจะเป็นขึ้นมาปราศจากเปื่อยเน่า แล้วเราทั้งหลายจะถูกเปลี่ยนแปลงใหม่'(15:51-52)

คำว่า “ความลึกลับ” ในที่นี้หมายถึง “คำวิวรณ์” (การสำแดง) เมื่อลาซารัสน้องชายของมารีย์เสียชีวิต พระเยซูตรัสว่าลาซารัสนอนหลับอยู่ พระเยซูตรัสเช่นนี้ก็เพราะว่าลาซารัสจะเป็นขึ้นมาใหม่เพราะเขาเสียชีวิตในขณะที่เชื่อในพระเยซู พวกสาวกเข้าใจเรื่องนี้ในทางกายภาพและคนเหล่านั้นคิดว่าลาซารัสนอนหลับจริง พระเยซูอธิบายอย่างชัดเจนว่าลาซารัสเสียชีวิตแล้ว

และผู้คนที่เสียชีวิตในองค์พระผู้เป็นเจ้าซึ่งได้แก่ผู้คนที่ล่วงหลั

บไปจะถูกเปลี่ยนแปลงในชั่วขณะเดียว พระเจ้าได้ทรงส่งเสียงแตรหลายครั้งผ่านทางเหล่าปีตาจารย์เพื่อบอกให้เราหันกลับมาจากหนทางแห่งความพินาศและกลับมาสู่ชีวิต เวลานี้เสียงแตรครั้งสุดจะเป็นเสียงของการเสด็จกลับมารับเราขององค์พระผู้เป็นเจ้า

เมื่อเสียงเป่าแตรนี้ดังขึ้น องค์พระผู้เป็นเจ้าจะเสด็จกลับมาในฟ้าอากาศ พระองค์จะเสด็จมาพร้อมกับหมู่เมฆด้วยพระสิริอันยิ่งใหญ่ ในวินาทีนี้ ผู้คนที่เสียชีวิตไปและกลายเป็นผงคลีดินจะมีร่างกายที่ไม่เน่าเปื่อยในชั่วพริบตาและจะเป็นขึ้นมาใหม่ ผู้คนที่รอรับองค์พระผู้เป็นเจ้าในขณะที่มีชีวิตอยู่ก็จะเปลี่ยนเป็นร่างกายฝ่ายวิญญาณ ถูกรับขึ้นไปสู่ฟ้าอากาศ และพบกับองค์พระผู้เป็นเจ้าในฟ้าอากาศเช่นกัน (1 เธสะโลนิกา 4:16-17)

เมื่อสิ่งซึ่งเปื่อยเน่านี้จะ (ต้อง) สวมซึ่งไม่เปื่อยเน่า และซึ่งจะตายนี้จะสวมซึ่งไม่รู้จักตาย เมื่อนั้นตามซึ่งเขียนไว้แล้วจะสำเร็จว่า "ความตายก็ถูกกลืนไปด้วยการมีชัย" โอ ความตาย เหล็กในของเจ้าอยู่ที่ไหน โอ หลุมฝังศพ ชัยชนะของเจ้าอยู่ที่ไหน (15:53-54)

เพื่อยืนยันว่าสิ่งนี้จะเกิดขึ้นอย่างแน่นอน พระคัมภีร์จึงใช้คำว่า "ต้อง" ร่างกายที่เน่าเปื่อยนี้จะสวมร่างกายที่ไม่เน่าเปื่อยและร่างกายที่ไม่เน่าเปื่อยนี้คือชีวิตฝ่ายวิญญาณ เมื่อมนุษย์เสียชีวิตร่างกายของเขาจะเสื่อมสูญพร้อมกับมีกลิ่นเหม็น แต่ด้วยพระคุณของพระเยซูคริสต์เราจะสวมร่างกายฝ่ายวิญญาณที่จะไม่ตาย ร่างกายฝ่ายวิญญาณนี้ไม่มีวันเสื่อมสูญ ไม่เน่าเปื่อย หรือแก่เฒ่า

เพราะเหตุนี้ เมื่อพระเจ้าทรงสร้างอาดัมพระองค์จึงไม่ได้สร้างเขาให้เป็นทารกแต่ทรงสร้างอาดัมให้เป็นผู้ใหญ่ตั้งแต่แรก ถ้าอาดัมต้องเติบโตจากวัยทารกไปสู่วัยรุ่นและวัยผู้ใหญ่ สิ่งนี้ก็หมายคว

ามว่าเขากำลังแก่เฒ่า แต่วิญญาณไม่แก่เฒ่าด้วยวิธีนี้ พระเจ้าทรงสร้างอาดัมให้เป็นผู้มีชีวิตที่สมบูรณ์แบบตั้งแต่วินาทีที่เขาถูกสร้างขึ้น

ตอนนี้ อะไรคือความหมายของข้อความที่ว่า "เมื่อนั้นตามซึ่งเขียนไว้แล้วจะสำเร็จว่า 'ความตายก็ถูกกลืนไปด้วยการมีชัย'"

พระเยซูคริสต์ทรงเป็นขึ้นมาพร้อมกับทำลายพลังอำนาจของความตายและสิ่งในทำนองเดียวกันนี้จะเกิดขึ้นกับผู้เชื่อ เราได้รับการเสริมกำลังให้เข้าไปสู่หนทางแห่งชีวิตนิรันดร์โดยไม่ต้องถูกจองจำให้เป็นทาสของความตาย ด้วยวิธีนี้ ข้อความที่ว่า "ความตายก็ถูกกลืนไปด้วยการมีชัย" จึงสำเร็จเป็นจริง

พระองค์จะทรงกลืนความตายด้วยการมีชัย และองค์พระผู้เป็นเจ้าพระเจ้าจะทรงเช็ดน้ำตาจากหน้าทั้งปวง และพระองค์จะทรงเอาการลบหลู่ชนชาติของพระองค์ไปเสียจากทั่วแผ่นดินโลก เพราะพระเยโฮวาห์ได้ตรัสแล้ว (อิสยาห์ 25:8)

ในสวรรค์ไม่มีความตาย ความโศกเศร้า โรคภัยหรือความเจ็บปวด แต่มีเฉพาะความสุขและความรักเพียงอย่างเดียว เมื่อองค์พระผู้เป็นเจ้าเสด็จมา ถ้อยคำเหล่านี้จะสำเร็จเป็นจริง เมื่อพระองค์เสด็จมาความตายจะไม่มีส่วนเกี่ยวข้องใด ๆ กับเรา

ฮีบรู 2:14-15 กล่าวว่า "เหตุฉะนั้นครั้นบุตรทั้งหลายมีส่วนในเนื้อและเลือดอยู่แล้ว พระองค์ก็ได้ทรงรับเนื้อและเลือดเหมือนกัน เพื่อโดยความตายพระองค์จะได้ทรงทำลายผู้นั้นที่มีอำนาจแห่งความตาย คือพญามารและจะได้ทรงช่วยเขาเหล่านั้นให้พ้นจากการเป็นทาสชั่วชีวิต เพราะเหตุกลัวความตาย"

เหมือนที่บันทึกไว้ว่าผู้คนที่ประพฤติตามน้ำพระทัยของพระเจ้าจะเป็นอิสระจากพลังอำนาจของความตายและจะมีชีวิตนิรันดร์ พระเยซูเสด็จเข้ามาในโลกนี้ในสภาพของมนุษย์ด้วยเหตุผลข้อนี้

โอ ความตาย เหล็กในของเจ้าอยู่ที่ไหน โอ หลุมฝังศพ ชัยชนะของเจ้าอยู่ที่ไหน เหล็กในของความตายนั้นคือบาป และฤทธิ์ของบาปคือพระราชบัญญัติ แต่จงขอบพระคุณแด่พระเจ้า ผู้ทรงประทานชัยชนะแก่เราทั้งหลายโดยพระเยซูคริสต์องค์พระผู้เป็นเจ้าของเรา (15:55-57)

ความตายถูกควบคุมและถูกครอบครองไว้โดยผีมารซาตาน เหล็กในของความตายมีอำนาจเหนือเราเพราะความบาป ความยากลำบาก โรคภัยไข้เจ็บ และความตายมาเหนือเราเนื่องจากความบาป ทูตของพระเจ้าจะปกป้องผู้คนที่เชื่อในพระเจ้า แต่เมื่อเขาทำบาปเขาจะไม่ได้รับการปกป้อง

ในปฐมกาล 3:14 พระเจ้าทรงสาปแช่งงูให้กินผงคลีดินเป็นอาหารไปตลอดชีวิตของมัน คำว่า "ผงคลีดิน" ในข้อนี้หมายถึงมนุษย์ที่ถูกสร้างขึ้นมาจากผงคลีดิน กล่าวคือ การกินผงคลีดินหมายถึงการที่มารซาตานกล่าวโทษมนุษย์ตามขนาดของความบาปที่เขาได้ทำเพื่อนำความยากลำบากและโรคภัยไข้เจ็บมาสู่มนุษย์

พระคัมภีร์กล่าวว่า "ฤทธิ์ของบาปคือพระราชบัญญัติ" สิ่งนี้หมายความว่าพระบัญญัติสามารถควบคุมความบาป สิ่งที่มีอำนาจเหนือการก่ออาชญากรรมก็คือกฎหมายของประเทศและพระคำของพระเจ้า (พระบัญญัติ) คือสิ่งที่มีอำนาจเหนือความบาป ถ้าปราศจากพระบัญญัติเราก็จะไม่รู้ว่าเราเป็นคนบาปหรือไม่ เราสามารถรู้ว่าเราเป็นคนชั่วและคนบาปโดยการวิเคราะห์ตนเองด้วยพระคำแห่งความจริง

เรามีจิตสำนึก แต่จิตสำนึกของแต่ละคนจะแตกต่างกันและไม่ควรมีผู้ใดที่จะยืนกรานว่าจิตสำนึกของเขาถูกต้อง เราต้องไม่ตัดสินความถูกและความผิดตามความคิดของเราเองแต่เราต้องวินิจฉัยทุกสิ่งทุกอย่างตามพระคำของพระเจ้าเท่านั้น พระบัญญัติมีพลังอำ

นาจและเราต้องคิดตามพระคำของพระเจ้าซึ่งเป็นพระบัญญัติของพระเจ้า

ข้อ 57 กล่าวว่าพระเจ้าทรงมอบชัยชนะให้กับเราผ่านทางพระเยซูคริสต์องค์พระผู้เป็นเจ้าของเรา เราสามารถรับการชำระด้วยพระโลหิตขององค์พระผู้เป็นเจ้าเท่านั้น สมมุติว่าคนหนึ่งถูกจำคุก 10 ปีฐานฆ่าคนตาย แม้หลังจากที่เขาชดใช้ความผิดของตนจนครบถ้วนแต่เขาก็ยังมีประวัติอยู่ในบันทึกอาชญากร

อย่างไรก็ตาม ฮีบรู 8:12 บอกเราว่าถ้าเราหันกลับและเปลี่ยนแปลงในจิตใจของเรา พระเจ้าจะไม่ทรงตรัสว่าเราเป็นคนบาปอีกต่อไปและพระองค์จะไม่ทรงจดจำความบาปของเราด้วยซ้ำไป เมื่อเราพึ่งพิงพระเจ้าองค์นี้ เราจะยึดมันอยู่กับความบาป (ซึ่งเป็นเหล็กในของความตาย) ต่อไปได้อย่างไร เราต้องกำจัดความบาปเหล่านั้นทิ้งไป ยิ่งเรากำจัดความบาปทิ้งไปมากเท่าใด ความชื่นชมยินดี การขอบพระคุณ และสันติสุขก็จะมาเหนือเรามากขึ้นเท่านั้น เรามีชัยชนะเหนือความบาปซึ่งเป็นเหล็กในของความตายด้วยพระนามของพระเยซูคริสต์และเราสามารถขอบพระคุณพระเจ้า

**เหตุฉะนั้น** พี่น้องที่รักของข้าพเจ้า ท่านจงตั้งมั่นอยู่อย่าหวั่นไหว จงปฏิบัติงานขององค์พระผู้เป็นเจ้าให้บริบูรณ์ทุกเวลา ด้วยว่าท่านทั้งหลายรู้ว่า โดยองค์พระผู้เป็นเจ้าการของท่านจะไร้ประโยชน์ก็หามิได้ (15:58)

เรามีชัยชนะเหนือความตายและมีชีวิตนิรันดร์เมื่อองค์พระผู้เป็นเจ้าเสด็จกลับมา ดังนั้นเปาโลจึงบอกให้เราตั้งมั่นอยู่ อย่าหวั่นไหว และจงปฏิบัติงานขององค์พระผู้เป็นเจ้าให้บริบูรณ์อยู่ทุกเวลา การงานของเราจะไม่ไร้ความหมายเพราะองค์พระผู้เป็นเจ้าจะทรงตอ

บแทนเราตามสิ่งที่เราได้กระทำ

วิวรณ์ 2:10 บอกเราว่า "แต่เจ้าจงสัตย์ซื่อจนถึงความตาย และเราจะมอบมงกุฎแห่งชีวิตให้แก่เจ้า" 2 โครินธ์ 5:10 กล่าวเช่นกันว่า "เพราะว่าจำเป็นที่เราทุกคนจะต้องปรากฏตัวที่หน้าบัลลังก์พิพากษาของพระคริสต์ เพื่อทุกคนจะได้รับสมกับการที่ได้ประพฤติในร่างกายนี้ แล้วแต่จะดีหรือชั่ว"

มัทธิว 5:11-12 บันทึกไว้ว่า "เมื่อเขาจะติเตียนข่มเหงและนินทาว่าร้ายท่านทั้งหลายเป็นความเท็จเพราะเรา ท่านก็เป็นสุข จงชื่นชมยินดีอย่างเหลือล้น เพราะว่าบำเหน็จของท่านมีบริบูรณ์ในสวรรค์ เพราะเขาได้ข่มเหงศาสดาพยากรณ์ทั้งหลายที่อยู่ก่อนท่านเหมือนกัน"

เราสามารถชื่นชมยินดีและมีชัยชนะอยู่เสมอเพราะเรามีความหวังที่ว่าเราจะได้รับการตอบแทนตามการกระทำของเรา แต่ ณ จุดนี้เราต้องจดจำสิ่งหนึ่งเอาไว้ แน่นอนเป็นสิ่งสำคัญที่จะทำงานของพระเจ้า แต่สิ่งที่พระเจ้าทรงพอพระทัยมากกว่าในสายพระเนตรของพระเจ้าคือความบริสุทธิ์ของเรา ยิ่งเราละทิ้งความบาปและความชั่วและรับการชำระให้บริสุทธิ์มากขึ้นเท่าใด เราก็สามารถเข้าไปสู่ที่อยู่อาศัยที่ดีกว่าในสวรรค์มากขึ้นเท่านั้น เราจะได้รับรางวัลในสวรรค์ไปพร้อม ๆ กันตามภารกิจและการรับใช้ที่เราเพื่อองค์พระผู้เป็นเจ้าด้วยเช่นกัน ด้วยเหตุนี้ เราจึงไม่ควรทำงานหนักเพื่อพระเจ้าในฝ่ายร่างกายเท่านั้น แต่เราต้องมีความสัตย์ซื่อฝ่ายวิญญาณซึ่งเป็นการทำงานหนักเพื่อองค์พระผู้เป็นเจ้าด้วยการกำจัดความชั่วร้ายทิ้งไปในเวลาเดียวกันด้วย

## บทที่ 16

# ท่าทีของคริสเตียนที่เป็นผู้ใหญ่

วิธีการถวายทรัพย์
การเชื่อฟังการทรงนำของพระวิญญาณบริสุทธิ์
จงอยู่ใต้บังคับของทุกคนที่ช่วยในการทำงาน
พันธกิจ

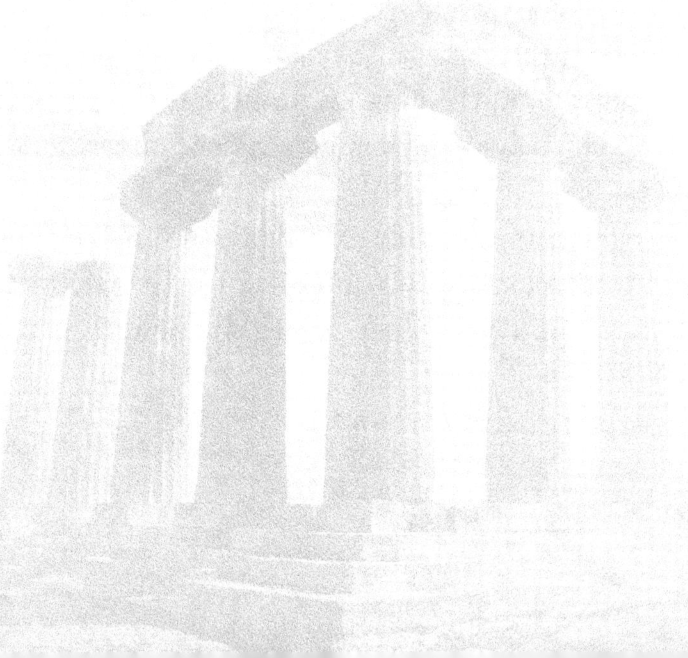

## วิธีการถวายทรัพย์

แล้วเรื่องการถวายทรัพย์เพื่อช่วยวิสุทธิชนนั้น ข้าพเจ้าได้สั่งคริสตจักรที่แคว้นกาลาเทียไว้อย่างไรก็ขอให้ท่านจงกระทำเหมือนกันด้วย ทุกวันต้นสัปดาห์ให้พวกท่านทุกคนเก็บผลประโยชน์ที่ได้รับไว้บ้างตามที่พระเจ้าได้ทรงให้ท่านจำเริญเพื่อจะไม่ต้องถวายทรัพย์เมื่อข้าพเจ้ามา (16:1-2)

"การถวายทรัพย์" ในที่นี้หมายถึงการถวายทรัพย์ให้กับพระเจ้า อัครทูตเปาโลเคยสั่งคริสตจักรกาลาเทียเกี่ยวกับการถวายทรัพย์ด้วยเช่นกัน ตอนนี้ท่านกล่าวว่าคริสตจักรโครินธ์ควรทำแบบเดียวกันด้วย ถ้าคำพูดนี้เป็นความคิดของท่านเองสิ่งที่ท่านบอกกับเขาคงเป็นเพียงคำแนะนำ แต่คำพูดนี้เป็นคำสั่งเพราะสิ่งนี้เป็นพระคำของพระเจ้า

วันต้นสัปดาห์หมายถึงวันอาทิตย์ ในสมัยพระคัมภีร์เดิมวันเสาร์คือวันสะบาโตและแม้กระทั่งในปัจจุบันผู้คนในอิสราเอลยังคงรักษาวันเสาร์ให้เป็นวันสะบาโตอยู่ วันต่อไปซึ่งเป็นวันอาทิตย์คือวันต้นสัปดาห์

ในกิจการ 20:7 เราอ่านพบว่า "ในวันต้นสัปด

าห์เมื่อพวกสาวกประชุมกันทำพิธีหักขนมปัง” และ “วันต้นสัปดาห์” ในข้อนี้หมายถึงวันอาทิตย์ คำว่า “ขนมปัง” ในที่นี้หมายถึงพระคำของพระเจ้า เมื่อพระคัมภีร์กล่าวว่า “พวกสาวกประชุมกันทำพิธีหักขนมปังในวันอาทิตย์” สิ่งนี้หมายความว่าคนเหล่านั้นชุมนุมกันเพื่อร่วมประชุมนมัสการ

วิวรณ์ 1:10 ระบุว่า “พระวิญญาณได้ทรงดลใจข้าพเจ้าในวันของององค์พระผู้เป็นเจ้า” และคำว่า “วันขององค์พระผู้เป็นเจ้า” ในข้อนี้หมายถึงวันอาทิตย์ สาเหตุที่วันอาทิตย์ (ซึ่งเป็นวันแรกหลังจากวันสะบาโต) กลายเป็นวันขององค์พระผู้เป็นเจ้าก็เพราะว่าองค์พระผู้เป็นเจ้าได้ทรงทำลายพลังอำนาจของความตายและทรงเป็นขึ้นมาในวันอาทิตย์

ผู้คนที่เชื่อในพระเยซูคริสต์จึงไม่ลงไปสู่ความตายแต่เขาจะมีชีวิตนิรันดร์โดยภารกิจดังกล่าวนี้ เพราะฉะนั้น วันนี้จึงเป็นวันที่มีความสุขที่สุดและเป็นวันแห่งความหวังซึ่งทำให้วิญญาณจิตของเราได้รับการพักผ่อนอย่างแท้จริง เพราะเหตุนี้ในสมัยพระคัมภีร์ใหม่เราจึงรักษาวันอาทิตย์ให้เป็นวันสะบาโตเพื่อนมัสการพระเจ้า เราถวายทรัพย์แด่พระเจ้าเพื่อใช้สำหรับแผ่นดินของพระองค์ด้วยเช่นกัน

อัครทูตเปาโลก่อตั้งคริสตจักรมากมายและประกาศพระกิตติคุณในทุกที่ทุกแห่งที่ท่านไป ท่านยังได้รวบรวมเงินถวายของคริสตจักรที่มีฐานะมั่งคั่งบางแห่งเพื่อช่วยเหลือคริสตจักรอื่น ๆ ที่มีความขัดสน สิ่งนี้หมายความว่าคริสตจักรส่วนใหญ่มีปัญหาทางด้านการเงินในเวลานั้น แต่ท่านได้ให้ความช่วยเหลือกับคริสตจักรเหล่านั้นที่มีความขัดสนเป็นพิเศษ

คริสตจักรในเยรูซาเล็มมีความยากลำบากมากมายเป็นพิเศษ คนเหล่านั้นถูกเรียกว่าเป็นลัทธิเทียมเท็จจากการที่เขาเชื่อในพระเยซูคริสต์ ผู้เชื่อถูกจำคุกและถูกฆ่า คนเหล่านั้นไม่ได้รับอนุญาตให้

นมัสการหรือถวายทรัพย์อย่างเปิดเผย

ยิ่งกว่านั้น คริสตจักรเหล่านั้นยังพบกับการกันดารอาหารที่ทำให้เขามีความยากลำบากเพิ่มมากขึ้น อัครทูตเปาโลช่วยคริสตจักรในเยรูซาเล็มด้วยการนำเงินถวายไปให้คนเหล่านั้นด้วยตนเองหรือด้วยการส่งเงินถวายไปให้คนเหล่านั้นโดยผ่านใครบางคน ท่านขอร้องให้คริสตจักรโครินธ์เจียดทรัพย์บางส่วนเอาไว้เพื่อเป็นเงินถวาย ถ้าคนเหล่านั้นไม่พร้อมเมื่อท่านเดินทางไปหาเขาและถ้าเขาต้องเตรียมอย่างรีบเร่ง คนเหล่านั้นจะถวายทรัพย์ด้วยความรู้สึกว่าถูกบีบบังคับ ถ้าเป็นเช่นนั้น การถวายทรัพย์ของเขาก็จะไม่สมบูรณ์

เมื่อข้าพเจ้ามาถึงแล้ว พวกท่านเห็นชอบจะรับรองผู้ใดโดยจดหมายของท่าน ข้าพเจ้าจะใช้ผู้นั้นถือของถวายของท่านไปยังกรุงเยรูซาเล็มและถ้าสมควรข้าพเจ้าจะไปด้วย คนเหล่านั้นก็จะไปพร้อมกับข้าพเจ้า (16:3-4)

อัครทูตเปาโลกล่าวว่าท่านจะส่งเงินถวายที่รวบรวมได้จากคริสตจักรโครินธ์ไปยังกรุงเยรูซาเล็มพร้อมกับจดหมายของท่าน แต่ท่านไม่สามารถส่งใครไปก็ได้ บุคคลที่จะนำเงินถวายนี้ไปต้องเป็นผู้ที่ได้รับการยอมรับและความไว้วางใจจากอัครทูตและคริสตจักร

หลักการนี้ควรเป็นหลักการเดียวกันในการบริหารเงินของคริสตจักรในปัจจุบัน เมื่อคริสตจักรให้การสงเคราะห์ ภารกิจนี้ควรดำเนินการโดยผู้คนที่น่าไว้วางใจ เปาโลกล่าวเช่นกันว่าท่านจะส่งเงินถวายไปโดยผ่านคนที่น่าไว้วางใจและสมาชิกคริสตจักรโครินธ์ไม่ต้องเป็นห่วง

คำว่า "ของถวายของท่าน" ในข้อนี้รวมถึงสิ่งที่สมาชิกคริสตจักรโครินธ์ได้เจียดเอาไว้จากค่าใช้จ่ายที่จำเป็นของตนเพื่อมอบเป็นเ

จินถวายให้ความช่วยเหลือกับคริสตจักรในเยรูซาเล็มแม้ในยามที่เขาพบกับความยากลำบากและคนเหล่านี้อธิษฐานเผื่อคริสตจักรในเยรูซาเล็มอย่างพากเพียรด้วยความห่วงใย

และเปาโลกล่าวเช่นกันว่า "...ถ้าสมควรข้าพเจ้าจะไปด้วย คนเหล่านั้นก็จะไปพร้อมกับข้าพเจ้า" แต่ท่านไม่ได้พูดโดยความจำเป็นว่า "ข้าพเจ้าจะไป" สาเหตุก็เพราะว่าท่านมอบทุกสิ่งไว้ในพระหัตถ์ของพระเจ้า ท่านแสดงความคิดเห็นของท่านและถ้าสิ่งนั้นไม่ได้สอดคล้องกับน้ำพระทัยของพระเจ้า ท่านก็คงไม่สามารถไปได้ เพราะเหตุนี้ท่านจึงกล่าวว่า "ถ้าสมควรข้าพเจ้าจะไปด้วย"

# การเชื่อฟังการทรงนำของพระวิญญาณบริสุทธิ์

เพราะเมื่อข้าพเจ้าข้ามแคว้นมาซิโดเนียแล้วข้าพเจ้าจะมาหาท่าน เพราะข้าพเจ้าตั้งใจว่าจะไปทางมาซิโดเนียและข้าพเจ้าอาจจะพักอยู่กับท่าน บางทีอาจจะอยู่จนถึงสิ้นฤดูหนาวก็เป็นได้ แล้วข้าพเจ้าจะไปทางไหน พวกท่านจะได้ส่งข้าพเจ้าไปทางนั้น (16:5-6)

มาซิโดเนียตั้งอยู่ทางตอนเหนือของโครินธ์ เปาโลเขียนจดหมายนี้จากเมืองเอเฟซัส (ซึ่งท่านพักอยู่ที่นั่น) โดยกล่าวว่าท่านจะเดินทางมายังโครินธ์โดยผ่านมาซิโดเนีย

ท่านไม่จำเป็นต้องพูดว่าท่านต้องเดินทางผ่านมาซิโดเนีย แต่ท่านจงใจพูดถึงเรื่องนี้เพื่อให้คนเหล่านั้นรู้จักเส้นทางของท่าน ท่านกล่าวถึงความเป็นไปได้เช่นกันว่าท่านอาจพักอยู่ในเมืองโครินธ์จนถึงสิ้นฤดูหนาว

ท่านกล่าวว่า “บางที” เพราะยังไม่มีอะไรแน่นอน ท่านคงไม่สามารถทำสิ่งนั้นได้ถ้าพระวิญญาณบริสุทธิ์ไม่ทรงอนุญาตให้ท่านทำ อัครทูตเปาโลต้องการที่จะเผยแพร่ข่าวประเสริฐไปยังเอเชีย แต่เหมือนที่บันทึกไว้ในกิจาการ 16:6-10 ว่าเมื่อพระวิญ

ญาณบริสุทธิ์ทรงยับยั้งท่านไว้ ท่านก็ไม่ได้เดินทางไปยังเอเชีย แต่ท่านมุ่งหน้าไปยังยุโรปแทน เช่นเดียวกัน เราไม่ควรทำสิ่งต่าง ๆ ตามที่เราต้องการ แต่เราควรทำตามการทรงนำของพระวิญญาณบริสุทธิ์

...เพราะว่าข้าพเจ้าไม่อยากจะพบท่านเมื่อผ่านไปเท่านั้น แต่ข้าพเจ้าหวังใจว่า ถ้าองค์พระผู้เป็นเจ้าทรงโปรดข้าพเจ้าจะค้างอยู่กับท่านนาน ๆ หน่อย แต่ข้าพเจ้าจะอยู่ที่เมืองเอเฟซัสจนถึงเทศกาลเพ็นเทคอสต์ เพราะว่าที่นี่มีประตูเปิดให้ข้าพเจ้าอย่างกว้างขวางน่าจะเกิดผล ทั้งผู้ขัดขวางก็มีเป็นอันมากด้วย (16:7-9)

ก่อนหน้านี้ท่านมีภารกิจยุ่งมากและท่านไม่มีเวลา ดังนั้นจึงหยุดพบเขาเมื่อท่านเดินทางผ่านไปเท่านั้น แต่เวลานี้ถ้าองค์พระผู้เป็นเจ้าทรงอนุญาต ท่านต้องการที่จะค้างอยู่กับเขาเป็นเวลานาน ๆ เพื่อร่วมแบ่งปันพระคุณกับเขา เวลานี้ท่านกล่าวเช่นกันว่า "ถ้าองค์พระผู้เป็นเจ้าทรงโปรด" เพื่อให้คนเหล่านั้นรู้ว่าพันธกิจทั้งสิ้นของท่านขึ้นอยู่กับน้ำพระทัยของพระเจ้า

อัครทูตเปาโลรับใช้ที่คริสตจักรโครินธ์เป็นเวลานานและท่านรักคริสตจักรแห่งนี้มาก ดังนั้นท่านจึงต้องการที่จะค้างอยู่กับเขาเป็นเวลานานแทนที่จะแวะเยี่ยมเมื่อเดินทางผ่านไป

ข้อ 8 กล่าวว่า "แต่ข้าพเจ้าจะอยู่ที่เมืองเอเฟซัสจนถึงเทศกาลเพ็นเทคอสต์" เป้าหมายเดียวของเปาโลคือการประกาศพระกิตติคุณ ท่านเพียงแต่ต้องการที่จะเปิดประตูแห่งการประกาศข่าวประเสริฐและช่วยดวงวิญญาณในเอเฟซัสและในภาคพื้นอื่น ๆ ให้ได้รับความรอดมากขึ้นเท่านั้น ท่านกล่าวว่า "เพราะว่าที่นี่มีปร

ะตูเปิดให้ข้าพเจ้าอย่างกว้างขวาง" ซึ่งหมายความว่าประตูแห่งการประกาศข่าวประเสริฐนั้นเปิดกว้างมาก

ถ้ามีผู้ขัดขวางจำนวนมากเมื่อเราประกาศพระกิตติคุณ การประกาศพระกิตติคุณก็จะทำได้ง่ายขึ้น ถ้าผู้คนวางเฉยกับเรา สิ่งนี้จะทำให้การประกาศพระกิตติคุณกับคนเหล่านี้ยากขึ้น ถ้าเขาพยายามที่จะโต้แย้งหรือต่อสู้กับเรา โอกาสที่เขาจะต้อนรับเอาองค์พระผู้เป็นเจ้าก็จะมีเพิ่มมากขึ้นเช่นกัน

เราไม่ต้องกลัวการก่อกวนของซาตานเมื่อเราเผยแพร่พระกิตติคุณ ยิ่งเราอธิษฐานและเผยแพร่พระกิตติคุณมากขึ้นเท่าใด ผีมารก็จะพยายามขัดขวางเรามากขึ้นเท่านั้น แต่พระเจ้าจะทรงปกป้องเรามากขึ้นด้วยเช่นกัน เปาโลหมายความว่าในเมื่อประตูแห่งการประกาศพระกิตติคุณกำลังเปิดกว้างและมีผู้ขัดขวางการประกาศอยู่มากมาย ท่านจึงต้องการที่จะประกาศพระกิตติคุณด้วยการค้างอยู่ที่เอเฟซัสเป็นเวลานาน

แล้วถ้าทิโมธีมาหาท่านจงให้เขาอยู่กับท่านโดยปราศจากความกลัว เพราะว่าเขาทำงานขององค์พระผู้เป็นเจ้าเหมือนกับข้าพเจ้า เหตุฉะนั้นอย่าให้ผู้ใดประมาทเขา แต่จงช่วยให้เขาเดินทางไปโดยสันติสุขเพื่อเขาจะมาถึงข้าพเจ้าได้ เพราะข้าพเจ้ากำลังคอยเขากับพวกพี่น้องอยู่' (16:10-11)

เปาโลเลี้ยงดูทิโมธีด้วยการให้ความรักอย่างมากกับเขาจนท่านเรียกทิโมธีว่าลูกของท่าน แต่ดูเหมือนว่าทิโมธีเป็นคนหนุ่มและยังไม่มีประสบการณ์มากนักและดูเหมือนว่าทิโมธีเป็นคนที่สุภาพอ่อนโยนและมีร่างกายที่ค่อนข้างบอบบาง

คริสตจักรในโครินธ์มีปัญหามากมายซึ่งรวมถึงการอิจฉากัน การทะเลาะเบาะแว้งกัน การล่วงประเวณี และการฟ้องร้องกันในห

มู่พีน้องในความเชือ ทิโมธีคงต้องรู้สึกวิตกกังวลหรือหวาดกลัวเมือเขาต้องเดินทางไปยังคริสตจักรแห่งนี เพราะเหตุนีเปาโลจึงขอร้องคนเหล่านันว่า “...จงให้เขาอยู่กับท่านโดยปราศจากความกลัว เพราะว่าเขาทำงานขององค์พระผู้เป็นเจ้าเหมือนกับข้าพเจ้า”

สมาชิกคริสตจักรโครินธ์บางคนไม่ชอบเปาโลในขณะทีบางคนชอบท่าน ท่านก่อตังคริสตจักรแห่งนีและสังสอนเขาด้วยความจริง แต่สมาชิกบางคนไม่อยากต้อนรับท่านและก่อให้เกิดการแตกแยกและการแตกก๊กกันในคริสตจักร เพราะเหตุนีเปาโลจึงรู้สึกถึงความจำเป็นทีต้องให้คำแนะนำดังกล่าวกับคนเหล่านัน คนเหล่านันยังรู้ว่าเปาโลเป็นผู้รับใช้ทีมีฤทธิอำนาจของพระเจ้าและจดหมายของท่านมีบทบาทสำคัญ

ผู้คนทีรักพระเจ้าและดำเนินชีวิตอยู่ในความจริงจะไม่รังเกียจหรือดูถูกผู้รับใช้ของพระเจ้า ท่านจะคิดอย่างไรถ้าหากมีศิษยาภิบาลหนุ่มหน้าใหม่คนหนึงซึงยังไม่ได้รับการสถาปนาเดินทางมาเยียมท่านและให้คำปรึกษากับท่าน

ถ้าท่านคิดว่า “เราคิดว่าคนทีมาจะเป็นศิษยาภิบาลทีมีประสบการณ์และคนทีถูกส่งมาคนนีเป็นใครก็ไม่รู้” ท่านก็จะไม่ได้รับพระคุณของพระเจ้า พระเจ้าไม่ทรงพอพระทัยกับท่านและไม่สามารถกระทำการเพือท่านได้เช่นกัน การทีท่านต้อนรับเขาเหมือนทีท่านต้อนรับองค์พระผู้เป็นเจ้าคือความเชือ สำหรับผู้นำในคริสตจักรก็เช่นเดียวกัน เราควรต้อนรับคนเหล่านันเหมือนทีเราต้อนรับองค์พระผู้เป็นเจ้า

วิธีการปฏิบัติกับผู้นำ

อปอลโลซึ่งเป็นพี่น้องของเรานั้น ข้าพเจ้าได้คะยั้นคะยอให้ไปเยี่ยมท่านทั้งหลายพร้อมกับพวกพี่น้อง แต่ท่านไม่จุใจที่จะไปเดี๋ยวนี้ เมื่อมีโอกาสท่านจึงจะไป (16:12)

ข้อนี้แสดงให้เห็นถึงวิธีการที่อัครทูตเปาโลปฏิบัติกับคนงานของพระเจ้า ท่านไม่ได้สั่งให้อปอลโลไป แต่ท่านแนะนำให้เขาไปหลายครั้งโดยกล่าวว่าถ้าอปอลโลไปได้จะเป็นสิ่งที่ดีกว่า แต่เขากลับไม่ฟังเปาโล อปอลโลคงไปถ้าเปาโลใช้คำพูดที่เข้มงวด แต่เปาโลไม่ได้ทำเช่นนั้น

นี่คือวิธีการปฏิบัติกับผู้นำคริสตจักรและคนงานของพระเจ้า เราอาจออกคำสั่งถ้าสิ่งนั้นเป็นน้ำพระทัยของพระเจ้า แต่เราควรให้คำแนะนำถ้าสิ่งนั้นเป็นแนวคิดของเรา

อปอลโลมีเหตุผลว่าทำไมเขาถึงไม่ยอมไป ครั้งหนึ่งเขาเคยรับใช้อยู่ในคริสตจักรโครินธ์กับอัครทูตเปาโล 1 โครินธ์ 3:6 กล่าวว่า "ข้าพเจ้าได้ปลูก อปอลโลได้รดน้ำ แต่พระเจ้าทรงทำให้เติบโต"

แต่เพราะคริสตจักรมีความแตกแยกกันโดยมีบางคนพูดว่าเขาเป็นศิษย์ของอปอลโล ศิษย์ของเปาโล ศิษย์ของพระคริสต์ หรือศิษย์ของเปโตร อปอลโลคงรู้สึกเสียใจอย่างมาก เพราะเหตุนี้เขาจึงไม่ต้องการที่จะไปยังคริสตจักรแห่งนั้นและเขามีเหตุผลส่วนตัวบางอย่างด้วยเช่นกัน แต่เปาโลกล่าวว่าเมื่อถึงเวลาอปอลโลจะเชื่อฟังและจะไปในที่สุด

เปาโลไม่ได้มีความรู้สึกขุ่นเคืองหรือโกรธอปอลโลที่ไม่ยอมรับคำแนะนำจากท่าน เปาโลต้องการที่จะอยู่อย่างสงบ ยกโทษให้คนอื่น และเข้าใจคนอื่นจากมุมมองของเขาอยู่เสมอ

ด้วยเหตุนี้ เราต้องไม่ประพฤติตนเหมือนอปอลโลหรือปฏิเสธที่จะไม่รับฟังคำแนะนำของผู้คนที่สื่อสารกับพระเจ้าอย่างลึกซึ้ง นี่คือวิธีการที่จะทำให้แผ่นดินของพระเจ้าสำเร็จลุล่วงรวดเร็วยิ่งขึ้น

ท่านทั้งหลายจงระมัดระวัง จงมั่นคงในความเชื่อ จงเป็นลูกผู้ชายแท้ จงเข้มแข็ง ทุกสิ่งซึ่งท่านกระทำนั้นจงกระทำด้วยความรัก (16:13-14)

เราต้องตื่นตัวอยู่เสมอเพื่อจะได้รับความรอด บางคนดำเนินชีวิตในความเชื่ออย่างร้อนรนในระยะแรก แต่ในไม่ช้าเขาก็เยือกเย็นลงและเริ่มหลงรักสิ่งของฝ่ายโลกอีกครั้งหนึ่ง สาเหตุก็เพราะว่าเขาพ่ายแพ้ในการต่อสู้กับผีมารซาตาน การพยายามที่จะรื้อฟื้นสิ่งที่อยู่ฝ่ายวิญญาณขึ้นมาอีกครั้งหนึ่งเป็นเรื่องที่ยากลำบากและทุกข์ทรมานมาก

เมื่อเขาเต็มล้นด้วยพระวิญญาณคนเหล่านี้จะชื่นบานและขอบพระคุณ แต่ถ้าเขาสูญเสียความไพบูลย์ของพระวิญญาณ ความชื่นบานและการขอบพระคุณของเขาก็จางหายไปพร้อมกับความไพบูลย์นั้น เพราะเหตุนี้เราจึงต้องตื่นตัวและอธิษฐานอยู่เสมอ

"จงมั่นคงในความเชื่อ" หมายความว่าเราต้องยืนหยัดอยู่บนศิลาแห่งความเชื่อ ถ้าบ้านถูกสร้างไว้บนศิลาบ้านนั้นก็จะไม่พังทลายเมื่อลมพายุพัดกระหน่ำบ้านหลังนั้น แต่บ้านที่สร้างไว้บนดินทรายจะพังทลายได้โดยง่าย

การมีความเชื่อโดยไม่หวั่นไหวไปตามการทดสอบหรือการทดลองนั้นถือเป็นสิ่งที่สำคัญอย่างยิ่ง นี่คือความเชื่อที่พระเจ้าทรงให้การยอมรับ

ถ้าเราต้องถอนต้นไม้อันดับแรกเราต้องพยายามเขย่าต้นไม้นั้นก่อน ถ้าไม้ต้นนั้นหยั่งรากลึกและไม่สั่นไหว เราก็จะเลิกเขย่าไม้ต้นนั้นหลังจากที่เราทำอยู่สองสามครั้ง แต่ถ้าไม้ต้นนั้นสั่นไหวเพียงเล็กน้อย เราก็จะเขย่าไม้ต้นนั้นต่อไปโดยคิดว่าเราสามารถถอนไม้ต้นนั้น ผีมารซาตานจะไม่เขย่าเราถ้าเรายืนหยัดอยู่อย่างมั่นคงอยู่บนศิลาแห่งความเชื่อ

เพราะเหตุนี้ เปาโลจึงกล่าวว่า "จงเป็นลูกผู้ชายแท้ จงเข้มแข็ง" กล่าวคือ เราต้องเข้มแข็งและกล้าหาญในความจริงโดยมีความตั้งใจอย่างแน่วแน่

ข้อ 14 กล่าวว่า "ทุกสิ่งซึ่งท่านกระทำนั้น

จงกระทำด้วยความรัก" การทำสิ่งหนึ่งสิ่งใดโดยไม่มีความรัก สิ่งนั้นก็ไม่ได้เป็นมาจากพระเจ้า แม้เราจะทำสิ่งนั้นได้ดี แต่ถ้าสิ่งนั้นเป็นการทำเพราะถูกบีบบังคับ หลายคนอาจเป็นทุกข์ ซาตานจะทำงานในสถานการณ์เช่นนั้น

ไม่ว่าสิ่งนั้นจะเล็กหรือใหญ่ ทุกสิ่งที่เราทำต้องทำเพื่อแผ่นดินและความชอบธรรมของพระเจ้าต้องทำด้วยความรักฝ่ายวิญญาณ เมื่อทำงานรับใช้หรือทำงานอาสาสมัครบางอย่าง เราไม่ควรทำสิ่งเหล่านั้นเพื่อให้คนอื่นเห็นหรือเพื่อโอ้อวดตนเอง เราต้องเสียสละเพื่อแผ่นดินของพระเจ้าและเพื่อพี่น้องในความเชื่อไม่ใช่เพื่อประโยชน์ของตนเอง เราต้องทำทุกสิ่งเพื่อถวายเกียรติแด่พระเจ้าด้วยการมีความรักและด้วยใจกว้างขวาง

# จงอยู่ใต้บังคับของทุกคนที่ช่วยในการทำงานพันธกิจ

พี่น้องทั้งหลาย (ท่านรู้ว่าครอบครัวของสเทฟานัสเป็นผลแรกในแคว้นอาคายาและพวกเขาได้ถวายตัวไว้ในการปรนนิบัติวิสุทธิชนทั้งปวง) ข้าพเจ้าขอให้ท่านทั้งหลายอยู่ใต้บังคับคนเช่นนั้น และคนทั้งปวงที่ช่วยทำการด้วยกันนั้นกับเรา (16:15-16)

สเทฟานัสต้อนรับเอาองค์พระผู้เป็นเจ้าในแคว้นอาคายา ท่านได้รับการยอมรับว่าเป็นคนที่อุทิศตนให้กับการปรนนิบัติพี่น้องในความเชื่อเพราะท่านได้สำแดงการกระทำเช่นนั้น พระเจ้าทรงบอกให้เรายอมอยู่ใต้บังคับผู้คนที่ทำงานเพื่อแผ่นดินและความชอบธรรมของพระเจ้า

ในคริสตจักรมีผู้คนอยู่หลายประเภท เช่น คนรวย คนจน คนมีการศึกษา คนด้อยการศึกษา คนที่มีอำนาจในสังคมและคนที่ไม่มีอำนาจดังกล่าว เป็นต้น

ถ้ามีคนที่กำลังทำงานเพื่อแผ่นดินและความชอบธรรมของพระเจ้าอย่างขยันหมั่นเพียร การที่เรายอมอยู่ใต้บังคับของคนเช่นนั้นโดยไม่คำนึงถึงสถานะทางสังคมหรือทางการเงินของเขาถือเป็นคว

ามเชื่อ บุตรที่แท้จริงของพระเจ้าจะกระทำเช่นนั้น

ถ้าเราไม่เชื่อฟังบุคคลเช่นนั้นเพียงเพราะเขามีฐานะหรือความรู้น้อยกว่าเรา สิ่งนั้นก็หมายความว่าเราเป็นคนหยิ่งผยองเหมือนที่พระเยซูตรัสไว้ในมัทธิว 18:3 ว่า "เราบอกความจริงแก่ท่านทั้งหลายว่า ถ้าพวกท่านไม่กลับใจเป็นเหมือนเด็กเล็ก ๆ ท่านจะเข้าในอาณาจักรแห่งสวรรค์ไม่ได้เลย" เราควรรู้ว่าคนหยิ่งผยองจะไม่ได้รับความรอด

จงนับถือผู้คนที่ทำให้วิญญาณของเราชุ่มชื่น

ที่สเทฟานัส และฟอร์ทูนาทัส และอาคายคัสมาแล้วนั้น ข้าพเจ้าก็ชื่นชมยินดี เพราะว่าสิ่งซึ่งท่านทั้งหลายขาดนั้น เขาเหล่านั้นได้มาทำให้ครบ เพราะเขาทำให้จิตใจของข้าพเจ้าและของท่านทั้งหลายชุ่มชื่น ฉะนั้นท่านทั้งหลายจงรับรองคนเช่นนั้น คริสตจักรทั้งหลายในแคว้นเอเชียฝากความคิดถึงมายังท่านทั้งหลาย อาควิลลาและปริสสิลลากับคริสตจักรที่อยู่ในบ้านของเขา ฝากความคิดถึงมากมายในองค์พระผู้เป็นเจ้ามายังท่านทั้งหลาย พี่น้องทุกคนฝากความคิดถึงมายังท่าน ท่านจงทักทายปราศรัยกันด้วยธรรมเนียมจุบอันบริสุทธิ์ (16:17-20)

เปาโลยกย่องสิ่งที่สเทฟานัส ฟอร์ทูนาทัส และอาคายคัสทำเพื่อแผ่นดินและความชอบธรรมของพระเจ้า อัครทูตเปาโลสามารถกล่าวอย่างกล้าหาญว่า "จงเลียนแบบข้าพเจ้า" เพราะท่านมีจิตใจแห่งความจริงซึ่งเป็นเหมือนพระทัยของพระคริสต์

ด้วยเหตุนี้ การทำให้เปาโลถูกใจ โล่งใจ และพอใจจึงเป็นเหมือนการทำให้พระวิญญาณบริสุทธิ์พอพระทัยและเป็นที่ถูกพระทัยของพระเจ้า เพราะเหตุนี้ เปาโลจึงบอกให้คนเหล่านั้นยอมรับนับถือบุคคลเช่นนั้น

พระคัมภีร์บอกให้เราเผยแพร่สิ่งที่ดี ในมาระโก 12:43-44 พระเยซูทรงยกย่องหญิงม่ายซึ่งได้ถวายทุกสิ่งที่เธอมีอยู่เพื่อเลี้ยงชีพตนต่อไปจนหมดสิ้นและพระองค์ตรัสไว้ในมัทธิว 26:13 เช่นกันว่า “เราบอกความจริงแก่ท่านทั้งหลายว่า ที่ไหน ๆ ทั่วโลกซึ่งข่าวประเสริฐนี้จะประกาศไป การซึ่งหญิงนี้ได้กระทำจะเลื่องลือไปเป็นที่ระลึกถึงเขาที่นั่นด้วย” การยกย่อง การประกาศให้รู้ถึงสิ่งที่ดี และการถวายเกียรติแด่พระเจ้านั้นถือเป็นน้ำพระทัยของพระเจ้า

พระคัมภีร์กล่าวเช่นกันว่า “กับคริสตจักรที่อยู่ในบ้านของเขา” เพราะในสมัยคริสตจักรในยุคแรกผู้เชื่อไม่มีอาคารเพื่อทำเป็นคริสตจักร หลายครั้งคริสตจักรเริ่มต้นภายในบ้าน ตอนจบของพระคัมภีร์ข้อนี้เปาโลเรียกร้องให้คนเหล่านั้นทักทายปราศรัยกันและกัน

คำแสดงความนับถือนี้เป็นลายมือของข้าพเจ้า เปาโล (16:21)

หลายครั้งคนอื่นเป็นผู้เขียนจดหมายให้กับอัครทูตเปาโล ดังนั้นการที่เปาโลเขียนจดหมายด้วยตัวท่านเองจึงบอกให้เรารู้ว่าท่านรักสมาชิกคริสตจักรโครินธ์มากทีเดียว ผู้เชื่อเหล่านั้นที่อยู่ในโครินธ์คงสัมผัสถึงความรักของท่านด้วยเช่นกัน

ถ้าผู้ใดไม่รักพระเยซูคริสต์เจ้า ก็ขอให้ผู้นั้นถูกสาปแช่ง องค์พระผู้เป็นเจ้าจะเสด็จมา (16:22)

ไม่ใช่ทุกคนสามารถใช้คำพูดเช่นนี้ได้ คนที่กำจัดความชั่วร้ายทุกรูปแบบทิ้งไปและได้รับการชำระให้บริสุทธิ์อย่างสิ้นเชิงแล้วเท่านั้นที่สามารถกล่าวข้อความข้างบนนี้ได้เพื่อว่าข้อความนี้จะสำเร็จเป็นจริง เพราะข้อความข้างบนนี้เป็นความจริง

หลักฐานของการรักองค์พระผู้เป็นเจ้าคือการรักษาพระบัญญัติของพระองค์ (1 ยอห์น 5:3) ไม่ว่าเราจะพูดว่าเรารักองค์พระผู้เป็นเจ้าด้วยริมฝีปากของเรามากเพียงใดก็ตาม เราก็เป็นเพียงคนพูดมุสาและเราจะไม่รอดถ้าเราไม่ได้ประพฤติตามพระบัญญัติของพระองค์ เพราะเหตุนี อัครทูตเปาโลจึงกล่าวว่า “ถ้าผู้ใดไม่รักพระเยซูคริสต์เจ้าก็ขอให้ผู้นั้นถูกสาปแช่ง”

เมือเด็กหนุ่มเหล่านันล้อเลียนเอลีชาว่า “อ้ายหัวล้าน จงขึนไปเถิด อ้ายหัวล้าน จงขึนไปเถิด” ท่านได้แช่งสาปเด็กหนุ่มเหล่านั้นและมีหมีตัวเมียสองตัวออกมาจากป่าฉีกร่างกายของเด็กชายพวกนั้นไปสี่สิบสองคน (2 พงศ์กษัตริย์ 2:23-24) เช่นเดียวกันคำพูดของผู้รับใช้ของพระเจ้าผู้ซึ่งได้รับการยอมรับจากพระองค์จะมีฤทธิ์อำนาจและสิทธิอำนาจ เราสามารถอ่านจากพระคัมภีร์ว่าพระเจ้าได้ทรงมอบสิทธิในการอวยพรและการแช่งสาปให้กับผู้รับใช้ที่พระองค์ทรงรักมากที่สุด (ปฐมกาล 12:3)

ถ้าผู้รับใช้คนนีอวยพรบุคคลคนหนึงซึงได้เตรียมภาชนะไว้ให้พร้อมทีจะรับเอาพระพร พระพรดังกล่าวก็จะถูกส่งมอบให้กับเขา ถ้าผู้รับใช้คนนีแช่งสาปบุคคลทีต้องถูกแช่งสาปคำแช่งสาปนั้นก็จะลงมาเหนือเขา เพราะเหตุนีเราจึงไม่ควรพูดคำแช่งสาปอย่างสะเพร่า แน่นอน ผู้รับใช้ทีสัตย์จริงของพระเจ้าจะไม่มีวันกล่าวคำสาปแช่งคนหนึงคนใดอย่างบ้าบิน แต่เขาจะทำตามการทรงนำของพระวิญญาณบริสุทธิ์และความจริงเพียงอย่างเดียว

ขอพระคุณของพระเยซูคริสต์องค์พระผู้เป็นเจ้าของเราสถิตอยู่กับท่านทั้งหลายเถิด ความรักของข้าพเจ้ามีอยู่ต่อท่านทั้งหลายในพระเยซูคริสต์เสมอ เอเมน (16:23-24)

ความรักฝ่ายเนือหนัง (ซึงเป็นความรักทีอยู่นอกเหนือพระเยซู

คริสต์) เป็นสิ่งที่ไร้ประโยชน์ สมมุติว่ามีสมาชิกคริสตจักรคนหนึ่งทำบาปและศิษยาภิบาลไม่ได้ชี้ให้เขาเห็นถึงความผิดบาปของตน แต่กลับยกย่องผู้เชื่อคนนั้น จากนั้นเขาอาจชอบสิ่งที่เกิดขึ้น แต่เราไม่อาจเรียกว่าสิ่งนั้นเป็นความรักที่แท้จริง สิ่งนั้นเป็นเพียงความรักฝ่ายเนื้อหนังที่ไร้ค่า

นอกจากนั้น เราไม่ควรยกย่องคนอื่นโดยไม่ใช้วิจารณญาณ หลายครั้งบุคคลที่ได้รับคำยกย่องจะหยิ่งผยองจากการทำงานของซาตาน ด้วยเหตุนี้ เราควรยกย่องตามการทรงนำของพระวิญญาณบริสุทธิ์

เมื่อพระเยซูทรงยกย่องเปโตรผู้ซึ่งยอมรับว่า "พระองค์ทรงเป็นพระคริสต์พระบุตรของพระเจ้าผู้ทรงพระชนม์อยู่" ในไม่ช้าผีมารซาตานก็เริ่มทำงาน (มัทธิว 16:16) เมื่อพระเยซูตรัสว่าพระองค์จะพบกับความทุกข์ยากลำบากและในที่สุดพระองค์จะสิ้นพระชนม์ตามน้ำพระทัยของพระเจ้า เปโตรพยายามที่จะขัดขวางไม่ให้สิ่งนั้นเกิดขึ้น จากนั้นพระเยซูตรัสว่า "ซาตาน จงถอยไปข้างหลังเรา" (มัทธิว 16:23)

ด้วยเหตุนี้ เราต้องสามารถวินิจฉัยระหว่างความรักฝ่ายวิญญาณและความรักฝ่ายเนื้อหนังในทุกเรื่อง คำพูดที่ว่า "ในพระคริสต์" ในพระคัมภีร์ข้อนี้หมายความว่าสิ่งนั้นเป็นความรักฝ่ายวิญญาณ อัครทูตเปาโลอวยพรคริสตจักรโครินธ์ว่าขอให้พระคุณของพระเยซูคริสต์องค์พระผู้เป็นเจ้าและความรักฝ่ายวิญญาณจงดำรงอยู่กับคนเหล่านั้นในตอนท้ายของจดหมาย

จากจดหมายฉบับนี้อัครทูตเปาโลสั่งสอนคริสตจักรในโครินธ์เกี่ยวกับน้ำพระทัยของพระเจ้าและให้คำตอบทั่วไปต่อปัญหาต่าง ๆ ที่คนเหล่านี้มีในคริสตจักร ปัญหาเหล่านั้นไม่ได้ถูกจำกัดอยู่ในคริสตจักรโครินธ์เท่านั้น ปัญหาเหล่านี้สามารถเกิดขึ้นได้แม้กระทั่งในคริสตจักรในปัจจุบัน ถ้าเราสามารถประยุกต์ใช้คำตอบเหล่านี้กับ

ชีวิตของเราและกับความจริงของชีวิตเรา สิ่งเหล่านี้จะกลายเป็นป้ายชี้ทางที่ดีในชีวิตคริสเตียนของเรา

อันดับแรกเปาโลเน้นย้ำว่าคนเหล่านั้นต้องไม่พิพากษาตามความคิดของตนเองเพราะพระเจ้าเท่านั้นที่ทรงเป็นผู้พิพากษาแต่เพียงผู้เดียว ท่านแนะนำให้คนเหล่านั้นกำจัดการล่วงประเวณีทิ้งไปและในหมู่พี่น้องในความเชื่อคนเหล่านั้นไม่ควรฟ้องร้องซึ่งกันและกัน แต่เขาควรแก้ปัญหาตามลำดับขั้นตอนที่อยู่ในคริสตจักร ท่านเน้นย้ำว่าคนเหล่านั้นควรหลีกเลี่ยงการกราบไหว้รูปเคารพและไม่มุ่งหาประโยชน์ส่วนตัว

ท่านอธิบายเกี่ยวกับของประทานแห่งพระวิญญาณและเรียกร้องให้คนเหล่านั้นปรารถนาความรักซึ่งเป็นของประทานฝ่ายวิญญาณที่ยิ่งใหญ่ที่สุดและปลูกฝังความรักนั้นไว้ ท่านสอนให้คนเหล่านั้นประพฤติตนอยู่ในความชอบธรรมด้วยการตื่นตัวและมีความหวังและความมั่นใจในการเป็นขึ้นมาจากความตายเช่นกัน ท่านช่วยให้คนเหล่านั้นรู้จักน้ำพระทัยของพระเจ้าในเรื่องการประกาศพระกิตติคุณ การแต่งงาน และพิธีศีลมหาสนิท

ผมหวังว่าเราทุกคนจะเก็บรักษาเนื้อหาของจดหมายฝากของเปาโลไว้ในจิตใจของเรา เข้าใจน้ำพระทัยของพระเจ้าอย่างถูกต้องและประพฤติตามน้ำพระทัยนั้นด้วยความรักและความเอื้อเฟื้อเผื่อแผ่ ผมมั่นใจว่าพระเจ้าจะทรงพอพระทัยเมื่อเราประพฤติด้วยวิธีนี้และประทานพระพรอย่างเหลือล้นบนโลกนี้และเกียรติยศอันสูงส่งในแผ่นดินสวรรค์ให้กับเรา

# เกี่ยวกับผู้เขียน
# ดร. แจร็อก ลี

ดร. แจร็อก ลีเกิดที่เมืองมวน จังหวัดโจนนัม สาธารณะรัฐเกาหลี ในปี 1943 เมื่อท่านมีอายุ 20 ปี ดร. ลี ทนทุกข์ทรมานกับโรคภัยไข้เจ็บที่รักษาไม่ได้หลายชนิดเป็นเวลาถึงเจ็ดปีและนอนรอความตายโดยไม่มีความหวังของการหายจากโรค แต่อยู่มาวันหนึ่งในช่วงฤดูใบไม้ผลิของปี 1974 พี่สาวของท่านพาท่านมาที่คริสตจักรและเมื่อท่านคุกเข่าลงอธิษฐานพระเจ้าผู้ทรงพระชนม์อยู่ทรงรักษาท่านให้หายจากโรคภัยไข้เจ็บทั้งสิ้นของท่านในทันที

นับตั้งแต่ดร.ลีพบกับพระเจ้าผู้ทรงพระชนม์อยู่ผ่านทางประสบการณ์ที่อัศจรรย์นั้นเป็นต้นมาท่านรักพระเจ้าอย่างจริงใจและด้วยสุดหัวใจของท่าน ในปี 1978 ท่านได้รับการทรงเรียกให้เป็นผู้รับใช้พระเจ้า ท่านอธิษฐานอย่างร้อนรนเพื่อจะเข้าใจน้ำพระทัยของพระเจ้าอย่างชัดเจนและทำให้น้ำพระทัยนั้นสำเร็จอย่างสมบูรณ์พร้อมทั้งเชื่อฟังพระวจนะทั้งสิ้นของพระเจ้า ในปี 1982 ท่านได้ก่อตั้งคริสตจักรมันมินขึ้นในกรุงโซล ประเทศเกาหลีใต้ พระราชกิจอันมากมายของพระเจ้าซึ่งรวมถึงการรักษาโรคอย่างอัศจรรย์และหมายสำคัญต่าง ๆ เกิดขึ้นในคริสตจักรของท่านอย่างต่อเนื่อง

ในปี 1986 ดร.ลีได้รับการสถาปนาให้เป็นศิษยาภิบาล ณ ที่ประชุมสมัชชาประจำปีของคริสตจักรของพระเยซู “ซุงกุล” แห่งประเทศเกาหลีใต้และในปี 1990 (4 ปีต่อมา) คำเทศนาของท่านถูกนำไปเผยแพร่ในประเทศออสเตรเลีย สหรัฐอเมริกา รัสเซีย ฟิลิปปินส์ และอีกหลายประเทศผ่านพันธกิจของผู้ประกาศข่าวประเสริฐ (เอฟ.อี.บี.ซี.) สถานีวิทยุกระจายเสียงแห่งเอเชีย (เอ.บี.เอส.) และสถานีวิทยุคริสเตียนแห่งกรุงวอชิงตัน (ดับเบิ้ลยู.ซี.อาร์.เอส.)

สามปีต่อมา (ในปี 1993) คริสตจักรมันมินเซ็นทรัลเชิร์ชได้รับเลือกให้เป็นหนึ่งใน “50 คริสตจักรชั้นนำระดับโลก” โดยนิตยสาร “โลกคริสตชน” ของสหรัฐอเมริกาและท่านได้รับมอบปริญญาดุษฎีบัณฑิตกิตติมศักดิ์สาขาพันธกิจศาสตร์จากสถาบันพระคริสตธรรมที่มีชื่อเสียงสองแห่งในสหรัฐอเมริกา นั่นคือ วิทยาลัยคริสเตียนเฟธแห่งรัฐฟลอริด้าและสถาบันพระคริสตธรรมคิงส์เวย์ แห่งรัฐไอโอวา

นับตั้งแต่ปี 1993 เป็นต้นมา ดร.ลีเป็นผู้นำในการทำพันธกิจทั่วโลกโดยผ่านก

ารรณรงค์เพื่อการประกาศที่จัดขึ้นในประเทศต่าง ๆ เช่น ประเทศแทนซาเนีย อาร์เจนติน่า อูกานดา ญี่ปุ่น ปากีสถาน เคนย่า ฟิลิปปินส์ ฮอนดูรัส อินเดีย รัสเซีย เยอรมันนี เปรู สาธารณะรัฐประชาธิปไตยคองโก และนครนิวยอร์ก สหรัฐอเมริกา ในปี 2002 หนังสือพิมพ์คริสเตียนฉบับหนึ่งในประเทศเกาหลีใต้ขนานนามท่านว่าเป็น "ศิษยาภิบาลของคนทั่วโลก" จากการทำพันธกิจด้านการประกาศพระกิตติคุณในต่างประเทศของท่าน

ในเดือนมีนาคม 2010 คริสตจักรมันมินจูน-อังมีสมาชิกมากกว่า 120,000 คนและมีคริสตจักรสาขาทั้งในและต่างประเทศอีก 9,000 แห่งทั่วโลก ปัจจุบันคริสตจักรนี้ส่งมิชชันนารีมากกว่า 135 คนไปยัง 23 ประเทศทั่วโลกซึ่งรวมถึงสหรัฐอเมริกา รัสเซีย เยอรมันนี แคนนาดา ญี่ปุ่น จีน ฝรั่งเศส อินเดีย เคนย่า และอีกหลายประเทศ

ในปัจจุบัน ดร.ลีได้เขียนหนังสือ 60 เล่มซึ่งรวมถึงหนังสือที่มียอดขายสูงสุดเรื่อง "ลิ้มรสชีวิตนิรันดร์ก่อนความตาย" "ชีวิตและศรัทธาของข้าพเจ้า" "สาส์นจากกางเขน" "ขนาดแห่งความเชื่อ" "สวรรค์ภาค 1 และ 2" "นรก" และ "ฤทธานุภาพของพระเจ้า" และอีกหลายเล่ม หนังสือและงานเขียนของท่านถูกแปลเป็นภาษาต่าง ๆ มากกว่า 47 ภาษา

บทความของท่านยังถูกนำไปตีพิมพ์ในหนังสือพิมพ์และนิตยสารหลายฉบับ เช่น "เดอะ ฮานกุก อิลโบ" "เดอะ จูง-อัง อิลโบ" "เดอะ มุนวา อิลโบ" "เดอะ โซล ชินมุล" "เดอะ ฮานเกียไร ชินมุน" "เดอะ ฮานกุก เกียงเจ ชินมุน" "เดอะ โกเรีย เฮราลด์" "เดอะ ชิซา นิวส์" "หนังสือพิมพ์คริสเตียน" และ "หนังสือเพื่อการประกาศประชาชาติ"

ปัจจุบัน ดร.ลีเป็นผู้ก่อตั้ง ผู้นำ ผู้อำนวยการ และประธานของสมาคมและองค์กรมิชชันนารีจำนวนมากซึ่งรวมถึงการดำรงตำแหน่งประธานของสหคริสตจักรแห่งความบริสุทธิ์เกาหลี (UHCK); ผู้อำนวยการ The Nation Evangelization Paper; ผู้อำนวยการองค์การพันธกิจมิชชันมันมิน (MWM); ผู้ก่อตั้งสถานีโทรทัศน์มันมิน (Manmin TV); ผู้ก่อตั้งและประธานเครือข่ายสื่อมวลชนคริสเตียนทั่วโลก (GCN); ผู้ก่อตั้งและประธานเครือข่ายหมอคริสเตียนทั่วโลก (WCDN); และผู้ก่อตั้งและประธานสถาบันศาสนศาสตร์นานาชาติมันมิน (MIS)

# หนังสือเล่มอื่น ๆ ที่เขียนขึ้นโดยผู้เขียนคนเดียวกันได้แก่...

I

**สวรรค์ (ภาค 1)**
**สวรรค์ (ภาค 2)**

คำบรรยายโดยละเอียดเกี่ยวกับสภาพแวดล้อมที่มีชีวิตชีวาซึ่งพลเมืองแห่งสวรรค์จะได้ชื่นชมและการบรรยายลักษณะอันงดงามของสวรรค์ชั้นต่าง ๆ
คำเชิญชวนให้เข้าสู่นครเยรูซาเล็มใหม่อันบริสุทธิ์ซึ่งประตูทั้งสิบสองบานของนครนี้ทำด้วยไข่มุกอันแวววาวระยิบระยับ นครนี้ตั้งอยู่ท่ามกลางสวรรค์อันรุ่งเรืองสุกใสเหมือนดังเพชรนิลจินดาที่มีค่า

**ตื่นเถิดอิสราเอล**

เพราะเหตุใดพระเจ้าจึงทรงเฝ้าดูอิสราเอลตั้งแต่จุดเริ่มต้นของโลกมาจนถึงปัจจุบัน อะไรคือการจัดเตรียมของพระเจ้าสำหรับอิสราเอล (ผู้ที่รอคอยพระเมสสิยาห์) ในช่วงวาระสุดท้าย

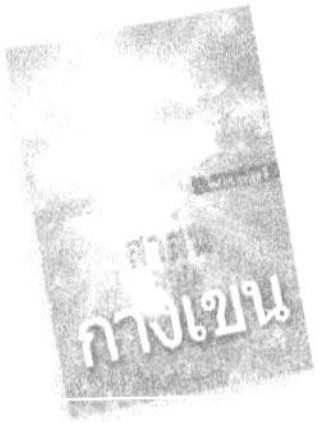

**สาส์นจากกางเขน**

ทำไมพระเยซูจึงเป็นพระผู้ช่วยให้รอดเพียงผู้เดียว เป็นข่าวสารแห่งการฟื้นฟูที่มีอานุภาพสำหรับทุกคนที่หลับใหลฝ่ายวิญญาณ ในหนังสือเล่มนี้ท่านพบถึงเหตุผลของการที่พระเยซูทรงเป็นพระผู้ช่วยให้รอดแต่พระองค์เดียวและความรักที่แท้จริงของพระเจ้า

**ลิ้มรสชีวิตนิรันดร์ก่อนเสียชีวิต**

เป็นบันทึกเรื่องจริงเกี่ยวกับคำพยานของศจ.ดร.แจร็อก ลีผู้ที่บังเกิดใหม่และได้รับการช่วยให้รอดจากหุบเหวแห่งความตายและดำเนินชีวิตคริสเตียนที่เป็นแบบอย่าง

**ขนาดแห่งความเชื่อ**

สถานที่แบบใด มงกุฎ และรางวัลชนิดใดที่ถูกจัดเตรียมไว้ในสวรรค์ หนังสือเล่มนี้จะให้ความรู้และคำแนะนำแก่ท่านในการวัดขนาดความเชื่อและการเพาะบ่มความเชื่อของท่านให้เจริญเติบโตมากที่สุด

www.urimbook.com

www.ingramcontent.com/pod-product-compliance
Lightning Source LLC
LaVergne TN
LVHW021802060526
838201LV00058B/3202
* 9 7 9 1 1 2 6 3 1 3 6 9 3 *